'हॅमिश मॅक्बेथ रहस्यमालिकेतील बीटनची ही नवी कादंबरी अप्रतिम, आकर्षक व वाचकाला खिळवून ठेवणारी आहे.'

- पब्लिशर्स वीकली

'रटाळ जीवनापासून सुटका हवीय? एखादी दंतकथा प्रत्यक्ष साकार व्हावीशी वाटतेय? चला तर मग लॉचढभला. स्कॉटलंडच्या पहाडी मुलुखातील सुस्त पण सृष्टिसौंदर्याने नटलेल्या या नयनरम्य गावात, इन्स्पेक्टर हॅमिश मॅक्बेथ व त्याच्या विक्षिप्त शेजाऱ्यांच्या मध्यवर्ती पात्रांवर, एम.सी.बीटन तिच्या चकवणाऱ्या आणि गुंगवून टाकणाऱ्या रहस्यकथा रचत असते.'

-द न्यूयॉर्क टाइम्स बुक रिव्ह्यू

'कडक चहा व गरमागरम कुरकुरीत केकसारखा उत्साह व तरतरी आणणारी रहस्यमालिका.'

-द डेन्वर पोस्ट

'कमालीची धमाल!'

-'द न्यू यॉर्क टाइम्स', बुक रिव्ह्यू

'सुखद, ग्रामीण पार्श्वभूमी असलेल्या रहस्यकथा
लिहिणाऱ्यांमध्ये एम.सी.बीटनचे स्थान सन्मानाचे आहे.'

- असोसिएटेड प्रेस

'लाल केसांचा, प्रेमासक्त परंतु अतिशय धीरोदात्त असलेला
हॅमिश मॅक्बेथ हे अत्यंत लाघवी व्यक्तिमत्त्व आहे. अशीच एक
वेगळी व गुंतागुंतीची रहस्यकथा घेऊन तो पुन्हा लवकरच
आपल्या भेटीला येईल, अशी आपण आशा करू या.'

- शिकागो ट्रिब्यून

आपल्या
स्नेहीजनांना
पुस्तके
भेट द्या

डेथ
ऑफ अ
हसी

हॅमिश मॅक्बेथच्या चित्तवेधक रहस्यकथा

लेखक
एम. सी. बीटन

अनुवाद
दीपक कुळकर्णी

मेहता पब्लिशिंग हाऊस

◆ *या पुस्तकातील लेखकाची मते, घटना, वर्णने ही त्या लेखकाची असून त्याच्याशी प्रकाशक सहमत असतीलच असे नाही.*

DEATH OF HUSSY by M.C. BEATON
Copyright © 1990 by M.C.Beaton
Translated into Marathi Language by Deepak Kulkarni

डेथ ऑफ अ हसी / अनुवादित कादंबरी

अनुवाद   : दीपक कुळकर्णी

मराठी अनुवादाचे व प्रकाशनाचे हक्क मेहता पब्लिशिंग हाऊस, पुणे.

प्रकाशक   : सुनील अनिल मेहता, मेहता पब्लिशिंग हाऊस,
                १९४१, सदाशिव पेठ, माडीवाले कॉलनी, पुणे – ४११०३०.

मुखपृष्ठ   : फाल्गुन ग्राफिक्स

प्रथमावृत्ती : नोव्हेंबर, २०१७

P Book ISBN 9789386888334

गोल्स्पी मोटर्स लिमिटेड, सदरलँडचे मालक व व्यवस्थापक-
ह्यूजॉन्स्टन
सेवा व्यवस्थापक- जॉन मॅके
व कुशल यांत्रिक- बिल ब्राऊन
या स्कॉटिश पहाडी मुलखातील तीन सहनशील व सर्वोत्तम
व्यक्तींचे अनुभवी व अमूल्य मार्गदर्शन लाभल्याबद्दल,
लेखिका त्यांचे मनःपूर्वक आभार मानत अत्यंत कृतज्ञतेने
हे पुस्तक त्यांना अर्पण करत आहे.

एक

‘पहाडी प्रदेशातल्या गावात सामान्य वृद्धांचेही चेहरे गुलाबी
असतात आणि तिथल्या गोऱ्यापान तरुणींचे डोळे
नीरव शांततेनं भरलेले असतात’
– *आर. एल. स्टीव्हन्सन*

“शर्थ झाली तुझ्यापुढे! अगं, कुणाकडे जेवायला जायचं असलं, तर खास ठेवणीतले कपडे घालून जायचं, अशी रीत आहे या पहाडी मुलुखात. आणि तू हे काय अंगावर चढवलंयस?” मॅगी बेअर्डनं तणतणत गाडीचा दरवाजा उघडला आणि आपल्या अवजड शरीराचं धूड गाडीच्या सीटवर कसंबसं टेकवून कर्कश आवाजात गिअर्स बदलले.

अनेक ठिकाणी पोचे पडलेली व मॅगीसारखीच बेढब दिसणारी तिची रेनॉल्ड-५ गाडी अखेर एक जोरदार गचका देत सुरू झाली. शेजारच्या सीटवर तिची भाची ॲलिसन कर्र अगदी चिडीचूप बसली होती. घरातून बाहेर पडण्याआधीपासूनच मॅगीच्या तोंडाचापट्टा सुरू झाला होता. ‘टॉमेल कॅसल’ला जेवायला जायचंय, हे आधी माहीत असतं; तर मी मुद्दाम एक नवा ड्रेस नसता का विकत घेतला आणि डोक्यावरून अंघोळ करून केसही नीट बांधले असते, असं ॲलिसन आपल्या मावशीला बिचकत सांगण्याचा प्रयत्न करून पाहिला होता. ॲलिसनचे आधीच पातळ असलेले केस आता फारच तेलकट दिसत होते आणि तिनं घातलेला जांभळा स्कर्ट व पांढरा ब्लाउज तर अगदीच ढगळ अन् अजागळ वाटत होता.

मॅगीचं गाडी चालवणं म्हणजे तिच्या शेजारी बसणाऱ्याच्या छातीत धडकी भरवणारं होतं. सुसाट वेग, जोराचा हिसका देऊन गिअर बदलणं अन् कारण

नसताना करकचून ब्रेक्स दाबणं... गरीब बापडी ॲलिसन जीव मुठीत धरून, मनातल्या मनात आपल्या फुटक्या नशिबाला बोल लावत होती.

ॲलिसन नुकतीच एका दुर्धर आजारातून मरता-मरता वाचली होती. तिला फुप्फुसांचा कर्करोग झाला होता आणि ब्रिस्टॉलमधल्या एका रुग्णालयात तिच्यावर बरेच महिने उपचार सुरू होते. एक दिवस हॉस्पिटलमध्ये अचानक भेटायला आलेल्या आपल्या मावशीला पाहून तिला आश्चर्याचा धक्काच बसला होता; पण त्याचबरोबर आता आपल्या आयुष्याला कदाचित एक नवे वळण मिळू शकेल, अशी अंधूक आशाही तिच्या मनात निर्माण झाली होती. ॲलिसन पोरकी होती. तिच्या आई-वडिलांना जाऊन आता बरीच वर्षं लोटली होती. ते जिवंत असतानाही त्यांच्या बोलण्यात मॅगीचा फारसा उल्लेख होत नसे. "आमचा मॅगीशी आता काहीही संबंध उरलेला नाही आणि तिच्याबद्दल एक शब्दही बोलण्याची माझी इच्छा नाही." असं एकदा आई म्हणाल्याचं तिला आठवत होतं.

आपण आता काही दिवसांचेच सोबती आहोत, हे प्रकर्षानं जाणवल्यावर ॲलिसननं मॅगीला एक पत्र लिहिलं होतं. स्वत:च्या अंत्यसंस्कारांची जबाबदारी कुणावर तरी सोपवणं भाग होतं आणि मॅगीशिवाय तिला जवळचं असं कुणीच नात्याचं माणूस नव्हतं. पण काय आश्चर्य... पत्र मिळताच मॅगी थेट हॉस्पिटलमध्ये येऊन धडकली होती अन् तिनं केलेल्या मायेच्या वर्षावात ॲलिसन चिंब भिजून गेली होती! मॅगीनं तर तिथल्या तिथेच तिला आपल्या नव्या घरात येऊन कायम राहण्याचे आमंत्रणही देऊन टाकलं होतं.

अशा तऱ्हेनं उत्तर स्कॉटलंडच्या सदरलँड भागातील लॉचढभ गावाच्या लगत असलेल्या टेकडीवरील मॅगीच्या टुमदार बंगल्यात ॲलिसनचे झोकात आगमन झालं होतं.

मॅगीच्या त्या अति सजवलेल्या व नको इतके उबदार तापमान ठेवलेल्या घरातला ॲलिसनचा पहिला आठवडा मस्त मजेत गेला होता. स्वयंपाक व घराची पूर्ण देखभाल करण्यासाठी मॅगीनं एका हुशार व कार्यक्षम स्त्रीला नोकरीवर ठेवलं होतं. ही बाई गावातच राहायची आणि सकाळपासून संध्याकाळपर्यंत बंगल्यात काम करायची. त्या बहुगुणसंपन्न स्त्रीचं नाव होतं – मिसेस टॉड. ॲलिसनचं वय होतं एकतीस वर्षं; पण मिसेस टॉड मात्र तिला अगदी लहान मुलीसारखी जपायची आणि रोज दुपारच्या चहाबरोबर तिला छान-छान केक खायला द्यायची.

दुसऱ्या आठवड्याच्या अखेरीला मात्र ॲलिसनला त्या बंगल्यातून पळून जावंसं वाटू लागलं. सामान खरेदीसाठी मॅगी एकटीच गावात जाई. ॲलिसनला तिनं आपल्याबरोबर एकदाही नेलं नव्हतं. मावशीची मायाही हळूहळू आटू लागली होती आणि आता तिनं ॲलिसनला चक्क छळण्यास सुरुवात केली. मोठ्या

आजारातून उठल्यामुळे ॲलिसन अशक्त, भित्री व हळवी झाली होती. मावशीला विरोध करायची हिंमत नसल्यामुळे सारे अपमान मूग गिळून सहन करण्याखेरीज तिच्यापुढे पर्याय नव्हता.

तशातच आज घडलेली ही घटना. कर्नल हालबर्टन-स्मिथ हे गावचं बडं प्रस्थ. गावात त्यांचा मोठा जमीनजुमला होता. त्यांनी टॉमेल कॅसल या त्यांच्या प्रशस्त बंगल्यात मॅगी व ॲलिसनला जेवायचं आमंत्रण दिलं होतं. पण शेवटच्या क्षणापर्यंत मॅगीनं ही गोष्ट ॲलिसनला कळू दिली नव्हती. बिचारीला काहीच कल्पना नसल्यामुळे तिचा हा असा अवतार दिसत होता – धुतलेले मोकळे केस आणि ढगळ स्कर्ट व ब्लाउज.

डोंगराची चढण लागताच मॅगीनं पुन्हा कर्कश आवाजात गिअर्स बदलले आणि बसलेल्या धक्क्यानं ॲलिसन विव्हळली. गाडी वापरण्याची ही काय पद्धत झाली? आपल्याला गाडी चालवता येत असती तर... तर तुफान वेगानं गाडी चालवत मी डोंगर ओलांडून पलीकडे गेले असते आणि स्वतंत्र, मुक्त जीवन जगले असते. कोण राहिलं असतं या बयेच्या बंगल्यात? बंगला कसला, अंगाला सदैव चटका बसवणारा बंदिस्त तुरुंगच तो! त्या तुरुंगातून कायमची सुटका करून घेतली असती. तसं पाहिलं तर, ॲलिसन आज ना उद्या बंगल्याबाहेर पडून दूरच्या शहरात नोकरी शोधणारच होती. पण डॉक्टरांनी तिला निदान सहा महिने तरी जास्त दगदग न करण्याचा सल्ला दिला होता. मॅगीपासून पळून जाण्याचं बळही तिच्या अंगात नव्हतं. कॅन्सर पुन्हा उद्‌भवेल की काय, अशी भीती तिला सतत वाटायची. कॅन्सर हा आता पूर्वीसारखा असाध्य रोग राहिलेला नाही, असं सर्वच जण जरी म्हणू लागले असले, तरी त्यावर विश्वास ठेवायला ॲलिसनचं मन अजूनही तयार नव्हतं. तिच्या फुप्फुसाचा एक छोटासा तुकडा शस्त्रक्रिया करून कापून टाकला होता, ही गोष्ट ती विसरू शकत नव्हती. आपल्या छातीला एक मोठं भोक पडलेलं असणार, या कल्पनेनं ती बेचैन व्हायची. रोज तिला सिगरेट ओढायची जबरदस्त तलफ येई. दिवसाला चाळीस सिगरेटी ओढल्यामुळे आपल्याला तो आजार झाला, ही गोष्ट मात्र ती अजूनही मान्य करत नव्हती.

प्रवेशद्वाराच्या दोन मोठ्या खांबांमधून आत जाताना मॅगीची ती छोटी लाल रंगाची गाडी अक्षरशः हवेत उडून दणकन खाली आदळली.

नव्या संकटाला सामोरी जायला ॲलिसन भीत-भीत सज्ज झाली. कशी असतील ही अनोळखी माणसं?

प्रिसिला हालबर्टन-स्मिथनं समोर असलेलं जेवणाचं ताट नाराजीनं बाजूला सारलं. कधी एकदा आजची संध्याकाळ संपतेय, असं तिला झालं होतं. तिला मॅगी बेअर्ड मुळीच आवडली नव्हती. मॅगीनं हिरव्या सोनेरी रंगाचा चमकणारा

लांबलचक ओव्हरकोट घातला होता आणि ती अगदी मन लावून जेवत होती. तिच्या आवाजात एक प्रकारचा गावरानपणा होता. जेवता-जेवता ती कर्नल हालबर्टन-स्मिथशी नदीतून मासे चोरणाऱ्या भुरट्या चोरांबद्दल तावातावानं तक्रार करत होती. एखाद्या विषयाची फारशी माहिती नसतानाही आपण त्या विषयात पारंगत असल्यासारखं दाखवण्यात मॅगी तरबेज होती, ही गोष्ट फक्त ॲलिसननंच अचूक हेरली होती.

ह्या बाईचा नेमका अंदाजच येत नाही... प्रिसिला मनातल्या मनात म्हणाली, फारच जाडजूड आणि मिजासखोर आहे. तिच्या गरीब व अशक्त दिसणाऱ्या भाचीशी किती तुसडेपणानं वागतेय! डॅडींना समजत कसं नाही? ते का तिच्याशी गुलुगुलु बोलतायेत? त्यांना तिची भुरळ पडलेली दिसतेय.

तिनं ॲलिसनकडे पुन्हा एकदा पाहिलं. ॲलिसन कर्र अगदीच कृश मुलगी होती. तिशीची असावी; पण इतकी लहान चणीची की, तिला स्त्री म्हणणं अवघड होतं. डोळ्यांवर जाड काचांचा चष्मा आणि विस्कटलेल्या केसांमुळे बराचसा चेहरा झाकलेला. तिची कांती मात्र नजरेत भरण्यासारखी होती. ॲलिसनकडे बघून प्रिसिला गोड हसली, पण ॲलिसननं तिच्याकडे एक जळजळीत कटाक्ष टाकला आणि लगेच नजर खाली वळवली.

ॲलिसनला मत्सर वाटावं, असं सगळंच प्रिसिलापाशी होतं. प्रिसिला दिसायला सुंदर होती. शांत, आत्मसंयमी. डोक्यावर भुरभुरणारे सोनेरी पातळ केस. तिनं घातलेला शेंदरी रंगाचा सिल्कचा ड्रेस फारच किमती असावा. तिचा आवाज कुणालाही मोहित करणारा होता.

...जर मी अशाच एखाद्या राजवाड्यात राहिले असते आणि माझ्या आई-वडिलांनीही माझे असेच लाड केले असते, तर मीही अशीच आकर्षक दिसले असते... ॲलिसन कडवटपणे स्वत:शीच पुटपुटली... मला ठाऊक आहे, ती माझ्याकडे बघून का हसली. ती माझी कीव करतेय. गेली खड्ड्यात!

''तुझ्या लक्षात आलं असेल मिसेस बेअर्ड – ह्या पहाडी प्रदेशात तुला गाडी चालवल्याखेरीज अजिबात गत्यंतर नाही,'' कर्नल म्हणाला.

मॅगीनं एक उसासा सोडला व कर्नलच्या डोळ्यांत रोखून पाहिलं. मॅगीच्या डोळ्यांत आता एक वेगळीच चमक आली होती. ''अगदी माझ्या मनातलं बोललास!'' ती म्हणाली, ''एवढ्या-तेवढ्या कारणासाठी गावात फेऱ्या मारून-मारून मी अगदी थकून जाते.''

क्षणभर कुणीच काही बोललं नाही. मिसेस हालबर्टन-स्मिथनं बोलण्यासाठी आपलं तोंड उघडलं, पण दुसऱ्याच क्षणी गप्कन मिटून घेतलं. मॅगीकडे बघून कर्नल लाडिक हसला. ''अगं, हे काही लंडन नव्हे,'' तो म्हणाला. ''तिथल्यासारखी इथे काही कोपऱ्या-कोपऱ्यांवर धान्याची दुकानं नाहीत. तुला हव्या असलेल्या

गोष्टींची आधी यादी करावी लागते आणि मग एका खेपेत आठवड्याभराचं सामान विकत घ्यावं लागतं. पण तुझ्याकडे घरकामासाठी असलेल्या बाईकडून तू हे काम का करवून घेत नाहीस?''

"नाही. ते काम अगदी कटाक्षानं मीच करते.'' कर्तव्यदक्ष गृहिणीचा आव आणत मॅगी म्हणाली. "मी प्रत्येक वस्तू नीट निवडून-पारखून घेते. लॉचढभ तर तसं अगदी लहानसंच खेडं आहे म्हणा – पण माझ्या मते, गावकऱ्यांना मुबलक मासे तरी मिळायलाच हवेत.''

"त्यापेक्षा मी तर म्हणेन की, तू इन्व्हर्नेसला एक फेरी मारून महिनाभर पुरेल इतका साठा करून ठेवू शकतेस.'' मिसेस हालबर्टन-स्मिथ म्हणाली. "आता तिथे सर्व काही मिळतं. मोठी बाजारपेठ आहे आणि हे शहर दिवसागणिक झपाट्यानं वाढत चाललंय. काल-परवापर्यंत इन्व्हर्नेसची गणना मागासलेल्या खेडेगावात केली जायची. त्या वेळी रस्त्यावर बैलगाड्या आणि टांगे दिसायचे. आता पाहावं – तर सगळीकडे गाड्याच गाड्या... गाड्याच गाड्या!''

"पण त्याबरोबर गुन्हेगारीदेखील वाढलीय.'' कर्नल म्हणाला. "मला तर स्ट्रॅथबेनच्या पोलीस खात्याचं काय चाललंय, तेच कळत नाहीये. आमच्या लॉचढभची तर अशी अवस्था आहे की, आज गावात एकदेखील पोलीस नाही.''

"म्हणजे हॅमिश?'' प्रिसिला जवळजवळ चीत्कारलीच. "तुम्ही मला सांगितलं नाहीत?'' आपण फारच उत्तेजित झाल्याचं लक्षात येऊन तिनं ॲलिसनकडे पाहिलं अन् ती ओशाळत हसली. "काल रात्रीच मी घरी येऊन पोहोचले ना – गावात काय घडलंय याचा मला पत्ताच नाही. हॅमिश निघून गेला? कुठे?''

"त्यांनी इथल्या पोलीस स्टेशनला टाळं ठोकायला लावलं आणि त्या आळशी, धटिंगण मॅक्बेथला स्ट्रॅथबेनला बोलवून घेतलं.'' तिचे वडील म्हणाले. "मला मोठी गंमत वाटते – मॅक्बेथ काम करायचा, असं मला कधी वाटायचंच नाही. आणि आता तो इथे नसताना कुणीतरी नदीतून सामन मासे चोरून पकडतोय. मॅक्बेथनं निदान या चोरीला आळा तरी घातला असता. आजपर्यंत त्यानं कधी कुणाला अटक केलेली मी पाहिली नाहीये म्हणा.''

"पण ही गोष्ट फार भयंकर आहे!'' प्रिसिला उद्गारली. "हॅमिश इथे नसणं, ही आपल्या गावाची फार मोठी हानी आहे.''

"बरोबर आहे गं – तुला तसंच वाटणार!'' कर्नल उपहासानं म्हणाला.

प्रिसिला थोडी निराश झाल्यासारखी वाटतेय. बाप रे, कर्नलची मुलगी त्या पोलीस इन्स्पेक्टरच्या प्रेमात तर पडलेली नसेल ना... ॲलिसनच्या मनात विचार आला.

मॅगीला मात्र मजा येत होती. "तुम्हाला जर तो परत यायला हवा

असेल,'' ती म्हणाली. ''तर त्यासाठी तुम्हाला मुद्दाम गावात एखादा गुन्हा घडवून आणावा लागेल.''

कर्नलकडे पाहून ती मादकपणे हसली. आज लठ्ठ, बेढब वाटणारी ही बाई एकेकाळी सुंदर दिसत असावी, असा विचार प्रिसिलाच्या मनात येऊन गेला.

पण ती मोठ्यानं म्हणाली, ''वा! फारच छान कल्पना आहे ही. आपण असं करू या – एक बैठक बोलावून ही कल्पना गावकऱ्यांच्या कानावर घालू या.''

कर्नल मात्र या कल्पनेचा अगदी निषेध करण्याच्या बेतात होता; पण मॅगीचा फुललेला चेहरा पाहून त्यानं गप्प बसायचे ठरवले. मॅगी स्वत:च्या कल्पनेवर भलतीच खूश झाली होती. गावची पुढारी व्हायची तिची इच्छा आता साकार होणार होती.

''तुझी इच्छा असेल, तर मी पुढाकार घेते.'' ती म्हणाली. ''ॲलिसन मदत करेल, म्हणजे मदत करण्याचा प्रयत्न करेल. तिला कुठलीच गोष्ट नीट जमत नाही म्हणा. बरं, आपण कधी मीटिंग घ्यायची?''

''ह्या शनिवारी चालेल?'' प्रिसिलानं विचारलं.

''गावकऱ्यांना चिथवून तुम्ही त्यांना गुन्हा करायला प्रवृत्त तर करणार नाहीत ना?'' मिसेस हालबर्टन-स्मिथनं विचारले.

''काहीतरी तर करायलाच हवं?'' प्रिसिला म्हणाली. ''आम्ही गावकऱ्यांसमोर सर्व पर्याय ठेवू आणि मतदान घेऊ.''

''कशासाठी मतदान?'' तिच्या वडिलांनी रागानं विचारलं.

''ज्या काही कल्पना मांडल्या जातील, त्यावर.'' प्रिसिला उसळून म्हणाली. ''हे बघा डॅडी, तुम्हाला त्यात मधे पडण्यासारखं काही नाही; मिसेस बेअर्ड आणि मी सगळी परिस्थिती हाताळायला समर्थ आहोत.''

ॲलिसनच्या डोक्यात एव्हाना त्या पोलीस इन्स्पेक्टरविषयी तर्क-वितर्क सुरू झाले होते. प्रिसिलासारख्या शांत, संयमी मुलीच्याही मनात भरलाय म्हणजे त्याच्यात नक्कीच काहीतरी खास असणार. ती हळूहळू स्वप्नं रचू लागली. समजा जर... प्रिसिलापेक्षा मी केलेल्या प्रयत्नांमुळेच त्याची इथे परत नेमणूक झाली, तर? हा हॅमिश मॅक्बेथ म्हणजे जुन्या बिस्किटांच्या डब्यावर असलेल्या त्या प्रिन्स चार्लीच्या चित्रासारखा उंच, गोरा आणि दिसायला रुबाबदार असणार. मग तो नक्कीच माझ्या प्रेमात पडेल आणि प्रिसिलाकडे पाठ फिरवून तो मला मॅगीपासून दूर घेऊन जाईल. त्याच्यासारखे पुरुष कधी साचेबद्ध बाह्य सौंदर्यावर भाळत नाहीत; त्यांना भुरळ पडते ती खऱ्या आंतरिक सौंदर्याची – जे माझ्याकडे आहे! प्रिसिलाच्या चेहऱ्याकडे पाहून ती काही चारित्र्यवान असावी, असं वाटत नाही. एखादा तरी दोष सापडेल, या हेतूनं ती प्रिसिलाला अगदी बारकाईनं न्याहाळू लागली.

अखेर जेवणाचा कार्यक्रम एकदाचा संपला. दोघी जणी बंगल्यातून बाहेर पडत असताना कर्नलनं अचानक पुढे झुकून मॅगीच्या गालावर ओठ टेकवले. मॅगी त्याच्याकडे पाहून खट्याळपणे हसली आणि त्यावर खुशीत येत कर्नल छाती फुगवून एखाद्या कोंबडीच्या पिल्लाप्रमाणे स्वत:च्याच तोऱ्यात तुरुतरु चालू लागला.

आपल्या बापाला लागलेलं हे म्हातारचळ पाहून हा स्वत:चं हसं तर करून घेणार नाही ना, याची प्रिसिलाला काळजी वाटू लागली.

बिचारीला हे ठाऊक नव्हतं की, आपल्या वडिलांनी चुकीच्या ठिकाणी दाखवलेल्या स्त्रीदाक्षिण्यामुळे लवकरच अशा काही विचित्र घटनांची साखळी निर्माण होणार आहे की, जिची अखेर एका खुनामध्ये होणार आहे!

सदरलँडच्या थंड हिवाळी वातावरणात, टिपूर चांदणं पसरलेल्या रात्री! गाडी चालवत घरी परतताना मॅगीच्या चित्तवृत्ती फुलून आल्या होत्या. मी अजूनही एखाद्या पुरुषाला आकर्षित करू शकते तर! आणि आज – शरीर असं बेढब-थुलथुलीत झालं असतानाही जर मी एका पुरुषाला भुलवू शकत असेन, तर उद्या मी बारीक व्हायचं ठरवल्यावर त्याचा काय परिणाम होऊ शकेल?

त्या मूर्ख वेटरच्या नादाला लागल्यामुळे आपण या अवस्थेला आलोय... मॅगी हळूहळू भूतकाळात शिरू लागली होती. मॅगी बेअर्डनं तिच्या धंद्यात भरपूर पैसा कमावला होता. धंद्यासाठी तिला रस्त्यावर कधीच उभं राहावं लागलं नसलं, तरी एव्हाना तिची दोन लग्नं व दोन घटस्फोट झाले होते. अनेक धनाढ्य व्यक्तींची ती रखेल झाली होती, तर कधीकधी स्वत:ची घटकाभर करमणूक करून घेण्यासाठी तिनं गरीब पुरुषांनाही जवळ ओढलं होतं. काही स्त्रियांना जसं खादाडीचं व्यसन असतं, तशी मॅगीला संभोगाची न शमणारी भूक कायम लागलेली असायची. अर्थात, धंद्यातल्या तिच्या अनेक सख्यांप्रमाणे मिळालेले पैसे वाऱ्यावर न उधळता, अत्यंत हुशारीनं तिनं ते जमीन-जुमल्यात गुंतवले होते. पण त्याच काळात तिनं नेमका स्वत:चा घात करून घेतला होता. गाठीला बक्कळ पैसा जमा झाल्यानं ती स्वत:च्या चैनीसाठी एखादा रांगडा पुरुष हेरत होती आणि दणकट बांध्याच्या व पीळदार शरीरयष्टी असलेल्या एका ग्रीक वेटरच्या मोहात ती पडली. आयुष्यात पहिल्यांदाच ती एका पुरुषाच्या प्रेमात अशी वाहवत गेली की, तिला कशाचं भानच उरलं नाही. आणि भान आलं, तेव्हा तिचे पैसे लुबाडून अन् एका तरुण सुंदर मुलीशी लग्न करून त्या वेटरनं पोबारा केला होता. तिच्या आयुष्याची पार राखरांगोळी झाली होती.

आपल्या जखमा कायमच्या बुजवून टाकण्यासाठी तिला दूर कुठेतरी जाऊन

स्थायिक व्हायचं होतं, म्हणून तिनं अशा पहाडी प्रदेशात बंगला विकत घेतला होता. इथे आल्यावर आपल्या डोक्यावर मध्यभागी रुपेरी होणाऱ्या केसांना कलप न लावता तिनं तसंच वाढू दिलं होतं. वाढणाऱ्या वजनाकडेही तिनं साफ दुर्लक्ष केलं. आता ती लोकरीचे जाड कपडे, चामड्याच्या हॅट्स, तेलकट कापडाचे कोट व उंच टाचेचे बूट असा पेहराव करू लागली. लठ्ठपणाच्या जाड कातडीखाली आपलं दुःख गाडून ती आता स्कॉटिश सभ्य-सुसंस्कृत स्त्रीच्या नव्या रूपात वावरू लागली होती.

ॲलिसनला हॉस्पिटलमधून घरी घेऊन आल्यावर आपण सत्कृत्य केल्याच्या भावनेत ती सुखावली होती, पण लवकरच त्यातलं नावीन्य हरवून गेलं होतं. आता वेटरनं फसवल्याचं दुःखही हळूहळू निवळू लागलं होतं.

"अजूनही या म्हाताऱ्या मुलीत जान शिल्लक आहे!" ती उत्साहात ओरडली.

"म्हणजे या मोटारीबद्दल तू म्हणालीस?" ॲलिसननं विचारलं.

"अगं मूर्ख मुली, मी स्वतःबद्दल म्हटलं; या खटाऱ्याबद्दल नाही."

"पण ही तर किती सुंदर छोटीशी गाडी आहे –" ॲलिसन भीत-भीत म्हणाली. "आंटी –"

"किती वेळा सांगितलं, मला आंटी म्हणू नकोस?" मॅगीनं तिला फटकारलं.

"सॉरी... मॅगी, ऐक ना! मी गाडी शिकायच्या क्लासला जाऊ? मग तुला बाजारहाट करायची गरजच भासणार नाही; ती जबाबदारी माझी."

"तुझ्या गाडीच्या क्लासची फी भरण्यापेक्षा माझ्याकडे पैसे खर्च करण्याचे खूप चांगले मार्ग आहेत!" मॅगी म्हणाली. "तो कर्नल खरंच उमदा माणूस आहे. त्याची बायको मात्र वठलेल्या झाडासारखी निस्तेज दिसते आणि त्याची ती मुलगी... एक नंबर चालू वाटते."

"अगदी माझ्या मनातलं बोललीस!" ॲलिसन न राहवून म्हणाली. त्यानंतर घरी येईपर्यंत दोघींनी मिळून प्रिसिलाचं मनसोक्त वाभाडे काढले. बऱ्याच आठवड्यांनंतर दोघींची गट्टी जमली होती.

स्कॉटलंडच्या पहाडी प्रदेशात अनेक सुंदर व निसर्गरम्य शहरं-गावं वसली होती, पण स्ट्रॅथबेनची मात्र त्यात गणना करता आली नसती. एकेकाळी अत्यंत आकर्षक दिसणारं हे शहर पन्नाशीच्या दशकात वीज उद्योगामुळे अचानक भरभराटीला आलं आणि दूरदूरहून लोक येऊन इथे स्थानिक झाले. परिणाम असा झाला की, मिळेल त्या जागेवर वाट्टेल तशा इमारती उभारल्या गेल्या. तेजीच्या लाटेबरोबरच त्याचे दुष्परिणामही दिसू लागले. सुपरमार्केट्स, बार आणि डिस्कोज सुरू झाले. साहजिकच शहरामध्ये ड्रग्ज आणि गुन्हेगारीचं प्रमाण दिवसेंदिवस वाढू लागलं.

पोलीस इन्स्पेक्टर हॅमिश मॅक्बेथ आपल्या आवडत्या कुत्र्याला – टाऊझरला घरापाशीच ठेवून पाय मोकळे करायला बाहेर पडला होता. संध्याकाळचा काही वेळ त्याला मोकळा मिळत असे. तो पार कंटाळून गेला होता. एकटेपणा असह्य होऊ लागला होता. स्ट्रॅथबेनबद्दल त्याच्या मनात जितका तिरस्कार होता, तितकीच घृणा त्याला लॉचढभमधून मुद्दाम बदली करायला लावणाऱ्या डिटेक्टिव्ह चीफ इन्स्पेक्टर ब्लेअरबद्दलही वाटत होती.

स्ट्रॅथबेनच्या स्वच्छंदी, व्यसनी व दिशाहीन तरुण पिढीचा त्याला पुरता वीट आला होता. त्यांचे ते पांढरेफटक चेहरे, असभ्य वर्तन, विकृती आणि नशाबाजीला तो वैतागला होता. डिस्कोजवर धाड टाकून ड्रग्ज जप्त करणे, बारमध्ये जाऊन बेवड्यांना हातकड्या ठोकणे आणि फुटबॉल मॅचेसला जमलेल्या धटिंगण मुलांचा बंदोबस्त करणे – अशा रोजच्या धावपळीमुळे तो अगदी थकून जात होता.

अस्वच्छ व बकाल रस्त्यावरून तो चालत निघाला होता. भुरुभुरु पाऊस पडायला सुरुवात झाली होती. किनाऱ्यावर जमलेले सीगल्ससुद्धा रस्त्यावरच्या दिव्यांच्या केशरी प्रकाशात घाणेरडे दिसत होते. भिंतीला रेलून तो किनाऱ्याकडे तोंड करून उभा राहिला. भरतीला सुरुवात झाली होती. पाण्यावरचा तेलाचा तवंग चमकत होता आणि दूर लाटेवर एक जुना, स्प्रिंग्ज बाहेर आलेला मोडका सोफा वर-खाली हेलकावत होता.

त्याच्यामागून एक इसम झोकांड्या खात पुढे गेला आणि भिंतीचा आधार घेत किनाऱ्यावर भडाभडा ओकला. हॅमिशला शिसारी आली आणि तो तिथून बाहेर पडला. अजून इथे किती दिवस काढावे लागणार आहेत, कुणास ठाऊक! लॉचढभमधलं त्याचं घर म्हणजे पोलीस स्टेशनचाच मागचा भाग होता. म्हणजे नोकरीवर पाणी सोडायचं म्हटलं, तर परत जायला त्याला स्वत:चं घरदेखील नव्हतं. त्यानं पाळलेल्या कोंबड्या आणि शेळ्यांचा सांभाळ सध्या त्याचे शेजारी करत असले, तरी त्यांच्यावर कायमची जबाबदारी सोपवणं शक्य नव्हतं. मॅक्बेथ परत येण्याची शक्यता नाही, हे लक्षात आल्यावर इस्टेट एजंटनं पोलीस स्टेशनची जागा विकून टाकली असती. पण लॉचढभमधलं आपलं आयुष्य संपुष्टात आलंय, ही गोष्ट मान्य करायला तयार नसलेल्या हॅमिशनं स्वत:चं सगळं सामान व फर्निचर अजूनही त्या पोलीस स्टेशनमध्येच ठेवून दिलं होतं.

त्याला चीड आणणारी आणखी एक गोष्ट म्हणजे मेरी ग्रॅहॅम. पी. सी. ग्रॅहॅम ही स्ट्रॅथबेन पोलीस स्टेशनमधली त्याची गस्तीच्या वेळची सहकारी होती. सडपातळ शरीरयष्टी, राकट चेहरा व केसांना सोनेरी कलप केलेल्या मेरीला छोट्या-मोठ्या गुन्हेगारांना त्यांच्या गुन्ह्याचं स्वरूप लक्षात न घेता फटाफट अटक करायची तीव्र

इच्छा असे. ती मूळची दक्षिण स्कॉटलंडची रहिवासी होती आणि हॅमिशला ती एक गावंढळ शेतकरी समजत असे.

या सर्वांतून आपली लवकरात लवकर सुटका कशी करून घेता येईल, याचा विचार करता-करता हॅमिशच्या मेंदूचा पार भुगा होऊन गेला होता. लॉचढभममध्ये जाऊन कुणाकडे तरी भाड्यानं राहण्याचा पर्याय त्याच्यापाशी नक्कीच उपलब्ध होता. शिवाय भाड्यानेच घेतलेल्या शेतात तो आपल्या कोंबड्या-मेंढ्यांचीही सोय करू शकत होता. पण छोट्या शेतातल्या तुटपुंज्या पिकाच्या उत्पन्नावर गुजराण करणं अशक्य आहे, हे तोही मनोमन जाणून होता. अर्थात, समुद्रावर मासेमारी करणाऱ्या बोटींमध्येही त्याला सहज काम मिळू शकणार होतं.

एका गोष्टीचं दुःख मात्र त्याच्या अगदी जिव्हारी सलत होतं. लॉचढभमधल्या ज्या लोकांवर त्यानं जिवापाड प्रेम केलं होतं, त्यांतला एकही जण त्याच्या अशा अचानक केलेल्या बदलीमुळे चिडून उठला नव्हता. त्याला आता कुणी जीवाभावाचा सखाच उरला नव्हता.

शनिवारी रात्री लॉचढभमधील सार्वजनिक हॉल लोकांनी खच्चून भरला होता. व्यासपीठावर मॅगी, ॲलिसन, प्रिसिला, ख्रिस्ती धर्मगुरू मिस्टर वेलिंग्टन व त्याची गलेगठ्ठ पत्नी मिसेस वेलिंग्टन अशी पंचकमिटी स्थानापन्न झाली होती. मॅगी बेअर्डनं लोकरीचे नवे कोरे कपडे, चामड्याची हॅट घातली होती. हॅटवर एक पीसदेखील खोवलेले होते. ॲलिसननं केस धुऊन नीट बांधले होते. न जाणो – तो देखणा इन्स्पेक्टर मीटिंग सुरू असताना अचानक प्रवेश करेल, या आशेनं ती अगदी सज्ज होऊन बसली होती.

मॅगी बेअर्ड बोलायला उठलेली पाहून मिसेस वेलिंग्टनला राग आलेला दिसला, पण तिच्याकडे दुर्लक्ष करत मॅगीनं भाषणाला सुरुवात केली –

"आपल्या गावामध्ये गुन्हे घडत नसल्यामुळे आपल्या येथील पोलीस इन्स्पेक्टरची बाहेरगावी बदली करण्यात आली आहे. माझी अशी सूचना आहे की, त्याला इथे परत आणण्यासाठी आपण गावामध्ये पुरेसे गुन्हे संघटितपणे घडवून आणले पाहिजेत."

लोकांनी जल्लोष करत मॅगीच्या सूचनेला होकार दिला. पण मॅगीच्या बोलण्यानं सुन्न झालेली मिसेस वेलिंग्टन काही वेळ पायांची चुळबुळ करत राहिली आणि मग लोकांना शांत बसण्याचा इशारा देण्यासाठी तिनं आपला हात वर केला.

"मिसेस बेअर्ड, मला वाटतं – ही फारच भयंकर आणि... आणि अनैतिक सूचना आहे."

"मग तू यावर काय उपाय सुचवशील?" छद्मी हास्य करत मॅगीनं तिला विचारलं.

"माझ्या मते, आपण त्यांना एक विनंती अर्ज पाठवू."

"ठीक आहे. आपण लोकांचंच म्हणणं जाणून घेऊ –" मॅगी म्हणाली. "गुन्हे घडवून आणावेत असं ज्यांना वाटत असेल, त्यांनी हात वर करावेत."

शेकडो हात वर उचलले गेले.

"आणि आता विनंती अर्ज करावा असं ज्यांचं मत आहे, त्यांनी हात वर करावेत."

तुरळक हात वर उचलले गेले.

मिसेस वेलिंग्टन तिरीमिरीनं उठून उभी राहिली, "नाही मिसेस बेअर्ड, तू आम्हा सर्वांना कायदा मोडायला भाग पाडू शकत नाहीस."

"इथे कायदा मोडा, असं कुणी म्हटलेलंच नाही –" मॅगी हसत म्हणाली. "आपण गुन्हा घडलाय असं केवळ भासवणार आहोत की, ज्यामुळे पोलिसांना इथे यावंच लागेल. मी आता प्रत्येकाला एकेक कोरा कागद देणार आहे. त्यावर आपापल्या सूचना सर्वांनी लिहून द्याव्यात, अशी मी विनंती करते. उदाहरणार्थ – माझ्या घरातली एक मौल्यवान वस्तू चोरीला गेली आहे, असं मी पोलीस स्टेशनला कळवणार आणि पोलीस घरी आले की त्यांना म्हणणार, 'सॉरी हं! मी तुमचा वेळ वाया घालवला. मला घरातच ती वस्तू मिळाली.' – असं काहीतरी!"

हॉलमध्ये अचानक शांतता पसरली. प्रिसिलाचं बोलणं ऐकण्यासाठी सर्व जण उत्सुक आहेत, हे मॅगीच्या लक्षात आलं आणि ती मनातल्या मनात संतापली.

सगळे अखेर सरंजामशाहीपुढे झुकणारे शेतकरी... मॅगीनं पुन्हा मनातल्या मनात शिव्या दिल्या.

प्रिसिला उठून उभी राहिली. तिनं राखाडी रंगाचा सूट, पांढरा ब्लाउज, स्टॉकिंग्ज व उंच टाचांचे चामड्याचे बूट घातले होते. "हो, किरकोळ गुन्हे घडवून आणणं हेच माझ्या मते, ह्या प्रश्नावरचं व्यवहार्य उत्तर आहे." प्रिसिला म्हणाली, "माझ्या वडिलांना मासेचोरांपासून खूप त्रास होतोय. सर्वप्रथम मी तीच तक्रार नोंदवणार आहे."

लोकांनी उत्साहानं ओरडत तिला पाठिंबा दर्शवला. एक जण उठून उभा राहत म्हणाला, "अगदी बरोबर आहे तुझं म्हणणं. तू योग्य तोच विचार करशील, असं आम्हा सगळ्यांनाच वाटत होतं."

त्या क्षणी मात्र ॲलिसनचा जीव आपल्या मावशीसाठी कळवळला. सगळी योजना मॅगीनं अगदी विचारपूर्वक आखली आणि सगळे लोक मात्र तिचं श्रेय प्रिसिलाला देत आहेत, याचं वैषम्य वाटून ती अस्वस्थ झाली.

कागद वाटले गेले आणि व्हिस्कीच्या २०-२५ अर्ध्या बाटल्याही उघडल्या गेल्या. लोकांनी कागदावर आपापली मतं लिहून काढली. व्हिस्कीच्या वासानं व सिगरेटच्या धुरानं वातावरणाला एक प्रकारचा कैफ चढला.

अखेर मीटिंग संपली. लागलेल्या निकालावर वेलिंग्टन दांपत्य, मॅगी व ॲलिसन सोडून सर्व खूश होते.

"मी कशाला मनाला लावून घेऊ?" घरी परतताना मॅगी म्हणाली. "त्या जहांबाज प्रिसिलानं सर्व श्रेय कसं लाटलं, हे पाहिलंस ना तू? असू दे. माझीच सूचना सर्वांत चांगली होती, हे मी सर्वांना दाखवूनच देईन."

क्नॉथन ते लॉचढभ या वळणा-वळणाच्या नागमोडी रस्त्यावरून सार्जंट मॅक्ग्रेगॉर दात-ओठ खात गाडी चालवत होता. कुणातरी बाईच्या हिऱ्यांच्या कुड्या हरवल्या होत्या आणि एरवी जे काम त्या मॅक्बेथला करावं लागणार होतं, ते आता त्याच्या गळ्यात पडलं होतं.

ह्याहून वाईट गोष्ट म्हणजे, त्या महिलेनं – त्या मिसेस बेअर्डनं थेट स्ट्रॅथबेनच्या उच्चपदस्थांनाच फोन करून त्यांच्यावर आरोप केला होता की – लॉचढभमधला पोलीस अधिकारी काढून घेऊन त्यांनी गावातल्या गुन्हेगारी प्रवृत्तीलाच हेतूपूर्वक उत्तेजन दिले आहे आणि यासंबंधीचे पत्र आपण 'द टाइम्स'ला लिहिणार असल्याची धमकीही तिनं दिली होती.

सार्जंटनं जेव्हा मॅगीच्या घराची बेल वाजवली, तेव्हा गंभीर व उग्र चेहऱ्याच्या एका मोलकरणीनं दरवाजा उघडला. मॅक्ग्रेगॉरच्या पोटात खड्डाच पडला. आजच्या काळात एका स्कॉटिश स्त्रीला नोकरीवर ठेवणारी, तिला खास गणवेश वापरायला लावणारी तिची मालकीण प्रचंड पैसेवालीच असणार! प्रचंड पैसा म्हणजे हातात सत्ता आणि तिच्या हातात सत्ता म्हणजे आपल्यासाठी संकट.

त्याला ज्याची भीती वाटली होती आणि तिनं ज्याची अपेक्षा केली होती, ते सर्वकाही मिसेस बेअर्डमध्ये होतं. ती गलेलठ्ठ, आडदांड स्त्री होती. तिनं लोकरीचा जाड सूट व उंच टाचांचे बूट घातले होते आणि उच्चभ्रू वर्गातील स्त्रीप्रमाणे ती एकेक शब्द घोळवून, अस्पष्ट उच्चारात बोलत होती. तिच्या बाजूला सोफ्यावर एक कृश शरीराची स्त्री आपल्या जाड भिंगांच्या चष्म्यातून त्याच्याकडे रोखून पाहत होती. "ही माझी भाची, मिस कर्र," मॅगीनं तिची ओळख करून दिली.

"तू इथे यायला खूपच वेळ घेतलास?" मॅगीनं दरडावत विचारले.

"मी क्नॉथनहून इथे आलो. क्नॉथन खूप दूर आहे इथून." सार्जंट ओशाळं हसत म्हणाला.

"माकडासारखा हसत बसू नकोस. चल, खिशातून डायरी काढ लवकर" मॅगीनं आज्ञा फर्मावली. मगाशी दरवाजा उघडणारी ती उग्र चेहऱ्याची स्त्री हातात

ट्रे, कॉफीची किटली, साखर आणि फक्त दोन कप घेऊन आली. अर्थातच मॅक्ग्रेगॉरला कॉफी मिळणार नव्हती.

"हिऱ्यांच्या कुड्या हरवल्या आहेत, हे प्रथम तुमच्या केव्हा लक्षात आलं?" मॅक्ग्रेगॉरनं विचारलं.

"काल रात्री. त्यानंतर मी सगळ्या खोल्यांमधून शोधलं. मिसेस टॉड आमच्या घराची देखभाल करतात. ह्या इथल्या गावच्याच रहिवासी आहेत. त्यांच्यावर संशय घेण्याचा प्रश्नच येत नाही. त्या अत्यंत विश्वासू आहेत. पण काल संध्याकाळी दोन गिर्यारोहकांना मी माझ्या बंगल्याभोवती बराच वेळ घोटाळताना पाहिलं होतं. कदाचित त्यांनी घरात शिरून त्या चोरल्या असाव्यात."

"त्यांचं वर्णन करू शकाल?"

"एक मुलगा आणि एक मुलगी. अंदाजे विशीचे. मुलानं दाढी वाढवलेली होती आणि मुलगी म्हणजे... त्या स्कॉलर, अभ्यासू मुली कशा दिसतात – जशी आमची ही मिस कर्र – तशी दिसत होती." मॅगी खळखळून हसली आणि बिचारी ॲलिसन आक्रसून गेली. "मुलानं चट्टेरी-पट्टेरी जॅकेट घातलं होतं अन् मुलीनं लाल रंगाचा पाणबंद कोट आणि तपकिरी स्लॅक्स. मुलानं स्की कॅप घातली होती. मुलीच्या डोक्यावर हॅट नव्हती. तिचे केसही तपकिरी होते."

परत जाताना मॅक्ग्रेगॉरच्या मनावरचा ताण थोडा हलका झाला होता. तपास करण्याच्या दृष्टीनं त्याला काही महत्त्वाची माहिती मिळाली होती. त्यानं गाडीतूनच स्ट्रॅथबेनला फोन लावून गिर्यारोहकांवर विशेष पाळत ठेवण्याच्या सूचना दिल्या.

तो घरी पोहोचतो न पोहोचतो तोच चीफ कॉन्स्टेबलचा त्याला फोन आला. कर्नल हालबर्टन-स्मिथनं गावात एका पोलीस इन्स्पेक्टरची तातडीनं मागणी केली होती. त्याच्या परिसरातल्या नदीमधून सामन मासे चोरून पकडले जात होते. संतापलेल्या मॅक्ग्रेगॉरला पुन्हा लॉचढभचा रस्ता धरावा लागला होता. कर्नलनं त्याला संपूर्ण नदीला एक फेरी मारायला लावली होती आणि वर पोलिसांच्या अकार्यक्षमतेवरून लांबलचक भाषण ऐकायला भाग पाडलं होतं. क्नॉथनला पोहोचेपर्यंत तो पार थकून-गळून गेला होता. पण स्ट्रॅथबेनहून आलेल्या फोनमुळे त्याला पुन्हा उत्साही वाटू लागलं. मिसेस बेअर्डला घरातच सोफ्याच्या मागे हिऱ्यांच्या कुड्या सापडल्या होत्या. मॅक्ग्रेगॉरनं गिर्यारोहकांवर पाळत ठेवण्याचं काम सोपवून पोलिसांचा वेळ मात्र फुकटचा दवडला होता. मुळात ते गिर्यारोहक अस्तित्वातच कुठे होते!

तितक्यात लॉचढभ हॉटेलमधून आलेला फोन खणखणला. तरुणांचा एक कंपू बारमध्ये तोडफोड करतोय... आपल्याला मदतीसाठी अधिक कुमक लागेल, असं स्ट्रॅथबेनला कळवून तो पुन्हा जेव्हा लॉचढभला येऊन पोहोचला; तेव्हा बारमध्ये सामसूम झाली होती. फक्त एक-दोन खिडक्यांच्या काचा फुटून विखुरलेल्या

दिसत होत्या. हॉटेलच्या मालकाला धड त्या तरुणांचे नीट वर्णनही करता आले नाही.

अखेर मध्यरात्रीच्या सुमारास तो घरी येऊन जेव्हा बिछान्यावर आडवा झाला, तेव्हा तो संतापानं अक्षरश: खदखदत होता. सकाळी उठल्यावर मात्र त्याचं मन शांत झालं होतं. लॉचढभमध्ये आता नित्याचे व्यवहार अगदी सुरळीतपणे सुरू झाले असणार, ह्या विचारानं त्याला निर्धास्त वाटू लागलं.

...आणि तोच पुन्हा फोन वाजू लागला. काल रात्री आपल्या पाच मेंढ्या कुणीतरी चोरल्याची तक्रार लॉचढभमध्ये राहणाऱ्या एका शेतकऱ्यानं केली होती, तर आणखी एकाच्या दोन गाई गायब झाल्या होत्या. आपल्या शाळेच्या वर्गात ड्रग्ज सापडल्याची तक्रार मिस मॉन्सन ह्या शिक्षिकेनं नोंदवली होती.

मॅक्ग्रेगॉरनं स्ट्रॅथबेनहून मदत मागण्यासाठी फोन केला तर त्यावर – तू आधी लॉचढभच्या शाळेत जाऊन नीट माहिती मिळव आणि त्यानंतरच मदतीचा विचार केला जाईल, असं त्याला सांगण्यात आलं. चीफ इन्स्पेक्टर ब्लेअर आणि त्याचे सहकारी जेव्हा त्या शाळेत पोहोचले, तेव्हा वर्गात सापडलेले ड्रग्ज म्हणजे खाण्याच्या सोड्याचा एक छोटासा पुडा असल्याचं आढळलं. ''सॉरी, मी अगदीच बावळटासारखं वागले!'' गालातल्या गालात हसत मिस मॉन्सन म्हणाली. चिडलेल्या ब्लेअरनं आपला राग मॅक्ग्रेगॉरवर काढला. बिचाऱ्या मॅक्ग्रेगॉरपाशी राग व्यक्त करायला त्याच्या बायकोखेरीज कोणीच नव्हते आणि तो तर बायकोला प्रचंड घाबरत असे.

ब्रिटिश पोलीस दलातील वाखाणण्यासारखी गोष्ट म्हणजे, त्यामधील बहुतांश स्त्री-पोलीस या दिसायला कमालीच्या आकर्षक होत्या. असे असूनही आपल्याच वाट्याला मात्र स्त्रीत्वाची एकही छटा नसलेली, राकट पुरुषी चेहऱ्याची मेरी ग्रॅहॅमसारखी सहकारी का यावी, याचे हॅमिश मॅक्बेथला राहून-राहून नवल वाटत असे. पी. सी. ग्रॅहॅम ही जर्मन युद्धविषयक चित्रपटात काम करणाऱ्या स्त्रियांसारखी दिसत असे. सोनेरी रंगात डाय केलेले केस, रोखलेले थंड निळे डोळे, एखादा सापळा वाटावा असे दिसणारे तोंड आणि गणवेशाच्या तोकड्या घट्ट स्कर्टमुळे उठून दिसणारे मांड्यांचे पीळदार स्नायू.

हॅमिश मॅक्बेथ व मेरी ग्रॅहॅम गस्तीसाठी बंदराच्या दिशेनं निघाले होते. लख्ख ऊन पडलं होतं. वाटेत लागणारी मद्यपानगृहं अजून उघडली नसली, तरी काल रात्रीच्या मद्यपानाचा घमघमाट नाकात शिरत होता. बऱ्याच दिवसांपासून बंद पडलेल्या गोदामांची अवस्था फारच दारुण झाली होती. त्या गोदामांकडे पाहून जुन्या स्ट्रॅथबेनची आठवण होत होती. त्या वेळी स्ट्रॅथबेन हे फक्त एक छोटंसं

बंदर म्हणून प्रसिद्ध होतं. गावातल्या इमारतींमध्ये मात्र जराही फरक पडला नव्हता. सर्व इमारती साधारण पन्नाशीच्या दशकात बांधल्या गेल्या होत्या. जणू त्या काळातल्या आर्किटेक्ट्सनी आपले आत्मे स्टालिनला विकले होते. कारण सगळ्या इमारती दिसायला एकसारख्या आणि मॉस्कोतल्या काँक्रीट टॉवर्सच्या हुबेहूब प्रतिकृतीच होत्या.

"लक्षात ठेव – माझे कान आणि डोळे मी कायम उघडे ठेवत असते," मेरी म्हणत होती. तिचा आवाज चिरका होता आणि तिला हेल काढून बोलायची सवय होती. "मॅक्बेथ, माझं असं निरीक्षण आहे की – तू बऱ्याच गोष्टींकडे जाणीवपूर्वक डोळेझाक करतोस."

"म्हणजे कोणत्या?" हॅमिशनं विचारलं. मनातल्या मनात त्यानं मेरीला उचलून समुद्रात भिरकावलं होतं आणि ती पाण्याखाली हळूहळू बुडत असलेली त्याला दिसत होती.

"दोन दिवसांपूर्वीची गोष्ट आहे. द ग्लेन बारमध्ये दोन दारुड्यांची मारामारी सुरू होती. त्या वेळी तू काय केलंस, हे आठवतंय तुला? तू दोघांना बाजूला केलंस आणि शांतपणे त्यांना घरी जाऊ दिलंस. नेमकी त्याच वेळेस मी सुपरमार्केटमध्ये एका संशयित चोराच्या पाळतीवर होते, नाहीतर त्या दोन्ही दारुड्यांना मी हातकड्या चढवल्या असत्या!"

हॅमिशनं उसासा सोडला. उत्तर देण्यात काही अर्थच नव्हता. मेरीला जागोजागी गुन्हेगारच दिसायचे. मात्र तिनं उच्चारलेल्या पुढच्या शब्दांनी त्याच्या डोक्यात तिडीक उठली. हॅमिशला सहजासहजी कोणी उचकवू शकत नव्हतं. "मला वाटलं की, वरिष्ठांकडे तुझ्याविरुद्ध तक्रार नोंदवणं, हे माझं कर्तव्य आहे," ती म्हणाली. "तुझ्यासारख्या एका सुस्त पहाडी माणसाबरोबर काम करणं मला अशक्य आहे. माझी कामाची पद्धत फार वेगळी आहे. तुम्हा पहाडी लोकांना दिवसभर फक्त तंगड्या पसरून बसायला आवडतं. पहाडी माणूस म्हणजे आळशी माणूस, असं आमच्याकडे म्हटलं जातं!" स्वत:च्याच विनोदावर ती जोरजोरात हसली. "म्हणून मी ठरवलंय की, तुझ्यासारख्या मुडद्याबरोबर काम करून स्वत:च्या बढतीच्या वाटा बंद करून घेण्यापेक्षा बदलीसाठी अर्ज करणं अधिक योग्य ठरेल."

"फारच चांगला निर्णय घेतलास तू." हॅमिश म्हणाला.

मेरी चकित होऊन त्याच्याकडे पाहू लागली. "तुला आनंद झाला, हे पाहून मला आश्चर्य वाटलं."

"मला नक्कीच आनंद झालाय. इतक्या सुंदर, उबदार वातावरणात तुझ्यासारख्या दुर्मुखलेल्या हडळीबरोबर चालायची शिक्षा मिळालेली कुणाला बरं आवडेल?"

चेहरा हसत ठेवून हॅमिश म्हणाला खरा – पण बोलताना एकेका शब्दाचा त्यानं ज्या प्रकारे उच्चार केला होता, त्यावरून मेरीच्या जागी जर तिथे प्रिसिला असती तर हॅमिश कमालीचा भडकलाय, हे तिच्या लगेच लक्षात आलं असतं. "त्या दिवशी मी तुला म्हटलं नव्हतं का –" हॅमिश स्वत:च्याच तंद्रीत म्हणाला, "एखाद्या पॅट मॅक्लॉइडसारखीच्या ऐवजी तुझ्यासारख्या बाईबरोबर काम करायला लागणं, हेच मी माझं दुर्दैव समजतो." अतिशय मादक, टंच व पुरुषांना नजरेनेच घायाळ करणारी स्त्री-पोलीस अशी पॅट मॅक्लॉइडची प्रतिमा होती. तिच्याबरोबर काम करायला सर्वच पोलीस इन्स्पेक्टर्स फार उत्सुक असत.

मेरीचा तिच्या कानांवर क्षणभर विश्वासच बसेना. पी. सी. मॅक्बेथसारखा एक गावठी इन्स्पेक्टर आपला अपमान करण्यास धजावू शकेल, अशी तिनं कधी कल्पनाही केली नव्हती. आपण मत्सरापोटी त्याचा तिरस्कार करतोय, हे तिच्या लक्षातच आलं नव्हतं. अतिशय अल्पकाळात लोकांमध्ये मॅक्बेथ अतिशय प्रिय ठरला होता आणि सर्व जण मेरीऐवजी हॅमिशकडेच आपल्या अडचणी घेऊन येत असत.

"आयुष्यात माझा कोणी असा अपमान केला नव्हता..." ती म्हणाली.

"काहीतरीच काय बोलतेस? तुझा हा थोबडा आणि असा आगाऊ स्वभाव पाहून कितीतरी जणांनी तुझा अपमान केलेला असणार!" एरवी कायम शांत असणारा माणूस अचानक भडकला तर त्याला आवरणं कठीण असतं, असं म्हणतात. मॅक्बेथच्या शब्दांना आता चांगलीच धार चढली होती.

"तू काहीही बरळत सुटला आहेस. तुझ्या आवडत्या लॉचढभमधून ब्लेअरनं तुझी हकालपट्टी केल्यामुळे तुझं डोकं फिरलंय –" मेरी फिस्कारली. "आणि तू म्हणे खुनी शोधून काढलेस! तू? तुझ्यामध्ये पौरुषत्व आहेच कुठे? नामर्द आहेस तू. तुझ्यासारख्याला एका झटक्यात लोळवेन मी."

"प्रयत्न करून बघ –" हॅमिश म्हणाला.

ती एकदम लढाईच्या पवित्र्यात त्याच्या अगदी समोर उभी राहिली. "नीट विचार कर. मी कराटेमधली ब्लॅक बेल्ट आहे."

कमालीच्या वेगात त्यानं तिच्या कमरेभोवती हाताचा विळखा घालत तिला उचलून उलटी केली व बाजूला असलेल्या प्लॅस्टिकच्या कचऱ्याच्या पिंपात तिचे डोके खुपसून, तिनं केलेल्या आरडाओरडीकडे लक्ष न देता तो शांतपणे चालू लागला.

आपण जे केलं ते योग्यच केलं... चालता-चालता तो विचार करत होता. आता सरळ पोलीस स्टेशनवर जावं आणि राजीनामा खरडून मोकळं व्हावं.

हॅमिश आत शिरताच स्टेशन सर्जंटनं मान वर करून त्याच्याकडे रोखून पाहिलं. "मॅक्बेथ, ताबडतोब वर जा. सुपरिंटेंडेंट तुझी सारखी चौकशी करतोय."

“इतक्या लवकर बातमी पोहोचलीदेखील?” चकित होऊन हॅमिश म्हणाला. “मेरी ग्रॅहॅम उडत इथे आली की काय? ठीक आहे. एकदाच काय तो निकाल लागू देत.”

“अरे हॅमिश, ये-ये –” सुपरिंटेंडेंट पीटर डॅव्हिएटनं त्याचं स्वागत केलं. “बस. चहा घेणार?”

“हो, थँक्स!” हॅमिश खुर्चीत बसला आणि कॅप काढून मांडीवर ठेवली.

“हॅमिश, असं दिसतंय की, लॉचढभला अचानक गुन्हेगारीचं सत्र सुरू झालंय आणि सार्जंट मॅक्ग्रेगॉरची लॉचढभला फेऱ्या मारून दमछाक झालीय.”

“असं?” हॅमिश मनातल्या मनात खूश झाला होता. मॅक्ग्रेगॉर त्याला कधीच आवडला नव्हता.

“दूध आणि साखर? ठीक आहे. घे, चहा घे! तर, गोष्ट अशी आहे. म्हणून सर्व गोष्टींचा विचार करून आम्ही असं ठरवलंय की, ह्या आठवड्याअखेरीपर्यंत तू इथली कामं आटपून लॉचढभला परत जावंस. ह्या घे पोलीस स्टेशनच्या किल्ल्या.”

“थँक यू!” हॅमिश आतून स्वत:वरच चरफडला. काय आपल्याला दुर्बद्धी झाली आणि नेमका आत्ताच आपण मिस ग्रॅहॅमचा अपमान करून बसलो.

दरवाजा ढकलला गेला आणि डिटेक्टिव्ह चीफ इन्स्पेक्टर ब्लेअर आत आला. “अरे वाऽ तू इथे आधीच येऊन पोहोचला आहेस तर!” हॅमिशकडे पाहत तो उपहासानं म्हणाला.

“होय,” मिस्टर डॅव्हिएट म्हणाला. “हॅमिशला लॉचढभमधून इथे बोलावून घेण्याची तुझी सूचना ही माझ्या मते तू केलेली फार मोठी चूक होती. गेल्या काही दिवसांत लॉचढभमध्ये चोऱ्या-माऱ्यांना ऊत आलाय.”

“ठाऊक आहे मला –” ब्लेअर किंचित आवाज चढवत म्हणाला. “शाळेत ड्रग्ज सापडल्याची बातमी कळल्यावर मीही तिथे गेलो होतो. प्रत्यक्षात निघाली खायच्या सोड्याची एक छोटीसी पुडी! मला काय वाटतं, सांगू? ह्या इसमाला गावात परत यायला मिळावं म्हणून गावकरी मुद्दाम गुन्हे घडवून आणत आहेत.”

सुपरिंटेंडेंटचा चेहरा रागानं लाल झाला. “माझ्यासमोर बोलताना शब्द जपून वापरत जा!” तो म्हणाला, “म्हणजे, तुला असं म्हणायचंय की, कर्नल हालबर्टन-स्मिथनं खोटी तक्रार नोंदवलीये?”

“नाही, नाही – तसं नाही.” ब्लेअर चट्कन सावरून घेत म्हणाला. “पण सगळा प्रकार थोडा संशयास्पद वाटतोय. एरवी त्या गावात वर्षानुवर्षं एकही गुन्हा घडत नाही....”

“खुनाचा अपवाद वगळता!” हॅमिशनं टोला लगावला.

"हॅमिशनंच त्या स्त्रीच्या खुनाचा छडा लावला होता, हे विसरू नकोस." सुपरिंटेंडेंटनं ब्लेअरला झापले. "त्यानं लवकरात लवकर लॉचढभला जाऊन आपल्या कामावर रुजू व्हावं, हेच मी त्याला आत्ता सांगत होतो."

"अच्छा!" ब्लेअर म्हणाला. त्याच्या चेहऱ्यावर कुत्सित हास्य दिसत होतं. "मी इथे का आलोय, मिस्टर डॅव्हिएट... माहितीय? मॅक्बेथला नोकरीवरून काढण्यासंबंधीची चर्चा आपल्याला करावी लागणार आहे."

"म्हणजे! का?"

"त्यानं पी. सी. ग्रॅहॅमवर हल्ला केला."

"हॅमिश, तू एका स्त्री-पोलिसावर हात उचललास?"

"सर, स्वसंरक्षणार्थ मला तसं करणं भाग पडलं."

"हाऽ हाऽऽ हाऽऽऽ" ब्लेअर खदखदून हसला.

"ब्लेअर, तुझं हे खिंकाळणं बंद करून नेमकं काय घडलं, हे मला थोडक्यात सांगशील?"

"पी. सी. ग्रॅहॅम आत्ताच पोलीस स्टेशनवर आली होती. तिचं म्हणणं असं की, आज ती नेहमीप्रमाणे गस्तीचं काम करत असताना मॅक्बेथनं अचानक तिला उचलून कचऱ्याच्या डब्यात भिरकावून दिलं."

"मॅक्बेथ, हे खरं आहे?" मिस्टर डॅव्हिएटनं आता त्याला 'हॅमिश' म्हणायचं टाळलं.

"तुझ्यासारख्या नेभळट माणसाला मी एका झटक्यात लोळवीन, अशी धमकी देत ती अचानक माझ्या अंगावर धावून आली..." हॅमिश म्हणाली. "मला तिचा अगदी उबग आला होता. मी तिला धरून उचललं आणि कचऱ्याच्या पिंपात टाकून दिलं!"

"माझ्या विश्वासच... ही गोष्ट गंभीर आहे... फारच गंभीर. अं? सार्जंट, आता तू कशासाठी आला आहेस?"

स्टेशन सार्जंट त्याच क्षणी आत आला होता. "आत्ता तीन स्त्रिया व एक पुरुष खाली आले होते –" तो म्हणाला. "आपण मॅक्बेथची बाजू मांडण्यासाठी आलोय, असं ते म्हणाले. त्यानं जे काही केलं, त्याला आमचा पाठिंबा आहे. मिस ग्रॅहॅम मॅक्बेथच्या अंगावर धावून गेलेली आम्ही प्रत्यक्ष पाहिलेली आहे, मॅक्बेथला स्वत:चं संरक्षण करण्याखेरीज काही पर्यायच नव्हता. नंतर आम्हीच जेव्हा मिस ग्रॅहॅमला कचऱ्याच्या पेटीतून बाहेर यायला मदत केली, तेव्हा आपण मॅक्बेथला आता कोर्टात खेचणार, असं ती म्हणाली. तसं असेल तर कोर्टात मॅक्बेथच्या बाजूनं साक्ष द्यायला आम्ही तयार आहोत, असं त्यांनी शेवटी मला सांगितलं."

"बाप रे! ही गोष्ट वर्तमानपत्रात मुळीच छापून येता कामा नये!" सुपरिंटेंडेंट

किंचित भेदरला होता. ''सार्जंट, त्या माणसांना आधी पटवून टाक. म्हणावं, मॅक्बेथवर कुठलाही गुन्हा नोंदवला जाणार नाही... आणि, त्या मिस ग्रॅहॅमचं थोबाड आधी बंद कर. देवा, पत्रकारांपर्यंत ही बातमी गेली असती... तर त्याचे काय परिणाम झाले असते, कुणास ठाऊक! मॅक्बेथ, तू तुझं सामान बांध आणि उद्या सकाळीच इथून नीघ. ब्लेअर, तुझ्या वागण्याचं मला खरंच आश्चर्य वाटतंय! एखाद्या बातमीचा आधी नीट शहानिशा करून घ्यायला नको? ही बातमी फुटली असती, तर किती गहजब उडाला असता आणि पोलिसांच्या प्रतिमेची पुरती नाचक्की झाली असती. हॅमिश, आता तू हसू नकोस. चल, नीघ. उद्या सकाळी तू लॉचढभला पोहोचायला हवंस.''

दोन

'...आणि पहाट झाली की, त्या देवदूतांच्या चेहऱ्यावर हास्य
विलसतं...कितीतरी वर्षं मी ते पाहत आलोय;
काहीकाळ मात्र ते हरवून बसलो होतो.'
– *कार्डिनल जॉन हेन्री न्यूमन*

स्ट्रॅथबेनच्या वेशीबाहेरील एका चौकात हॅमिश मॅक्बेथ उभा होता. त्याच्या एका हातात सूटकेस होती व दुसऱ्या हातात एक छोटासा दोरखंड होता. टाऊझरच्या गळ्यातला पट्टा व साखळी अचानक गायब झाल्यानं टाऊझरच्या मानेभोवती दोरखंड अडकवावा लागला होता. बिचारा टाऊझर अगदी मलूल दिसत होता. स्ट्रॅथबेनला आल्यापासून त्याला एका छोट्याशा खोलीत शिकारी कुत्रे आणि जर्मन शेफर्डबरोबर भयानक वातावरणात दिवस काढावे लागले होते.

खरं म्हणजे, हॅमिशला त्या रिमझिम पावसात कुणा अनोळखी मोटरचालकाच्या मेहरबानीवर लॉचढभपर्यंत फुकटात प्रवास करण्याची बिलकूल गरज नव्हती. तो पोलीस कारमधून दुपारी आपल्या घरी हक्कानं जाऊ शकत होता, पण दुपारपर्यंत वाट पाहण्याची त्याची मुळीच तयारी नव्हती.

एकापाठोपाठ एक मोटारी सुसाट वेगानं जात होत्या, पण त्याच्याकडे कुणीही लक्ष देत नव्हतं. अनोळखी इसमाला गाडीतून घेऊन जाणं म्हणजे जीवालाच धोका, असं बहुतेकांचं मत होतं.

हॅमिशनं भोवताली एक नजर टाकली. त्याच्या मागच्या बाजूला मोठमोठी झुडपं दिसत होती. तो झुडपांमागे चालत गेला आणि सूटकेस उघडून त्यातला पोलिसी गणवेश अंगावर चढवला. खाकी पँट तर त्यानं आधीच घातली होती. कॅप घालत तो पुन्हा रस्त्यावर येऊन उभा राहिला.

“मी तुला सांगत होते, लायसन्स खिशात ठेवल्याशिवाय गाडी चालवू नकोस –” मिसेस मेरी वेब आपल्या नवऱ्याला म्हणाली. मिस्टर बर्ट वेबनं गाडीचा वेग मंदावत हॅमिशच्या जवळ येऊन गाडी थांबवली. “जे व्हायचं असेल ते होईल, पण आता तोंडातून एक शब्ददेखील काढू नकोस –” तो दबक्या आवाजात आपल्या बायकोला म्हणाला.

त्यानं काच खाली केली. “नमस्कार, इन्स्पेक्टरसाहेब!” चेहऱ्यावर लाचारीचं हसू आणत तो म्हणाला. “मी तुमच्यासाठी काय करू शकतो?”

“तू लॉचढभच्या रस्त्यानं चालला आहेस का?” हॅमिशनं विचारलं.

“आम्ही उत्तरेला निघालो आहोत –” बर्ट अस्वस्थपणे म्हणाला. “लॉचढभच्या जास्तीत जास्त जवळ म्हणजे आर्डेस्टच्या वळणावर मी तुला सोडू शकतो.”

“काहीच हरकत नाही,” हॅमिश म्हणाला. “तिथून मी चालत पोहोचू शकतो.”

बर्टच्या जीवात जीव आला. “चल, आत ये!”

“धन्यवाद!” हॅमिश त्याच्याकडे पाहून गोड हसला. “मी माझ्या कुत्र्याला घेऊन आलोच –” असं म्हणत तो बाजूच्या झुडपात गायब झाला.

“कुत्राऽऽ!” मेरी वेब किंचाळली. “कालच आपण सीट्सना नवी कव्हर्स घातली आहेत.” मानेला हिसका देत तिनं मागे पाहिलं. सीटवर चित्त्याच्या कातडीच्या नक्षीची लुसलुशीत नवी कव्हर्स घातली होती.

“गप्प बस म्हटलं ना?” बर्टनं पुन्हा अस्वस्थ होत तिला झापलं. “कदाचित तो आपल्याशी एखादा धूर्त डाव खेळत असावा.”

बायकोनं त्याच्याकडे चिडून पाहिलं; पण ती आणखी काही बोलू शकली नाही, कारण तोपर्यंत गाडीचा मागचा दरवाजा उघडला गेला होता आणि दुसऱ्याच क्षणी हातात सूटकेस घेऊन पी. सी. मॅक्बेथ अन् त्याच्या पाठोपाठ चिंब भिजलेला टाऊझर आत शिरले होते.

हॅमिशनं त्या दोघांशी बोलण्याचा प्रयत्न केला, परंतु पलीकडून त्याला फारसा प्रतिसाद मिळाला नाही. मेरी वेब मनातून धुमसत होती. बर्टच्या लायसन्सचा विचार आता तिच्या डोक्यातून गेला होता... पण मी त्या लायब्ररीतून पुस्तकं परत घ्यायला कशी विसरले? ...आणि मग तिला ते रेस्टॉरंट आठवलं. बर्टनं घेतलेल्या ‘ड्रिंक्स’चे पैसे बिलात लावायला मालक विसरला होता आणि बर्टनेही प्रामाणिकपणा दाखवला नव्हता....

बर्टच्या मनात वेगळेच विचार सुरू होते. व्यवसायानं तो ‘शॉप फिटर’ होता आणि कामासाठी त्याला भरपूर प्रवास करावा लागत असे. तीन महिन्यांपूर्वी वॉरसेस्टरला त्यानं एका मुलीबरोबर शय्यासोबत केली होती. ती मुलगी खूप तरुण होती. ती जर सोळा वर्षांपेक्षा लहान असली तर?

हॅमिशही आता गप्प बसला होता. त्याच्या मनात आता लॉचढभचे विचार घोळू लागले होते. स्ट्रॅथबेनला झालेल्या आपल्या बदलीचा लॉचढभमधल्या आपल्या मित्रांनी साधा निषेधही नोंदवला नाही, या विचारानं त्याचे मन अजूनही खिन्न झालेले होते. काल रात्री हॉटेल मॅनेजर मिस्टर जॉन्सनला त्यानं फोन करून आपण लॉचढभला परतत असल्याचे सांगितले होते; पण त्यावर मिस्टर जॉन्सननं व्यक्त केलेली प्रतिक्रिया कमालीची थंड व निरुत्साही होती.

''इन्स्पेक्टर!'' चेहऱ्यावर बळंच हसू आणत बर्ट म्हणाला, ''हे आलं आर्डेस्टचं वळण.''

हॅमिशनं त्याचे आभार मानले आणि सूटकेस व कुत्र्यासह तो खाली उतरला. बर्ट मनातून चडफडत होता. केवळ ड्रायव्हिंग लायसन्स विसरल्यामुळे त्याला नाइलाजानं एका फुकट्या इन्स्पेक्टरला लिफ्ट द्यावी लागली होती. हॅमिशकडे लक्षही न देता, तो भरधाव वेगानं गाडी चालवत दिसेनासा झाला.

टाऊझरची पावलं हळूच लॉचढभच्या दिशेनं वळली. नाकानं जोरदार आवाज करत त्यानं ती मोकळी हवा हुंगली आणि त्याचे शेपूट अर्धवर्तुळाकार होत खुशीत हलू लागले. राखाडी ढगांना न जुमानता सूर्याचे किरण हलकेच खाली उतरले होते. त्या उबदार, उल्हासमय वातावरणात फक्त देवदूतांचीच काय ती उणीव भासत होती. पश्चिमेकडून वाहणारा वारा शरीर व मनाला सुखावत होता. सदरलँडच्या खडबडीत सुळक्याच्या मागे असलेल्या उत्तुंग पर्वतांची टोके जणू स्वर्गात शिरकाव करण्याचा प्रयत्न करत असल्यासारखी भासत होती.

हॅमिशनं टाऊझरच्या गळ्यातला दोरखंड काढून टाकला, तसा तो शिकारी कुत्रा अंगात स्वातंत्र्याचं वारं संचारल्याप्रमाणे लॉचढभला जाणाऱ्या रस्त्यावरून जोरजोरात धावत जाऊ लागला. मात्र मधे-मधे थांबून आपला मालक मागोमाग येत आहे ना, याची खातरी करून घ्यायला तो विसरत नव्हता.

खांद्यावर सूटकेस उंच धरत हॅमिशनं लॉचढभच्या रस्त्यावर पाऊल ठेवले आणि पाहता-पाहता आकाश अधिकाधिक उजळत गेले व झुडपांमधून लयीत वाहणारा वारा आता शीळ घालत त्याच्यासाठी स्वागतगीत गाऊ लागला.

''वा! दिवसाची सुरुवात तर झकास झालीय. सूर्य चमकतोय...'' प्रिसिला म्हणाली. ''तो सकाळी लवकर निघून येणार, असं त्यानं म्हणाल्याचं तू नीट ऐकलंयस ना, मिस्टर जॉन्सन?''

''हो, असंच तो म्हणाला.'' हॉटेल मॅनेजरनं प्रिसिलाला सांगितलं. ''आपली आता इथे मुळीच थांबण्याची इच्छा नाही. मिळेल त्या वाहनानं मला लवकरात लवकर लॉचढभला पोहोचायचं आहे, असं त्यानं मला स्पष्टपणे सांगितलं.''

“पण त्याला लिफ्ट मिळालीच नाहीतर?” प्रिसिलाच्या स्वरात काळजी होती. “आपल्यापैकी कुणीतरी जाऊन त्याला घेऊन यायला हवं होतं.”

“मग आपण ठरवल्याप्रमाणे त्याला आश्चर्याचा धक्का कसा देता आला असता? नाही – नाही, आपण आखलेला बेत अगदी नामी आहे. मी एका माणसाला डोंगराच्या वरच्या टोकावर मुद्दाम उभं केलंय. हॅमिश दिसला की, तो लगेच झेंडा फडकावून आपल्याला इशारा करणार आहे.”

प्रिसिलाला हॉटेल मॅनेजरनं आखलेली योजना तितकीशी पटलेली दिसत नव्हती. तिला हॅमिशचा भरवसा नव्हता. एखाद्या आरामगाडीच्या मागच्या सीटवर आडवा पडून चक्क झोपलेला असायचा आणि पाळतीसाठी ठेवलेल्या त्या माणसाच्या नजरेतून नेमका निसटायचा, अशी भीती तिला वाटत होती. “ठीक आहे, बाकी सर्व तयारी तर झालीच आहे –” आजूबाजूला पाहत ती म्हणाली.

गावाच्या मध्यभागी एक उंच व्यासपीठ बांधलेले होते. शाळेच्या वार्षिक बक्षीस समारंभासाठी त्याचा नेहमी उपयोग केला जाई. मंचावर खुर्च्या मांडलेल्या होत्या आणि त्यावर मॅगी, ॲलिसन, मिसेस वेलिंग्टन, तिचा पाद्री नवरा व प्रिसिलाचे आई-वडील आधीच स्थानापन्न झाले होते.

‘हॅमिश, आपल्या घरी तुझे स्वागत असो,’ असा मोठा फलक मुख्य रस्त्यावर लावण्यात आला होता. शाळेतील काही निवडक विद्यार्थी स्वागतगीत म्हणण्यासाठी तयार होऊन एका रांगेत उभे होते. त्यांच्या शेजारी असलेल्या वाद्यपथकात एक ॲकॉर्डियन वाजवणारा, एक व्हायोलिनिस्ट होता आणि शाळेतील शिक्षिका मिस मॅन्सन ही पियानो वाजवणार होती.

जेस्सी व नेस्सी करी ह्या गावातल्या प्रौढ कुमारिका ‘माय हार्ट अँड आय’ हे त्यांचं नेहमीच्या पठडीतलं गाणं गाणार होत्या. गावातल्या कुठल्याही कार्यक्रमात त्या नेहमी हे एकच गाणं गात असत.

...आणि तेवढ्यात डोंगरावरून निशाण फडकवलं गेलं. मॅगी बेअर्ड चट्कन उठून व्यासपीठावर ठेवलेल्या मायक्रोफोनसमोर जाऊन उभी राहिली आणि तिनं पर्समधून लिहून आणलेल्या भाषणाचा कागद बाहेर काढला.

वाद्यं झंकारू लागली आणि विद्यार्थी कोरसमध्ये गाऊ लागले. जमलेल्या लोकांनी घोषणा देत हॅमिशचा जयजयकार करण्यास सुरुवात केली.

ॲलिसन मान उंच करून पाहू लागली. तिची नजर आता समोरच्या रस्त्यावर खिळली होती.

हॅमिशच्या प्रथम दर्शनानं मात्र तिनं रचलेल्या गुलाबी स्वप्नांची पार धूळधाण उडाली होती. तो उंच, सडपातळ व बेढब दिसत होता आणि कॅपखालून बाहेर आलेले त्याचे भडक लाल रंगाचे केस मानेवर अस्ताव्यस्त पसरलेले होते. त्याची

नजर अर्धविस्मित व काहीशी बावरलेली वाटत होती आणि स्टेजच्या जवळ येताच तो चक्क लाजेनं चूर झालेला दिसत होता.

हॅमिश अतिशय मुश्किलीनं डोळ्यांत येणारं पाणी परतवण्याचा प्रयत्न करत होता. मनातल्या मनात तो स्वत:ला पढवत होता – यापुढे अजिबात आळशीपणा करायचा नाही, लोळत बसायचं नाही. स्वत:ला कामात सतत गुंतवून ठेवायचं. वरिष्ठांना आपली बदली करण्याची संधीच द्यायची नाही.

त्यानं व्यासपीठावर उभ्या असलेल्या व्यक्तीकडे पाहिलं व त्याचे डोळे चमकले. वाद्यसंगीत थांबलं होतं अन् मुलं गप्प उभी होती. एक लठ्ठ स्त्री भाषण करत होती. तिनं घातलेला लोकरीचा जाड सूट, सुजल्यासारखा दिसणारा चेहरा व चेहऱ्यावरचे उर्मट-माजोरडे हावभाव... सोज्वळ स्त्रीचा अभिनय करणाऱ्या एखाद्या कसदार अभिनेत्रीसारखी ती त्याला भासली.

तिच्या व्यक्तिमत्त्वात त्याला अस्वस्थ करून टाकणारी एक छटा जाणवत होती. भाषण संपता-संपता त्याच्याकडे पाहून तिनं तिचा डोळा चक्क लववला होता. तो पुन्हा चमकला. जाडजूड कातडीखाली एक सडपातळ सुंदरी लपली होती आणि मध्यमवयीन स्त्रीचा मुखवटा धारण करून ती जणू सर्वांची फिरकी घेत होती!

...आणि त्याला अचानक भान आलं. कुणीतरी त्याला भाषण करण्यासाठी मंचावर बोलवत होतं. तो व्यासपीठावर चढला. त्याची नजर ॲलिसन कर्रवर क्षणभर रेंगाळली... पण तितक्यात त्याला आई-वडिलांबरोबर बसलेली प्रिसिला दिसली. त्याचा चेहरा उजळला आणि प्रिसिलाकडे एकटक पाहत तो गोड हसला.

तितकासा काही तो वाईट दिसत नाही... ॲलिसनच्या मनात विचार आला. छे, अजिबातच वाईट नाही. जाड भुवयांखालच्या त्याच्या फिकट तपकिरी डोळ्यांकडे तिचं प्रथमच लक्ष गेलं होतं.

"खरंच, सर्वांचे खूप-खूप आभार!" हॅमिश लाजत-बुजत म्हणाला. "तुम्ही केलेल्या उत्स्फूर्त स्वागतामुळे मी अगदी भारावून गेलो आहे. काय बोलावं, हेच मला समजत नाही. पुन्हा एकदा तुम्हा सर्वांचे अंत:करणपूर्वक आभार मानतो."

मिस मॉन्सननं पियानो वाजवण्यास सुरुवात केली आणि नेस्सी-जेस्सी भगिनी 'माय हार्ट ॲन्ड आय' गाऊ लागल्या. गाणं संपता-संपताच प्रिसिला उठली व तिनं 'थ्री चिअर्स फॉर हॅमिश'चा नारा दिला. त्यावर लोकांनी 'हिप् हिप् हुर्रेऽ'चा जोरदार प्रतिसाद दिला. लोकांच्या प्रेमामुळे हॅमिश मनातून अगदी गदगदून गेला. त्याच्या गळ्यात आवंढा दाटून आला. गर्दीपासून दूर जाऊन स्वत:ला एकांतात कोंडून घ्यावंसं त्याला वाटलं, पण तो स्वत:ची सुटका करून घेऊ शकत नव्हता. त्याच्या आगमनानिमित्त लॉचढभ हॉटेलात दुपारी मेजवानी आयोजित केली होती. प्रत्येकाची विचारपूस करत तोही अखेर लोकांच्या आनंदात सहभागी झाला.

प्रिसिला अचानक त्याच्याजवळ आली व तिनं त्याच्या गालावर हलकेच ओठ टेकवले. ''थोडी कळ काढ हॅमिश –'' ती त्याच्या कानात कुजबुजली. ''तासाभरात सगळं आटपेल. मग तू शांतपणे आपल्या घरी जाऊ शकतोस.'' हॅमिशनं तिच्याकडे पाहिलं. त्याच्या नजरेत कृतज्ञता होती. त्याला अचानक उत्साह वाटू लागला अन् तोही समारंभाची मजा चाखू लागला.

''हॅलो इन्स्पेक्टर!'' एक घोगरा आवाज त्याच्या कानी पडला. ''तू माझे आभार नाही मानणार?''

मॅगी बेअर्ड त्याच्या बाजूला उभी होती. त्यानं प्रथम तिच्याकडे गोंधळून पाहिलं आणि मग मात्र त्याच्या चेहऱ्यावर एक खोडकर हास्य उमटलं. ''अच्छा, म्हणजे आपल्या नव्या लॉचढभ माफिया गँगची तूच पुढारी का?'' त्यानं विचारलं, ''तुम्ही केलेल्या गुन्ह्यांमुळे बिचाऱ्या त्या सार्जंट मॅक्ग्रेगॉरची पळापळ झाली.''

मॅगी खदखदून हसली. ''काय करणार? कुणाला तरी डोकं चालवणं भाग होतं.'' ती म्हणाली, ''सर्वांना तुझी खूप उणीव भासत होती आणि आत्ता तुला भेटल्यावर त्याचं कारणही माझ्या लक्षात आलं.''

''तू मिसेस बेअर्ड ना?'' हॅमिश म्हणाला, ''मी स्ट्रॅथबेनला गेल्यानंतर तू इथे आलीस. होय ना?''

''हो –'' मॅगीला जाणवलं की, ॲलिसन तिच्या कोटाची बाही खेचून हॅमिशशी ओळख करून देण्याचा आपल्याला इशारा करतेय. ती मुद्दामहून ॲलिसन व हॅमिशच्या मधोमध उभी राहिली. ''इथे फार काळ मी राहीन की नाही, कुणास ठाऊक...'' ती तोऱ्यात म्हणाली, ''पण आजतरी इथे राहताना मला मौज वाटतेय.''

''तुला जर शांत – निवांतपणा आवडत असेल, तर तू इथे रमशील.'' हॅमिश म्हणाला. ''ही मुलगी कोण? माझी अजून हिच्याशी ओळख झालेली नाही?'' मॅगीच्या खांद्यावरून मागे पाहत तो म्हणाला.

''ही होय! ही ॲलिसन कर्र. माझी भाची. ती नुकतीच कॅन्सरच्या दुखण्यातून उठली आहे, म्हणून ती अशी उंदरासारखी दिसतेय.''

मॅगीच्या शब्दानं ॲलिसन दुखावली गेली, पण हॅमिश चट्कन म्हणाला, ''तू तर मला अगदी छान दिसतेयस, मिस कर्र. एवढ्या मोठ्या आजारानं कुणीही माणूस घाबरून जातो. कॅन्सरचं दुखणं पुन्हा उद्भवेल, अशी तुला सारखी भीती वाटत असेल ना?''

''हो,'' हॅमिशच्या बोलण्यानं तिचं दुःख हलकं झालं होतं. ''त्याच विचारानं मी अगदी दुबळी, घाबरट झालेय. माझी सावली पाहूनही मी दचकते!''

''ही तर माझ्या मते, लंगडी सबब झाली!'' मॅगी खवचटपणे म्हणाली.

''माझ्या एका चुलतभावाचं कॅन्सरचं ऑपरेशन झालं होतं,'' मॅगीच्या बोलण्याकडे

पूर्ण दुर्लक्ष करत हॅमिश म्हणाला. ''तो आता मजेत आहे. थोडा काळ गेला की, मनातली भीती पार नाहीशी होते. एखाद्या जवळच्या व्यक्तीच्या मृत्यूमधूनही माणूस हळूहळू सावरतोच की!''

मॅगी खट्याळपणे हसली व हॅमिशच्या नजरेला नजर भिडवून त्याच्याकडे छछोरपणे पाहत राहिली. ''आज दिवसभर आपण रोगचिकित्सेवर चर्चा करणार आहोत की जिनं तुझी सुटका केली, तिच्याकडे तू थोडंतरी लक्ष देणार आहेस?''

''अरे हो, खरंच की!'' हॅमिश हसत म्हणाला. ''मिसेस बेअर्ड, मी तुझा अत्यंत ऋणी आहे.''

मॅगीनं त्याच्या खांद्यावर हात ठेवला. ''आणि इन्स्पेक्टर, तू तुझी कृतज्ञता कशी व्यक्त करू इच्छितोस?''

हॅमिशला तिनं केलेल्या लैंगिक इशाऱ्याची, उन्मादकतेची व तिच्या आक्रमक पवित्र्याची जाणीव झाली आणि तो चट्कन मागे सरकला. तितक्यात मॅगीच्या बाजूला येऊन उभ्या राहिलेल्या मिसेस टॉडला पाहून त्याला हायसे वाटले. ''गुड इव्हिनिंग, मिसेस टॉड,'' तो म्हणाला, ''खूप दिवसांनी तुझी भेट होतेय.''

मिसेस टॉड ही ठेंगणी-ठुसकी पण कणखर स्त्री होती. मॅगी व हॅमिशकडे दुर्लक्ष करत ती ॲलिसनला म्हणाली, ''तुला बरं वाटतंय ना, मिस कर्र? या आनंदोत्सवात तुझी दमछाक तर होत नाही ना?''

मिसेस टॉडच्या करारी मुद्रेवर वात्सल्याचे भाव अचानक उमटले होते.

''थँक यू!'' ॲलिसन बालिश आवाजात म्हणाली. ''मला छान वाटतंय.''

''मी बिछान्यावर तुझी गरम पाण्याची बाटली ठेवलीय आणि टेबलावरच्या थर्मासात गरम दूध आहे,'' मिसेस टॉड म्हणाली, ''दुधाचा एक थेंबदेखील शिल्लक उरता कामा नये – आलं ना लक्षात?''

''हो, मिसेस टॉड!'' ॲलिसननं आज्ञाधारकपणे उत्तर दिलं. मिसेस टॉडनं केलेल्या लाड-कौतुकामुळे तिचा ऊर नेहमीच भरून येत असे; पण आज मात्र तिला मिसेस टॉड व मॅगी जवळपासही नको होते. तिला एकटीलाच हॅमिशबरोबर खूप वेळ बोलायचं होतं. तिला तो विलक्षण वाटला होता. यापूर्वी कुणाही पुरुषानं तिच्या भावना इतक्या अचूकपणे ओळखल्या नव्हत्या.

''आपल्या घरात हवा उबदार करण्याची यंत्रणा आहे ना?'' मॅगी फटकळपणे म्हणाली.

''पण गरम पाण्याच्या बाटलीनं अंग शेकण्यात वेगळंच सुख असतं!'' मिसेस टॉड ठामपणे म्हणाली.

मॅगीचं लक्ष कर्नल हालबर्टन-स्मिथकडे गेलं. इन्स्पेक्टरला नंतर आपल्या जाळ्यात ओढू – आधी कर्नलशी थोडी छेडछाड करू, असा विचार करत ती

कर्नलच्या दिशेनं जाऊ लागली. तिला निघून जाताना पाहून ॲलिसनला हायसं वाटलं, पण मिसेस टॉड मात्र जाण्याचं काही चिन्ह दिसेना. हॅमिशनं दोघींशीही थोडा वेळ गप्पा मारल्या, पण तेवढ्यात प्रिसिलानं येऊन त्याचा ताबा घेतला.

"पाहुणे हळूहळू निघून चालले आहेत,'' प्रिसिला म्हणाली, "तुलाही आता फार वेळ थांबावं लागणार नाही. मिसेस टॉड स्वत:च्या कामावर खूश दिसतेय?''

"तिला ॲलिसनचा भलताच लळा लागलेला दिसतोय!'' हॅमिश म्हणाला, "मला वाटतं, तिला पगारही चांगला मिळत असणार. मिसेस बेअर्ड मालदार असावी. मुख्य म्हणजे, मिसेस टॉडला तिच्या आवडीचं काम मिळालंय. नवरा गेल्यापासून ती घरातच बसून होती.''

"कधी गेला रे तिचा नवरा?''

"दोन वर्षांपूर्वी... की तीन – नक्की आठवत नाही.''

"आणि मिसेस बेअर्ड तुला कशी वाटली?''

हॅमिशच्या कपाळावर आठ्या चढल्या. "तिचं वागणं-बोलणं काही ठीक वाटलं नाही मला –'' तो म्हणाला. "अशा बायका जातील तिथे वातावरण स्फोटक बनवतात. ती स्त्री चांगली नव्हे.''

"तू ना – पक्का जुनाट विचारांचा माणूस आहेस!''

"म्हणजे ती बदफैली आहे, असं मला म्हणायचं नाही. पण तिच्या भाचीचा ती नक्की छळ करत असणार. सर्वांचं लक्ष सतत आपल्याकडे असावं, असं तिला वाटतं. सनसनाटी निर्माण करायची तिला आवड आहे. तिला वाटतं की, आपण पुरुषांना सहज भुलवू शकू; पण तिच्या बेढब आकारावर आजतरी कुणी भाळेल, असं वाटत नाही.''

"त्याबाबतीत मात्र पुरुषांची मी खातरी देऊ शकत नाही.'' मॅगीशी बोलताना आपल्या वडिलांचा उत्तेजित झालेला चेहरा निरखत प्रिसिला म्हणाली.

मॅगी स्वत:वर खूश दिसत होती. मिसेस हालबर्टन-स्मिथच्या अंगाचा तिळपापड होतोय, हे नजरेच्या कोपऱ्यातून तिला जाणवत होतं आणि तिला मनातल्या मनात आनंदाच्या उकळ्या फुटत होत्या. पण मत्सरानं चवताळलेल्या त्या स्त्रीनं दुसऱ्याच क्षणाला जणू भुतासारखं मॅगीच्या मानगुटीवर बसून तिला झपाटून टाकलं. बाजूच्या भिंतीवर एक भला मोठा आरसा लावलेला होता. मॅगी वळून आरशात पाहू लागली.

रॉबर्ट बर्न्सची एक कविता आहे :

हे मनुष्या, उदार ईश्वरानं दिल्या आहेत काही क्षमता आपल्याला,

इतरांना जसे आपण दिसतो तसे स्वत:कडे पाहावे आपण,

होणाऱ्या चुका आपोआप टाळल्या जातात,

मुक्त होतो आपल्याच भ्रामक प्रतिमेतून आपण!

मॅगी बेअर्डनं आयुष्यात प्रथमच व अखेरचे आपले खरेखुरे रूप पाहिले! पण स्वत:च्या भ्रामक प्रतिमेतून मुक्त होण्याऐवजी ती त्या क्षणापासून संकटांच्या न संपणाऱ्या शृंखलेत अडकत गेली.

स्वत:चे खरे रूप पाहण्याचा प्रसंग ओढवला एखाद्यावर, तर तो क्षण दुदैवानं त्याचे आयुष्य उद्ध्वस्त करणारा ठरू शकतो. अहंकार व पोकळ समजुतींचे भ्रामक पडदे टराटरा फाडले जातात व डोळे खाड्कन उघडतात. मॅगीला त्या आरशात एक ढब्बू व ओंगळ स्त्री दिसली. एकेकाळी सुंदर दिसणारे तिचे डोळे आता जाडजूड गालांमागे बारीक, केविलवाणे होऊन गेले होते. केस राठ, राखाडी झाले होते. अकाली वार्धक्य प्राप्त झालेली एक स्त्री समोर आरशात उभी होती. तिचा थरथरणारा हात नकळत तिच्या गालांवरून फिरू लागला आणि पाहता-पाहता ती चिखलानं माखून गेली. तिला घाम फुटला, श्वास कोंडला गेला. घेरी येऊन ती खाली कोसळणार... तोच कर्नलनं तिला सावरली व तो मदतीसाठी हाका मारू लागला.

डॉक्टर ब्रॉडी जवळच उभा होता. तो धावत आला. "गोळ्या... माझ्या औषधांच्या गोळ्या..." क्षीण आवाजात मॅगी म्हणाली, "पर्समध्ये –"

डॉक्टरनं ग्लासभर पाणी मागवले व तो पर्समध्ये गोळ्या शोधू लागल्या. गोळ्यांऐवजी त्याचं लक्ष पर्समधल्या निरोधच्या पाकिटांकडे गेलं व क्षणभर तो उडालाच. पण तितक्यात त्याला हव्या त्या गोळ्या सापडल्या.

मॅगीनं गोळ्या पट्कन गिळल्या आणि तिचा चेहरा हळूहळू पूर्ववत् होऊ लागला. "मी अँब्युलन्स बोलावतो –" डॉ. ब्रॉडी म्हणाला.

"नको!" मॅगी थकलेल्या स्वरात म्हणाली. "मला अचानक कसलातरी धक्का बसला. मला वाटतं, मला कुणीतरी दिसल्याचा भास झाला. ती व्यक्ती माझ्या ओळखीची होती. आता बरं वाटतंय मला. हॉस्पिटलचा मला तिटकारा आहे. मला माझ्या घरी घेऊन चला."

मिसेस टॉडनं मॅगी व ॲलिसनला गाडीत बसवले आणि शांतपणे गाडी चालवत दोघींना घरी आणले. मॅगी तडक आपल्या खोलीत आली, पण तिनं झोपण्याचा प्रयत्नही केला नाही. बिछान्यावर पडून ती बराच वेळ टक्क जागी राहिली. आरशात पाहिलेल्या आपल्या शरीराचा तो भयानक आकार तिच्या नजरेसमोरून जाईना. एकेकाळी सौंदर्यवती म्हणून ती गाजली होती आणि त्या नाजूक देहाचं आता पार भजं होऊन गेलं होतं. एका कृतघ्न, विश्वासघातकी वेटरच्या नादी लागल्याचा हा सारा परिणाम! ती त्याच्या प्रेमात अक्षरश: पागल झाली होती. अचानक तिच्या डोळ्यासमोर प्रिसिला उभी राहिली. उंच, सोनेरी केस, सुडौल बांधा आणि टवटवीत चेहरा. मॅगीनं जे-जे गमावलं होतं, ते सर्व जणू प्रिसिलानं कमावलं होतं.

तिनं संतापानं बिछान्यावर मूठ आपटली. "अजून मी संपलेली नाहीऽऽ" ती

उद्वेगानं ओरडली, ''पुन्हा पूर्वीसारखी होऊन दाखवेन.''

कर्नलनं घेतलेल्या चुंबनामुळे तिच्या आत एक ठिणगी पडली होती. तीच ठिणगी आता एक ज्योत बनून भडकून उठली होती – महत्त्वाकांक्षेची ज्योत. रात्री उशिरापर्यंत ती जागी होती. तिचा विचार पक्का झाला होता.

प्रिसिलाबरोबर पोलीस स्टेशनच्या दिशेनं हॅमिश चालत होता. टाऊझर उत्साहानं उड्या मारत दोघांच्याही पुढे निघाला होता. पार्टी संपली होती. गावकऱ्यांनी केलेल्या प्रेमळ स्वागतामुळे हॅमिश भारावून गेला होता आणि त्याच वेळी सकाळपासून सुरू असलेला समारंभ एकदाचा संपला, म्हणून त्यानं सुटकेचा निःश्वासही सोडला होता. लोकांनी केलेल्या कौतुकानं तो नेहमीच संकोचून जात असे. शिवाय आज जरी साऱ्यांनी आपल्याला डोक्यावर घेतलं असलं, तरी उद्या हेच लोक आपल्यासारख्या सुस्त व शामळू इन्स्पेक्टरला परत बोलावण्यात आपली घोडचूक झाली, असा डांगोरा पिटण्यासही मागे-पुढे पाहणार नाहीत, याचंही त्याला भान होतं.

त्यानं पोलीस स्टेशनचा मागचा दरवाजा उघडून स्वयंपाकघरात प्रवेश केला. ''आधी घराच्या हॉलमध्ये एक नजर टाक.'' मागून प्रिसिलाचा आवाज आला. त्यानं दिवाणखान्याचा दरवाजा उघडला. सारी खोली पुष्पगुच्छांनी भरून गेली होती. ''बाप रे, अंत्ययात्रेलाही इतकी फुलं जमा होत नसतील!'' खोलीचं दार चट्कन बंद करत तो म्हणाला, ''मी आपल्या दोघांसाठी कॉफी बनवतो.''

''हे काम मिसेस बिस्सेट आणि मिसेस वेलिंग्टनचं आहे. चर्चमध्ये दोघींनी भरपूर फुलझाडं लावली आहेत, हे तर तुलाही ठाऊक आहे.'' खुर्चीत बसत प्रिसिला म्हणाली. अंगातला कोट काढून तिनं खुर्चीच्या पाठी लटकवला. ''पण मला समजत नाही की, इतका धक्का बसण्यासारखं त्या मिसेस बेअर्डला दिसलं तरी काय?''

''माझ्या मते, ती आरशात एकटक पाहत होती. तिला प्रचंड घाबरवणारं काहीतरी आरशात दिसलं असावं...'' हॅमिश म्हणाला, ''ती आधी कुठे राहत होती?''

''लंडनला बहुतेक. तिला व तिच्या भाचीला आम्ही घरी जेवायला बोलावलं होतं. विचित्र बाई. भाचीशी फार दुष्टपणे वागत होती. दिसायलाही किती उग्र आहे! पण डॅडी मात्र तिच्यावर पाघळलेले आहेत. ते जाऊ देत. एव्हाना तुझ्या लक्षात आलंच असेल की, तुला परत आणण्यासाठी लॉचढभमध्ये मुद्दाम गुन्हे घडवून आणले गेले.''

''माझी नक्की खातरी नव्हती –'' हॅमिश अर्धवट हसत म्हणाला. ''पण तुम्ही लोकांनी केलेल्या प्रचंड स्वागतानं मात्र माझ्या मनातल्या सगळ्या शंका फिटल्या. स्ट्रॅथबेनमध्ये मी इतका खचून गेलो होतो... मला वाटलं होतं की, तुम्ही सगळे मला

साफ विसरून गेला आहात!'' त्यानं टेबलावर कॉफीचे दोन कप ठेवले. ''अजून अविवाहित आहेस ना?'' त्यानं सहजपणे तिला विचारलं.

''हो, अजून अविवाहितच. अजून कॉम्प्युटर शिक्षणच सुरू आहे. प्रोग्रामर व्हायचं ठरवलंय. मला वाटतं की, माझ्यामध्ये एक उत्तम महत्त्वाकांक्षी व्यावसायिक तरुणीला लागणारे सगळे गुण आहेत.''

''हो! लोकांच्या मनात यशस्वी तरुणीबद्दलची जशी प्रतिमा आहे, तशीच तू हुबेहूब दिसतेस.'' हॅमिश म्हणाला.

''तू कौतुकानं बोलतोयस की उपरोधाने?''

''कमाल आहे! अर्थात, कौतुकानेच. तू फारच सुंदर दिसतेयस – नेहमीसारखीच!''

शेवटचं वाक्य तो अगदी सहजपणे म्हणाला. आपल्याला पुन्हा आपला जुना हॅमिश मिळाला, ह्या विचारानं प्रिसिला आनंदून गेली.

दुसऱ्या दिवशी सकाळी, मॅगी उठण्याआधी ॲलिसन हळूच गॅरेजमध्ये आली आणि तिथे ठेवलेल्या लाल रेनॉल्ट गाडीकडे कितीतरी वेळ डोळे भरून पाहत उभी राहिली. तीन आठवड्यांनंतर ड्रायव्हिंग टेस्ट असल्याचं पत्र तिला सकाळीच मिळालं होतं. इथे आल्यानंतर पहिल्याच आठवड्यात तिनं लायसन्स मिळवण्यासाठी अर्ज केला होता. गाडी चालवायला शिकण्यासाठी आपली प्रेमळ मावशी आपल्याला नक्की परवानगी देईल, असा त्या वेळेस तिचा गोड गैरसमज झाला होता.

गाडी चालवायला शिकण्याच्या इच्छेनं ॲलिसनला पुरतं पछाडून टाकलं होतं. पहाडी प्रदेशातल्या त्या उंच-सखल रस्त्यांवरून आपण भन्नाट वेगात, पण अतिशय सफाईनं गाडी चालवत असल्याची स्वप्नं तेव्हापासून तिला रोज रात्री पडू लागली होती.

आपण आता जवळच्या शहरात लवकरात लवकर मुक्काम हलवायला हवा – तिनं स्वत:लाच बजावलं आणि चट्कन एखादी नोकरी पटकावून पट्कन एक गाडी विकत घ्यायची. घाबरट, दुबळी कुठची! ती स्वत:वरच संतापली. पण ती खरंच भेदरट होती. मनातून मॅगीचा कितीही तिरस्कार वाटत असला आणि स्वतंत्र राहण्याची अनिवार ओढ वाटत असली, तरी बाहेर पडून त्या अनोळखी जगाला एकट्यानं सामोरं जायचं बळ आपल्या पायांमध्ये असू शकेल, याची मात्र तिला मुळीच खातरी वाटत नव्हती.

डोळ्यांवर येणारे केस बाजूला सारून ती समोर असलेल्या मॅगीच्या बंगल्याकडे पाहू लागली. तो आता तिला दिवसेंदिवस एखाद्या भल्यामोठ्या तुरुंगासारखा भासू लागला होता.

बंगला नको तितका उबदार होता, शिवाय काही स्वत्वच नसलेला. ओबडधोबड. सगळं फर्निचर तपकिरी रंगाचं. लोखंडी पायांच्या डायनिंग टेबलचा पृष्ठभाग काचेचा. तीच गत कॉफीटेबलची. घरभर एका उग्र रसायनाचा दर्प सतत पसरलेला. कारण त्या रसायनानं दिवसातून अनेक वेळा दारं-खिडक्या स्वच्छ करण्याची मिसेस टॉडला सवय होती. मिसेस टॉडचा प्रेमळ वावर असूनही स्वयंपाकघरात कधी सुरक्षित, प्रसन्न वाटायचं नाही. त्यात दरवाजांना लावलेले लाल-पांढऱ्या रंगाचे चट्टेरी-पट्टेरी पडदे, खोलीतल्या कुंड्यांमध्ये लावलेली लालभडक रंगांची फुलझाडे व कोपऱ्या-कोपऱ्यांत लावलेल्या चकचकीत टाइल्समुळे तो बंगला नव्हे, तर एखाद्या नाटकाचा चकाचक पण निर्जीव सेट वाटत असे.

मिसेस टॉडला यायला अजून अवकाश होता. ॲलिसननं स्वत:साठी कॉफी बनवली अन् सिगरेट पिण्याची ऊर्मी मनातल्या मनात निग्रहानं दाबून टाकली. तेवढ्यात जिन्यावरून तिला मॅगीच्या पावलांचा आवाज ऐकू आला आणि आता नेहमीप्रमाणे शिव्यांची सरबत्ती ऐकावी लागणार, या कल्पनेनं तिचे कृश खांदे भीतीनं आक्रसून गेले.

पण आश्चर्य म्हणजे, मॅगी चक्क नवा ड्रेस घालून बाहेर जाण्याच्या तयारीत असल्यासारखी दिसत होती. एरवी ती दुपार होईपर्यंत रात्रीच्याच गाउनमध्ये घरभर वावरत असे.

"मी आज बाहेरगावी जातेय –" मॅगी तुटकपणे म्हणाली.

ॲलिसनला एकदम मोकळं, हलकं झाल्यासारखं वाटलं. मॅगी आपल्याला सोडून चाललीये म्हणजे, आता आपल्याला एका नव्या आयुष्याची सुरुवात करायला हवी.

"तू इथेच राहून घरावर लक्ष ठेवायचंस. कळलं ना?" मॅगी म्हणाली. "तुला टायपिंग येतं. होय ना?"

ॲलिसननं मान डोलावली.

"माझ्या अभ्यासिकेत जा! तिथे तुला ध्वनिमुद्रित केलेल्या अनेक टेप्स दिसतील. मी माझ्या जीवनाची कहाणी माझ्या आवाजात टेप करून ठेवली आहे, तू ती कागदांवर टाईप करायचीस. खूप दिवस आयतं बसून खाल्लंस; आता कामाला लागायचं."

"जर तू मला गाडी शिकायची परवानगी दिली असतीस," ॲलिसन स्वत:चा बचाव करत म्हणाली. "तर मी जवळच्या एखाद्या गावात नोकरी पकडली असती."

"तसल्या नोकरीत काय कमावणार होतीस तू? तुझ्या पगारात पेट्रोलचा खर्चतरी भागला असता का?" मॅगी तिला झापत म्हणाली, "हे बघ, मी काही महिन्यांसाठी परगावी निघालेय."

"तू कधी निघणार आहेस?" ॲलिसननं विचारलं.

"कोणत्याही क्षणी –" हातातल्या घड्याळाकडे पाहत मॅगी म्हणाली, "चिशोल्मकडचा माणूस मला घेऊन जायला येतोय."

गावात इयान चिशोल्मचे एक गॅरेज होते व त्याच्यापाशी जुन्या काळातली पण आजही आकर्षक दिसणारी डेम्लर गाडी होती. लग्नाच्या किंवा अंत्यविधीच्या वेळी गावातले लोक ती भाड्यानं घेत असत. "मला तो माणूस इन्व्हर्नेसला घेऊन जाईल." मॅगीचं बोलणं सुरूच होतं, "तिथे मी थोडीफार खरेदी करेन, जेवेन व रात्रीची गाडी पकडून निघून जाईन."

"तू कशासाठी चालली आहेस?" ॲलिसननं विचारलं. तिचा चेहरा हळूहळू उजळू लागला होता. मॅगी स्वत:ची गाडी घेऊन जाणार नाही, हे तर आता स्पष्ट झालं होतं. गाडीच्या चाव्या नेहमी गाडीतच ठेवून द्यायची तिला सवय होती. आत्ताही जर तिनं गाडीच्या चाव्या तशाच गाडीत राहू दिल्या, तर –

"मी जरा स्वत:वरच काही प्रयोग करायचे ठरवले आहेत..." मॅगी म्हणाली, "स्वत:ची पार दुर्दशा करून घेतली मी. बघ जरा – तुझ्यात आणि माझ्यात काही फरक उरला आहे का? अर्थात एकेकाळी मी दिसायला खूप सुंदर होते; तू मात्र पहिल्यापासून कुरूप ती कुरूपच!"

ॲलिसनला अचानक त्याच क्षणी एक गोष्ट जाणवली. मॅगी अगदी तिच्या सख्ख्या बहिणीसारखीच आहे – म्हणजे ॲलिसनच्या मृत आईसारखी. मॅगीसमोर तिची आई दिसायला डावी असली, तरी दोघींच्या बोलण्याची पद्धत अगदी एकसारखीच होती. शाळेत नाच करण्याच्या समारंभात भाग घेण्यासाठी जेव्हा ॲलिसन तयार होऊन जायला निघत असे, तेव्हा तिची आई तिला अगदी असंच म्हणायची, "माझ्याकडून शक्य होतील तेवढे मी प्रयत्न केलेत... पण तू कधीच सुंदर दिसू शकणार नाहीस." आपण काय बोलतोय याचं बऱ्याच लोकांना अजिबात भान नसतं... ॲलिसनच्या मनात विचार आला. पण त्यांच्या एकेका शब्दानं काळजाला घरं पडतात आणि एखादा हळवा माणूस त्या साचत जाणाऱ्या अपमानांनी पार उद्ध्वस्त होऊन जातो.

तिला मग ती कालची घटना आठवली. मॅगीला आलेला तो कदाचित हृदयविकाराचा सौम्य झटका असावा. मॅगीची संपत्ती तिच्या डोळ्यांसमोर उभी राहिली. ॲलिसन – मॅगीची उरलेली एकुलती एक नातलग होती. मॅगीनं मृत्युपत्र तयार केलं असेल? समजा – मॅगी मेली आणि तिचा बंगला, गाडी, पैसे आपल्याला मिळाले... तर? ॲलिसनचे डोळे अर्धवट मिटले गेले. तर... ती बंगला तिच्या मनासारखा पुन्हा सजवेल. ते तपकिरी रंगाचं फर्निचर, काचेची टेबलं – सगळं काही फेकून देऊन त्या बंगल्याला खरंखुरं घरपण देईल.

"अशी बावळटासारखी माझ्याकडे बघत बसू नकोस," मॅगीच्या बोलण्यानं ॲलिसन भानावर आली. "चला, बरं झालं – मिसेस टॉडही आली. तू आता वर जाऊन टायपिंग करायला सुरुवात कर. मी परत यायच्या आत तू हे काम संपवलेलं असलं पाहिजेस."

ॲलिसन उठून पलीकडच्या खोलीत गेली. मॅगी त्या खोलीला स्वत:ची 'अभ्यासिका' म्हणत असे. खोलीत एक फळी असलेलं टेबल होतं. त्यावर टाईपरायटर ठेवलेला होता आणि बाजूला टेपरेकॉर्डर व टेप्स दिसत होत्या. ॲलिसननं मॅगीला तिथे बसून काम करताना कधीच पाहिलं नव्हतं. मॅगी बहुतेक रात्री स्वत:चं बोलणं टेप करून घेत असावी किंवा फारपूर्वी कधीतरी तिनं हे काम केलं असावं.

ती पहिली टेप ऐकू लागली अन् ऐकता-ऐकता तिचे डोळे विस्फारत गेले. तिच्या कानांवर अश्लील संभोगवर्णन पडत होतं. पण मॅगीचं आयुष्यच कामवासनेनं बरबटलेलं होतं. पहिल्या प्रकरणात मॅगीच्या झालेल्या कौमार्यभंगाचं रसभरित वर्णन होतं. पुढे येणाऱ्या कथानकापुढे कहाणीची ही सुरुवात फारच सौम्य व सभ्य होती याची बिचाऱ्या ॲलिसनला त्या वेळेस काहीच कल्पना नव्हती.

डेम्लर गाडीच्या हॉर्नचा आवाज अचानक तिच्या कानांवर पडला. टेपरेकॉर्डर बंद करून ती बाहेर आली. मॅगीच्या हातात फक्त एक छोटीशी सूटकेस होती. मिसेस टॉड आदरानं मान खाली घालून उभी होती. निघायची वेळ झालीतरी मॅगीच्या सूचना काही संपत नव्हत्या. "आणि हे बघ – बेडरूममध्ये ठेवलेले माझे कपडे एखाद्या वृद्धाश्रमाला किंवा चांगल्या संस्थेला देऊन टाक." मॅगी सांगत होती, "तो निर्णय मी तुझ्यावर सोपवते. आणि मी सांगितलेलं टायपिंगचं काम ॲलिसन नीट करतेय की नाही, यावर बारीक लक्ष ठेव. ती दिवसेंदिवस आळशी होत चाललीये आणि तिच्या चेहऱ्यावरची मुरमंही वाढताहेत."

एकेकाळी आपल्या नितळ त्वचेचा ॲलिसनला कोण अभिमान होता! आज सकाळी उठल्यावर मात्र कपाळावर आलेल्या दोन छोट्या पुळ्या तिला आरशात दिसल्या होत्या. मॅगीच्या नजरेतून त्या नक्कीच सुटलेल्या नसणार.

आणि मग मॅगीनं आपले दोन्ही हात ॲलिसनसमोर अचानक पसरले व तिला घट्ट मिठी मारली. "स्वत:ची नीट काळजी घे!" ती म्हणाली, "तो नतद्रष्ट कॅन्सर पुन्हा अजिबात उपटणार नाही – मी सांगते. स्वत:कडे नीट लक्ष दे!" तिचे निळे डोळे पाण्यानं भरले होते.

ॲलिसन चक्रावून गेली. पण तिनंही मॅगीला पुन्हा आलिंगन दिलं आणि गुपचूप बाजूला जाऊन उभी राहिली.

मॅगी डेल्मरमध्ये बसली आणि जोरजोरात हात हलवत तिनं दोघींचा निरोप घेतला.

ॲलिसन व मिसेस टॉड घरात परतल्या. थोडा वेळ बसून दोघींनी गप्पा मारल्या. मग ॲलिसन तडक उठून टाईपरायटरसमोर येऊन बसली. मॅगीनं अचानक दाखवलेल्या जिव्हाळ्यामुळे मॅगीबद्दल उत्पन्न झालेली प्रेमाची भावना आता तितक्याच झपाट्यानं ओसरू लागली आणि त्या जागी व्यावहारिक शहाणपणाचे विचार आता तिला सुचू लागले होते. म्हातारीला माझ्याबद्दल इतकं प्रेम वाटण्याचं कारण काय असेल? आपले पैसे ती माझ्या नावावर ठेवेल? देवा, कृपा करून तसं करण्याची तिला बुद्धी दे!

ॲलिसन उत्कृष्ट टायपिस्ट होती. तिनं पहिलं प्रकरण टाईप करून संपवलं. टायपिंग करताना तिच्या मनात वेगवेगळे विचार येत होते. मॅगीच्या लिखाणाची शैली इतकी वाईट होती की, कोणत्याही प्रकाशकानं ते कधीही प्रसिद्ध केलं नसतं. पण ॲलिसनच्या मनात येणारा मुख्य विचार वेगळाच होता. गाडीची चावी तिनं ठेवून दिली असेल ना? आणि असलीच, तर मी आता काय करायला हवं?

अखेर तिला आपली उत्सुकता अधिक ताणणं अशक्य झालं. गॅरेजमध्ये जाऊन तिनं रेनॉल्टच्या काचेतून डोकावून पाहिलं. तिला चाव्या दिसल्या आणि तिची छाती आनंदानं भरून आली.

गाडी तर मिळाली... पण आपल्याला गाडी चालवायला शिकवणार कोण?

आणि, अचानक तिला हॅमिश मॅक्बेथची आठवण झाली.

तीन

अनुभव म्हणजे प्रत्येकानं आपल्या हातून
घडलेल्या चुकांना दिलेले एक गोंडस नाव!
– *ऑस्कर वाइल्ड*

पोलीस स्टेशनच्या पुढच्या दरवाजाची बेल वाजली.

हॅमिशनं एक दीर्घ उसासा सोडत हातातले पुस्तक खाली ठेवले. गावातला माणूस कधीच पुढच्या दरवाजाची बेल वाजवत नाही. तो नेहमी मागच्या दारानं आत येतो. पुढच्या दाराची बेल वाजली की समजायचं – स्ट्रॅथबेनहून कुणीतरी वरिष्ठ अधिकारी अचानक टपकलाय.

त्याच्या अंगात गणवेश नव्हता, पण रात्रीचे दहा वाजले होते म्हणजे कामाची वेळ नक्कीच संपलेली होती. क्षणभर तो तसाच बसून राहिला. दरवाजा उघडावा की नाही, हे त्याला कळेना. स्ट्रॅथबेनच्या आठवणी अजून त्याच्या मनात ताज्या होत्या. मेरी ग्रॅहॅमनं पुन्हा त्याच्याविरुद्ध लेखी तक्रार केली असली तर?

बेल पुन्हा वाजली. दार उघडू नये, असं त्याला मनातून वाटत होतं. बाहेर वारा पिसाटल्यासारखा वाहत होता. थंडीनं त्याचं अंग थरथरलं. सावकाश उठून तो पुढच्या खोलीत आला आणि त्यानं दरवाजा उघडला.

ॲलिसन कर्र दारात उभी होती. बाहेरच्या निळ्या बल्बच्या प्रकाशात तिचे डोळे घुबडासारखे मिचमिचत होते.

''आत ये –'' हॅमिश म्हणाला, ''कसली भयानक रात्र आहे! काय झालंय?''

''तसं विशेष काहीच नाही...'' ॲलिसन म्हणाली. हॅमिशनं दरवाजा लावून घेतला. ''माझं तुझ्याकडे एक काम होतं.''

''तर मग – आत स्वयंपाकघरात येऊन बस. मी आपल्या दोघांसाठी चहा

बनवतो. बाप रे! तू तर भिजलेली दिसतेयस? रेनकोट काढून माझ्याकडे दे!''

त्यानं ॲलिसनला अंगातून रेनकोट काढायला मदत केली आणि तिला घेऊन तो स्वयंपाकघरात आला.

ॲलिसन खुर्चीत बसली आणि डोळ्यांवरचा चष्मा काढून स्कर्टच्या कडांनी चष्म्याच्या काचा पुसू लागली. किचनमधली हवा उबदार होती आणि हॅमिशच्या अंगावर गणवेशाऐवजी कॉड्रायची पँट व चौकड्यांचा शर्ट पाहून तिला जरा धीर आला.

''बोल आता –'' हॅमिश म्हणाला, ''काय घडलंय?''

ॲलिसननं चहाचा मग दोन्ही हातांनी घट्ट पकडला. ''मॅगी बाहेरगावी गेलीय!'' ती म्हणाली, ''तिच्या म्हणण्यानुसार आता बरेच महिने तरी ती काही परतणार नाही आणि... '' खोटं बोलण्याआधी तिनं मन घट्ट केलं... ''मला म्हणाली की, मधल्या काळात मी गाडी चालवायला शिकले तरी तिची काहीच हरकत नाही, पण माझ्या ओळखीचं इथे कुणीच नाही... मला वाटलं की तू मला – म्हणजे – कदाचित – आणि...''

बोलता-बोलता ती एकदम गप्प होऊन गेली आणि डोळ्यांतून एक टपोरा अश्रू नाकावरून ओघळत टेबलावर टप्कन पडला.

''म्हणजे मी तुला गाडी चालवायला शिकवावी, अशी तुझी इच्छा आहे तर?'' हॅमिश प्रेमळपणे म्हणाला, ''ठीक आहे, माझी काहीच हरकत नाही. तुझ्याकडे लर्निंग लायसन्स आहे ना?''

''हो!'' ॲलिसन कापऱ्या आवाजात म्हणाली. ''खूप दिवसांपूर्वीच मी ते काढलंय. एक सांगू मिस्टर मॅक्बेथ? मला ना ड्रायव्हिंग शिकायची खूप-खूप इच्छा आहे... आणि... आणि... मॅगी तर मला कधी तिच्या गाडीला हातही लावू द्यायची नाही... पण कसं कुणास ठाऊक... जाण्यापूर्वी अचानक तिचं मन पाघळलं....''

''कुठे गेली आहे ती?'' हॅमिशनं विचारलं. ॲलिसन खोटं बोलतेय, हे त्यानं ओळखले होते. मॅगीनं नक्कीच तिला परवानगी दिलेली नसणार. पण त्यांच्या खासगी गोष्टींची आपण कशाला पर्वा करायची?

''स्वत:चा कायाकल्प करून घेण्यासाठी ती गेलीय –'' ॲलिसन ताड्कन म्हणाली आणि मग एकदम लाजली. ''म्हणजे मला म्हणायचंय की, तिला पुन्हा सुंदर दिसायचंय... म्हणजे, असं तीच म्हणाली.''

''याचा अर्थ तिच्या आयुष्यात कुणीतरी पुरुष आलेला दिसतोय!''

''नाहीऽऽ नाही... म्हणजे, मलातरी तसं वाटत नाही. तिला स्वत:वर आता नियंत्रण ठेवायचंय. पण ड्रायव्हिंगबद्दल बोलायचं तर... आपण कधी सुरू करू शकतो? माझ्यापाशी फक्त तीन आठवडे आहेत.''

''सध्यातरी इथलं वातावरण शांत आहे. अर्थात कुणाच्या मनात गुन्हा करावा असं येत नाही – निदान तोपर्यंत तरी. उद्या संध्याकाळी सहा वाजता तू इथे येऊ शकशील?''

''पण आमच्या बंगल्यापासून तुझं घर किती दूर आहे... आणि मला गाडी कुठे चालवता येतेय?'' ॲलिसन अर्धवट पुटपुटली.

''अरेच्या, हो की! ठीक आहे. मी माझी गाडी घेऊन उद्या संध्याकाळी सहा वाजता तुझ्या घरी येतो.''

''खूप आभारी आहे!'' ॲलिसन म्हणाली. ''सॉरी हं...! मी ड्रायव्हिंगच्या बाबतीत खूपच हळवी होऊन तुझ्याशी बोलले. पण मला समजून घे. स्वतंत्रपणे जगण्यासाठी मी हे पहिलं पाऊल उचलतेय. म्हणजे, कॅन्सर होण्यापूर्वी मी खूप धीट अन् खंबीर होते.''

त्या भावनिक क्षणी आपण खरं बोलतोय, असंच ॲलिसनला वाटून गेलं. मात्र तिचा भूतकाळ तसा मुळीच नव्हता. इलेक्ट्रिकल कॉंपोनन्ट्स बनवणाऱ्या एका कंपनीत ती नोकरीला होती. तिचा बॉस तिच्याकडून वाट्टेल तितके काम करून घेत असे, पण त्याच्यासमोर एक शब्दही उच्चारायची तिची हिंमत नव्हती. भित्र्या सशासारखी ती दबून असायची. अनेकदा मनात येऊनही राजीनामा देण्याचा धीर तिला कधी झाला नाही. ती कंपनीसुद्धा ब्रिस्टॉलच्या सीमेबाहेर होती. तिथलं वातावरणही बकाल होतं. पडक्या इमारती, जुनं फर्निचर. मोडक्या आरामखुर्च्या, फुटके टायर्स आणि जुन्या-पुराण्या वस्तू रस्त्यावरही पसरलेल्या दिसत. घरातलं अडगळीचं सामान फेकून देण्यासाठी तिथले लोक त्या जागेचा वापर करत असत.

हॅमिश तिच्याकडे सहानुभूतीनं पाहू लागला. ॲलिसनच्या आयुष्यात आजच्या घडीला तरी मॅगी ही खलनायिका होती. भित्र्या लोकांच्या जीवनात कायम एखादा खलनायक असतोच असतो आणि तो सतत त्यांच्या स्वाभिमानाची लक्तरं काढत असतो. भित्र्या लोकांना वाटत असतं की – हा खलनायक आपल्या आयुष्यातून निघून गेला, तर आपण शूर व यशस्वी होऊ. पण ज्या क्षणी तो खलनायक त्यांच्यापासून दूर निघून जातो, त्याच्या दुसऱ्याच क्षणी हे भित्रे ससे दुसऱ्या नव्या शिकाऱ्याला स्वत:च शोधू लागतात!

''हे गाव इतकं सुंदर आहे –'' ॲलिसन म्हणत होती, ''मला तर आता असं आतून वाटू लागलंय की, मी ह्यांच्यातलीच एक आहे – पहाडी स्त्री!''

''पण शहरातून आलेल्या तुझ्यासारखीला इथे फारच शांत-शांत वाटत असणार?'' ॲलिसनच्या कपात आणखी चहा ओतत हॅमिश म्हणाला.

''माझ्या आयुष्यात कायमचं काहीतरी अनपेक्षित घडत आलंय,'' ॲलिसन स्वत:च्याच तंद्रीत म्हणाली, ''साहसं जणू सतत माझ्या मागावरच असतात.''

सुसाट वारा खिडक्यांच्या तावदानांवर आपटत होता. अंगात हुडहुडी भरत होती. ॲलिसनला गाडी शिकवण्याचं आपण मान्य केल्याचा आता हॅमिशला पश्चात्ताप होत होता. तो एकूणच अस्वस्थ होऊन गेला होता आणि ॲलिसन खोटं बोलतेय, हे त्या अस्वस्थतेमागचं एकमेव कारण नक्कीच नव्हतं.

''इथली ड्रायव्हिंग टेस्ट कशी असते?'' ॲलिसननं विचारलं.

''शहराइतकी नक्कीच कठीण नसते.'' हॅमिश म्हणाला, ''मोठमोठ्या चकरा मारायला लावत नाहीत किंवा ट्रॅफिक लाइट्सबद्दलही फारसं विचारत नाहीत. पण तरीही, बाकीच्या बाबतीत मात्र ते फार कडक असतात. तुला घाबरवण्याचा माझा हेतू नाही; पण ब्रिटिश ड्रायव्हिंग टेस्टमध्ये नापास होणाऱ्यांचं प्रमाण त्रेपन्न टक्के आहे. गाडी चालवण्याचं कौशल्य तर तुला शिकलंच पाहिजे, पण मानसिक दृष्ट्यासुद्धा तुला कणखर बनायला हवं. परीक्षेच्या वेळी, गाडीत शिरण्यापूर्वी किंवा स्टिअरिंगच्या मागे बसण्याआधी तुला सदुसष्ट फूट दूर असलेल्या गाडीची नंबरप्लेट वाचता आली पाहिजे. म्हणून चष्म्याच्या नंबर अचूक आहे ना, हे आधी तपासून घे. ड्रायव्हिंग टेस्टनंतर हायवे कोडसंबंधीची तुझी एक तोंडी परीक्षा घेतली जाईल. तुझ्याकडे हायवे कोडची पुस्तिका आहे ना?''

''हो-हो, आहे ना!'' ॲलिसन म्हणाली व तिनं एक उसासा सोडला. ''मी थोडी अनुभवी असायला हवी होते.'' तिनं अचानक हॅमिशकडे एक लडिवाळ कटाक्ष टाकला आणि नंतर एकदम लाजून नाक शिंकरण्याच्या निमित्तानं तोंडावर रुमाल धरत आपल्या मनातला गोंधळ लपवण्याचा प्रयत्न केला.

''चल, मी तुला घरी सोडतो –'' हॅमिश म्हणाला.

''तुझा स्वभाव खूप चांगला आहे,'' ॲलिसन उठून उभी राहिली व ती हॅमिशच्या डोळ्यांत टक लावून पाहू लागली. पण हॅमिशनची नजर निर्विकार होती. तो स्वत:च्याच विचारात जणू हरवून गेला होता. ॲलिसननं जवळीक साधायचा धाडसी प्रयत्न केला होता, पण हॅमिशनं तिला साफ झिडकारून टाकले होते. हॅमिशचा अप्रत्यक्ष नकार पचवणं तिला कठीण गेलं.

प्रिसिलानं सगळा घोटाळा करून ठेवलाय... ॲलिसनच्या मनात आलं. तिलाही तो धड हवासा वाटत नाही आणि दुसऱ्या कुणाच्या हातात त्याला सोपवायचीही तिची तयारी नाही. हॅमिशच्या लँडरोव्हरमधून घरी येईपर्यंत प्रिसिला ही एक कावेबाज व उलटया काळजाची स्त्री असल्याची प्रतिमा तिच्या मनात तयार झाली होती.

''कपभर कॉफी घ्यायलाही आत येणार नाहीस?'' तिनं विचारलं.

''नको. लवकरात लवकर घरी पोहोचलेलं बरं!'' हॅमिश म्हणाला, ''उद्या भेटू या!''

तो तिच्याकडे बघून हसला आणि तिला कमालीचा आनंद झाला. तिच्या मनावरचं मळभ दूर झालं.

“गाडी शिकण्यासाठी तू कोणाला विचारलं म्हणालीस?” सकाळचा नाश्ता करता-करता मिसेस टॉडनं ॲलिसनला विचारलं. ॲलिसनचं बोलणं तिला अर्धवट ऐकू आलं होतं.

“मी हॅमिश मॅक्बेथला विचारलं आणि तो लगेच तयार झाला. माझ्या मते, तो मला छान –”

“तो!” मिसेस टॉडनं हातातला बोल व चमचा खाली ठेवला. “तुला एक सांगू? तो पक्का लंपट माणूस आहे – बाईलवेडा. म्हणजे माझ्या कानांवर असं आलंय. तो एक नंबरचा आळशी, अक्षम आणि निरुपयोगी इसम आहे. माझा नवरा मेला, तेव्हा माझी चौकशी करायला आला होता. नको-नको त्या गोष्टीत नाक खुपसत होता.”

“पण... पण... तो तर सर्वांचा खूप लाडका आहे!” मिसेस टॉडच्या बोलण्यानं ॲलिसन चकित झाली. “लोकांनी त्याचं केलेलं स्वागत तू पाहिलंस ना?”

“सगळा मूर्खांचा कारभार... वेळ आणि पैशांचा अपव्यय!” वयाची सत्तरी उलटून गेली असलीतरी मिसेस टॉडचं व्यक्तिमत्त्व प्रभावी व भारदस्त होतं. तिचे केस अजूनही तपकिरी होते व पाठीला जराही पोक आलेला नव्हता. ॲलिसनकडे संशयानं पाहत तिनं विचारलं, “मिसेस बेअर्डनं तिची गाडी वापरायची तुला नक्की परवानगी दिली आहे?”

“हो तर!” ॲलिसन एकदम कर्कश आवाजात म्हणाली, “आणि आता मी मिसेस बेअर्डचं आत्मचरित्र टाईप करायला पलीकडच्या खोलीत चाललेय.”

“मलाही ते वाचायला आवडेल!” ॲलिसननं विषय बदललाय, हे मिसेस टॉडच्या चट्कन लक्षात आलं नाही. “ती कर्तबगार स्त्री आहे. खूप प्रवास केलाय तिनं!”

मॅगीनं केलेली कामोत्सुक वर्णनं वाचून मिसेस टॉडला काय वाटेल, या विचारानं ॲलिसनला कापरं भरलं. “ती परत आल्यावर तिच्या परवानगीनं तू जरूर पुस्तक वाच!” ती म्हणाली.

पण त्या दिवशी ॲलिसननं टायपिंगचं काम केलंच नाही. हायवे कोडची पुस्तिका ती पुन:पुन्हा वाचत राहिली. मधून-मधून ती घड्याळाकडे पाहत होती. वेळ भराभर निघून जावा, असं तिला मनातून वाटत होतं.

बरोबर सहाच्या ठोक्याला हॅमिशची लँडरोव्हर बंगल्यात शिरली. ॲलिसनच्या दृष्टीनं आणखी एक आनंदाची गोष्ट म्हणजे, तोपर्यंत मिसेस टॉडही आपल्या घरी निघून गेली होती.

ॲलिसननं गॅरेजचं दार आधीच उघडून ठेवलं होतं. हॅमिश रेनॉल्टकडे बराच वेळ पाहत उभा राहिला. ''गाडी छानच आहे!'' तो म्हणाला. ''पण माझ्या मते, आपण आधी ही गाडी इयानच्या गॅरेजमध्ये घेऊन जाऊ या. एकदा ही गाडी त्याच्या नजरेखालून जाऊ दे. गाडीत जर थोडाही बिघाड असला, तर ते तुला ड्रायव्हिंग टेस्ट द्यायलाही परवानगी नाकारतील. तू तयार आहेस ना? चल, ड्रायव्हिंग सीटवर बस. तूच गाडी सुरू करायचीस.''

ॲलिसन गाडीत चढली व हॅमिश तिच्या बाजूच्या सीटवर येऊन बसला.

''हे बघ –'' तो म्हणाला, ''आधी पेडल्सपासून योग्य अंतरावर आपली सीट आहे ना याची खातरी करून घ्यायची. पाय जास्त ताणायला लागता कामा नयेत आणि मग गाडीचे आरसे हव्या त्या कोनात आहेत की नाही, हे तपासायचं.''

ॲलिसन सीट पुढे-मागे करू लागली. कधी ती एकदम पुढे जायची, तर कधी एकदम मागे. हॅमिश गाडीतून खाली उतरला व त्यानं आपल्या गाडीतून दोन Lच्या पाट्या उचलून रेनॉल्टच्या पुढच्या व मागच्या काचांवर लटकवल्या.

गाडीत पुन्हा शिरून तो ॲलिसनला सूचना देऊ लागला. ''आधी आरसे नीट करून घ्यायचे, मग सिग्नल द्यायचा आणि त्यानंतर गाडी सुरू करायची.'' तो म्हणाला. ''डोकं किंचित वळवून मागचा चट्‌कन अंदाज घ्यायचा व मग गाडी चालवायला सुरुवात करायची. आता कल्पना कर की, तू गर्दीच्या रस्त्यावरून गाडी चालवतोयस. इंजीन सुरू कर, पहिला गिअर टाक... क्लचवरचा पाय हळूहळू काढ आणि गाडी थोडीशी पुढे सरकलीय, हे लक्षात आल्यावर हॅंडब्रेक मोकळा कर.''

ॲलिसनची गाडी सारखी बंद पडू लागली. क्लच, ब्रेक, गिअर हे संतुलन साधणं आपल्याला कधी जमणार? ड्रायव्हिंग ही फारच विक्षिप्त गोष्ट दिसतेय!

''मला वाटतं, थोडा वेळ आपण आपापल्या जागांची अदलाबदल करू या!'' हॅमिश म्हणाला. ''मी तुला सरळ मुख्य रस्त्यावरच घेऊन जातो. इतक्या रात्री रस्त्यावर शुकशुकाट असणार.''

लॉचढभच्या मुख्य रस्त्यावर आल्यानंतर त्यानं पुन्हा एकदा शांतपणे सर्व सूचना तिला सांगितल्या. ॲलिसन ड्रायव्हर सीटवर बसली व 'माझ्यासाठी थोडी बुद्धी पाठवून दे!' अशी कळकळीची विनंती तिनं देवाकडे केली – ज्या देवावर तिचा किंचितही विश्वास नव्हता.

...आणि मग अचानक गाडी रस्त्यावरून सावकाश पुढे जात असल्याचं तिच्या लक्षात आलं. गिअर कधी बदलायचे, हे हॅमिश तिला मधून-मधून सांगत होता आणि त्याच्या हुकमानुसार ती गाडी चालवत होती. गाडीच्या पुढच्या दिव्यांच्या प्रकाशात रस्ता उजळून निघत होता. तिला आत्मविश्वास यावा, म्हणून हॅमिशनं काही वेळ तिला रस्त्यावरून गाडी सरळ चालवू दिली. गाडी रिव्हर्स कशी घ्यायची

किंवा पार्क कशी करायची, हे इतक्या लवकर शिकवण्यात काहीच अर्थ नव्हता. ॲलिसन ताशी तीस मैल वेगानं गाडी चालवत होती; पण आपण जणू वाऱ्यावर स्वार झालो आहोत, असं तिला वाटत होतं.

"आता गाडी वळवून मी तुला घरी घेऊन जातो –" असं हॅमिशनं अखेर तिला हळुवारपणे सुचवलं.

ॲलिसनसाठी हॅमिश मॅक्बेथ हा देवतुल्य सत्पुरुष ठरला होता. तिला त्याच्याबद्दल इतकी कृतज्ञता वाटत होती आणि त्याच वेळी त्यानं केलेल्या उपकारानं ती इतकी संकोचून गेली होती की, तिनं 'कॉफी घेशील का?' हे वाक्य कसंबसं चाचरत उच्चारलं. पण हॅमिश हा अतिशय सावध वृत्तीचा व जुन्या विचारसरणीचा माणूस होता. त्याला पक्कं ठाऊक होतं की, अशा निर्जन स्थळीही आपण ॲलिसनच्या घरी गेलो होतो, याचा सुगावा नक्की कुणालातरी लागणार आणि गावभर त्याचा बोभाटा होणार. त्यानं तिला शांतपणे नकार दिला.

दुसऱ्या दिवशी गाडी चालवतानाचा ॲलिसनचा आत्मविश्वास पाहून तो चकित झाला. त्यावर आपण दिवसभर बंगल्यामधल्या छोट्या रस्त्यावर गाडी चालवण्याचा सराव करत होतो, असं स्पष्टीकरण ॲलिसननं त्याला दिलं. आणि मग मुख्य रस्त्यावर येऊन गाडी चालवत असता गाडीतून एक विचित्र आवाज अचानक आला व पाठोपाठ जोरदार हिसका देत इंजीन पूर्णपणे बंद पडलं. "हे त्या म्हाताऱ्या, हलकट मॅगीमुळेच!" ॲलिसन संतापानं किंचाळली. "वर्षानुवर्षं तिनं गाडी वाट्टेल तशी ताबडवली आहे."

"अरे, हो, हो – किती चिडशील?" हॅमिश तिला शांत करण्याचा प्रयत्न करत म्हणाला. "मी जरा बॉनेट उघडून पाहतो."

हॅमिशनं बॉनेट उघडून टॉर्चच्या उजेडात इंजिनाची तपासणी केली. ॲलिसन श्वास रोखून त्याच्याकडे उत्सुकतेनं पाहत होती.

हॅमिशनं निराशेनं मान हलवली. "गाडी इयानच्याच ताब्यात द्यायला हवी!" तो म्हणाला, "तू इथेच थांब. मी लँडरोव्हर घेऊन येतो व आपण ही गाडी टो करून लॉचढभला घेऊन जाऊ या. तुझ्याकडे पैसे आहेत ना?"

"मला मिळणारा बेकार भत्ता मी गेले कित्येक महिने साठवून ठेवलाय," ॲलिसन म्हणाली, "माझ्यापाशी पुरेसे पैसे आहेत."

"छान! गाडी दुरुस्तीला खूप खर्च येतो. अर्थात, मी इयानला पटवण्याचा प्रयत्न करेनच. मी त्याची खूप कामं केली आहेत."

इतक्या रात्री गाडीचं काम करावं लागणार, म्हणून इयान जाम वैतागला होता. "इंजीन अगदी बेकार अवस्थेत आहे." असं तो कुरकुरत म्हणाला, "मी माझ्या

परीनं प्रयत्न करतो,'' अखेर तो म्हणाला, ''पण खर्च बराच येईल. काम खूप आहे आणि क्लच प्लेटही बदलावी लागेल.''

''इयान, जरा बाजूला चल – मला तुझ्याशी थोडं बोलायचंय.'' हॅमिश म्हणाला व तो त्याला ॲलिसनपासून दूर घेऊन गेला.

दोघांचं संभाषण सुरू असताना ॲलिसन बराच वेळ तिथेच ताटकळत उभी राहिली.

मग दोघांनी हात मिळवले आणि इयान परत आला, तेव्हा त्याच्या कुरूप चेहऱ्यावर नाटकी हास्य पसरलेलं होतं. ''त्याचं काय आहे मिसेस कर्र, मला आता वाटतंय की तसा फारसा खर्च नाही येणार. हॅमिश उद्या येऊन गाडी घेऊन जाईल.''

त्याच रात्री उशिरा, भर पावसात हॅमिश हातात गळ अन् जाळं घेऊन सामन मासा पकडण्यासाठी लपत-छपत नदीकाठानं वर जाऊ लागला. जलरक्षकांनी आपल्याला पकडू नये, अशी तो मनात प्रार्थना करत होता. सामन मासा पकडून देण्याच्या बदल्यात इयाननं खर्चाचा आकडा कमी केला होता. त्या रात्री हॅमिश तीन वाजता घरी परतला. आठ पौंडाचा सामन स्वयंपाकघरातल्या ओट्यावर ठेवून तो बिछान्यावर आडवा झाला. पण त्यापूर्वी त्यानं टाऊझरला कुरवाळून बराच वेळ त्याचे न विसरता लाड केले. कारण त्याच्या चोरीच्या मामल्यात टाऊझरनं त्याला इमानदारीत साथ दिली होती.

ती ॲलिसन कर्र म्हणजे डोक्याला ताप झालाय... झोप लागण्यापूर्वी आलेल्या त्या विचारानं त्याची चिडचिड झाली. तिची आठवण झाली, तरी अंगावर शहारे येतात!

कर्नल हालबर्टन-स्मिथनं हातात धरलेलं वर्तमानपत्र किंचित खाली आणलं आणि समोर बसलेल्या प्रिसिलाचा शांत चेहरा हळूच निरखला. सकाळच्या टपालानं आलेलं पत्र ती वाचत होती.

''लवकरच लॉचढभमध्ये होणाऱ्या एका लग्नसमारंभाला जावं लागणार, असं दिसतंय!'' कर्नल म्हणाला.

''अं?'' प्रिसिला मान वर न करता म्हणाली.

''तुझा तो मित्र हॅमिश मॅक्बेथ आणि मिसेस बेअर्डची भाची यांचं प्रणयाराधन जोरात सुरू असल्याची चर्चा आहे. रोज रात्री तो तिच्या बंगल्यात असतो म्हणे!''

''अरे वा!'' प्रिसिला म्हणाली, ''छान आहे की!'' आणि तिनं पत्राचं वाचन सुरूच ठेवलं.

कर्नल चेहरा लपवत खुशीनं हसला. त्याचा अंदाज चुकला होता. आपली मुलगी त्या मठ्ठ पोलीस इन्स्पेक्टरच्या प्रेमात पडलेली नाही, याची आता त्याला खातरी पटली होती.

हॅमिशचं नक्की चाललंय तरी काय? प्रिसिला मनातल्या मनात फणफणली. ह्याला दुसरं काही काम नाही का? त्या मरतुकडीच्या बरोबर फिरण्यात का वेळ वाया घालवतोय? कदाचित त्याला तिच्याबद्दल सहानुभूती वाटत असणार. हॅमिश म्हणजे हॅमिश आहे! केवळ कीव वाटली म्हणून एखाद्या गबाळ्या मुलीबरोबर हा एक दिवस लग्न करूनदेखील बसेल...! पत्र गोळा करून ती खोलीबाहेर पडली. गेले कित्येक आठवडे तिनं संध्याकाळी पोलीस स्टेशनला फोन लावले होते, पण हॅमिश कुठेतरी बाहेरच असायचा.

तिनं घड्याळाकडे पाहिलं. सकाळचे दहा वाजले होते. आठवडाअखेर ती लंडनला जायला निघणार होती. ॲलिसनबद्दल हॅमिशचं काय मत आहे, हे प्रत्यक्ष त्याच्या तोंडूनच ऐकायला हवं – असा विचार तिच्या मनात आला.

गाडी चालवत ती पोलीस स्टेशनवर पोहोचली. बाहेर लॅंडरोव्हर उभी होती, पण हॅमिश मात्र घरी नव्हता. तिनं खिडकीतून डोकावून पाहिलं. डोळे बंद करून टाऊझर कोचावर लोळत पडला होता.

आता, जर मी हॅमिश असेन – तर एवढ्या सकाळी गाडी किंवा टाऊझरशिवाय मी कुठे जाईन? प्रिसिला विचार करू लागली. तिच्या डोक्यात अचानक प्रकाश पडला. तो फुकटची कॉफी प्यायला नक्कीच लॉचढभ हॉटेलमध्ये गेलेला असणार.

...आणि तिला हॅमिश नेमका तिथेच सापडला. मॅनेजरच्या केबिनमध्ये बसून तो कॉफी ढोसत होता. प्रिसिलाला पाहून तो उडालाच. ''मला वाटलं, तू लंडनला पोहोचली असणार!'' हॅमिश म्हणाला.

''आठवडाअखेरीला चाललेय!'' प्रिसिला म्हणाली, ''गुड मॉर्निंग मिस्टर जॉन्सन. मला हॅमिशशी थोडं बोलायचं होतं.''

''हो – हो, मलाही कामासाठी बाहेर जायचंय,'' हॉटेल मॅनेजर म्हणाला. ''तुम्ही दोघं इथे बोलत बसा.''

''नाही, इथे नाही –'' प्रिसिला म्हणाली.

''काही तक्रार वगैरे नोंदवायचीये?'' हॅमिशनं अधीरपणे विचारलं.

''हं, तसंच काहीसं!''

दोघेही चालत पोलीस स्टेशनमध्ये आले. घरात शिरेपर्यंत प्रिसिलानं तोंडून ब्रही काढला नाही.

''गोष्ट अशी आहे –'' त्याच्याकडे न पाहता प्रिसिला म्हणाली. ''तुझं ॲलिसन कर्बबरोबरचं प्रेम दिवसेंदिवस बहरत चालल्याच्या बातम्या माझ्या कानांवर येताहेत.''

नजरेला नजर न देणारा प्रिसिलाचा चेहरा त्यानं चट्कन निरखला आणि त्याच्या डोळ्यांत मिश्किल भाव उमटले. ''अखेर कधीतरी, कुणामध्ये तरी मला गुंतावंच लागणार; नाही का?'' तो अगदी हळुवारपणे म्हणाला.

“तुला ती खरोखरच आवडली आहे, का तुला तिच्याबद्दल फक्त सहानुभूती वाटतेय?”

“म्हणजे?”

“तुला ती आवडली असेल, तर छानच आहे!” प्रिसिला म्हणाली.

“थँक यू मिस हालबर्टन-स्मिथ. तुझ्या शुभेच्छा आहेत, याचा मला आनंद वाटतो. ॲलिसन लग्नासाठी तयार आहे आणि मीही तिला कायमची साथ द्यायची ठरवलं आहे.”

खुर्ची ओढून प्रिसिला बसली. टाऊझरनं तिच्या मांडीवर डोके ठेवले. तीही नकळत त्याचा कान कुरवाळू लागली.

तिचा चेहरा निर्विकार होता. हॅमिशला जुने दिवस आठवले. पूर्वी असं काही घडलं की, प्रिसिलामधली मत्सरी स्त्री जागृत व्हायची. मग हॅमिशलाही चेव चढायचा. आता तो काही तिच्या प्रेमात नव्हता, पण तरीही तिच्याबरोबर असलेल्या मैत्रीचे मोल तो जाणत होता. आजही तिनं घातलेल्या लोकरीचा जाड स्कर्ट, ब्लाउजमध्ये ती पूर्वीइतकीच सुंदर दिसत होती. खाली वाकून टाऊझरला थोपटताना केसांखाली तिचा चेहरा लपला होता.

उसासा सोडत हॅमिश तिच्या शेजारच्या खुर्चीवर बसला. “अगं, मी तुझी मस्करी करत होतो, प्रिसिला!” तो म्हणाला, “ॲलिसनला मी फक्त गाडी चालवायला शिकवतोय. गाडी शिकण्याच्या वेडानं ती अगदी पछाडलेली आहे; त्याशिवाय दुसरं काही तिला सुचत नाही. मला नक्की वाटतंय की, तिच्या मावशीनं तिला गाडीला हातही लावू दिलेला नसणार. पण शेवटी ती त्यांची खासगी बाब आहे.”

“हो, पण कुणालाही चट्कन आवडेल अशी मुलगी दिसतेय?” प्रिसिला सावकाशपणे म्हणाली.

“म्हणजे तिच्यासारख्या मुलीवर मी भाळलोय, असं तुला म्हणायचंय? मला लाज वाटते तुझी प्रिसिला!”

“मला तसं म्हणायचं नव्हतं.” अखेर मान वर करत प्रिसिला म्हणाली.

“ती तिशीची असावी. पण बिचारीला ड्रायव्हिंग शिकायची संधी अजून मिळाली नव्हती. स्वत:च्या सावलीलाही घाबरते, इतकी भित्री आहे ती!” हॅमिश म्हणाला, “मी तिला शिकवायला तयार झालो, हीच माझी मोठी चूक झाली. जरा घाबरली की, मला गोगलगाईसारखी चिकटते. ती नसली तरी तिचा तो चिकट स्पर्श सतत मला जाणवतो. तिला माझं वेड लागलंय... अर्थात, तात्पुरतं. ती म्हणजे ना – कुणाचा तरी सतत आधार शोधणारं जितं-जागतं बांडगूळ आहे, बांडगूळ!”

“हॅमिश, काय बोलतोयस तू हे?” प्रिसिला ओरडली. तो तिच्या प्रेमात

पडलेला नाही, हे ऐकून ती मनातून सुखावली होती; पण इतक्या हीन पातळीवरचं त्याचं बोलणं ऐकून ती चकित झाली होती.

"माझं बोलणं तुला निष्ठुरपणाचं वाटलं असेल; होय ना? पण तिचं व्यक्तिमत्त्वच रोगट आहे – किळसवाणं. माशीसारखं चिरडून टाकावंसं वाटतं मला! ती केवळ शरीरानं बिलगत नाही मला, मनानेही मला घट्ट विळखा घालते. ती माझ्या जवळपास नसते, तेव्हाही ती तिच्या मनोविश्वात मलाच मिठी मारून बसलेली असणार, हे मला जाणवतं."

"हॅमिश मॅक्बेथ, मला वाटतं – आपण नको तितके वाहवत चालला आहात. ती तुझ्या प्रेमात पडलीये असं तुला वाटणं, हा तुझा भ्रमदेखील असू शकतो."

"असेल कदाचित!" हॅमिश अर्धवट हसत म्हणाला. "म्हणजे ह्यापुढे मला खरंच एखादी मुलगी आवडली; तर तिनं मला घट्ट मिठी मारेपर्यंत तिलाही मी आवडलोय, हे मी खातरीपूर्वक कधीच सांगू शकणार नाही."

पण तुला तर आता माझ्यामध्ये काहीच रस उरलेला नाही... प्रिसिला मनातल्या मनात म्हणाली, "मॅगी बेअर्ड कुठे निघून गेली?" विषय बदलत ती म्हणाली.

"हरवलेलं सौंदर्य परत मिळवायला म्हणे ती दूर निघून गेली आहे. असं कधी शक्य असतं का?"

"समजून घेणं अवघड आहे!" प्रिसिला म्हणाली, "तिच्या आयुष्यात कुणी पुरुष आलाय का? म्हणून का त्या दिवशी पार्टीत तिला भोवळ आली? गर्दीत तिला तिचा जुना प्रियकर दिसला होता? कारण त्या दिवशी लॉचढभ हॉटेलमध्ये उतरलेले काही इंग्रज पाहुणेही पार्टीत सामील झाले होते."

"त्यावर मीदेखील खूप विचार केला –" आपले पाय लांब ताणत हॅमिश म्हणाला. "तिनं दुसऱ्या कुणाला नव्हे, स्वत:लाच पाहिले."

"काय बोलतोस, हॅमिश? स्वत:चा चेहरा पाहून कुणाला कधी चक्कर येऊ शकते का?"

"तुझ्यासारख्यांना नाही येणार. कल्पना कर की, तिनं बरीच वर्षं आहार-विहारावर काहीही नियंत्रण न ठेवता, स्वत:च्या शरीरावर वाट्टेल तसे अत्याचार केले असतील... आणि तरीही आपण पूर्वीसारखेच सुंदर दिसतोय, अशी प्रतिमा तिच्या मनात अजून तशीच राहिलेली असेल... तर अशा वेळेस नेमकं आपलं बेढब शरीर व कुरूप चेहरा अचानक समोर आल्यानं तिला प्रचंड धक्का बसला असावा."

"असू शकेल! लंडनमधल्या एका बाईनं सांगितलेला किस्सा मला आठवतोय. तिचं कपड्याचं दुकान होतं. तिच्या दुकानात खरेदी करणाऱ्यांमध्ये मध्यमवयीन व स्थूल स्त्रियांचं प्रमाण जास्त होतं, म्हणून तिनं स्थूल मॉडेल्स उभी केली. पण मग तिच्या लक्षात आलं की, शरीरानं स्थूल असलेल्या स्त्रिया स्वत:ला सडपातळ

समजतात व ढगळ गाऊन्स विकत घ्यायला तयार होत नाहीत. किती गमतीदार मनोवृत्ती असू शकते ना? असो. चल, मला निघायला हवं.''

''तू गाडी घेऊन लंडनला जाणार?''

''नाही फक्त इन्व्हर्नेसपर्यंत. सध्या सकाळचं खूप धुकं असतं. सकाळी आठच्या ट्रेननं मी जाईन. ॲलिसनची ड्रायव्हिंग टेस्ट कधी आहे?''

''दिवस किती भर्रकन निघून गेले! येत्या शुक्रवारी टेस्ट आहे.''

''चल, तुला आणि तुझ्या विद्यार्थिनीला शुभेच्छा! बाय, हॅमिश! येत्या उन्हाळ्यात भेटू!''

''बाय!!!'' त्यानं तिच्या गालावर ओठ टेकवले. आपल्यापेक्षा त्याचा चेहरा अधिक नितळ आहे, असं तिला क्षणभर वाटून गेलं. मान किंचित वाकवत ती वळली व चट्‌कन बाहेर पडली.

ॲलिसनच्या ड्रायव्हिंग टेस्टचा दिवस उजाडला, तोच लख्ख उजेड घेऊन. वातावरण आल्हाददायक होतं. रस्त्यांवर आणि झाडाझुडपांवर पहाटे पडलेलं दव व धुकं पाहता-पाहता विरून गेलं. तलावातलं पाणी चमचम करत होतं आणि धरणाकाठची अठराव्या शतकात बांधलेली टुमदार घरंदेखील आता सुबक व देखणी दिसू लागली होती. गावाला वेढून टाकणाऱ्या व 'जुळ्या बहिणी' या नावानं प्रसिद्ध असणाऱ्या दोन महाकाय टेकड्या आता बर्फानं आच्छादून गेल्या होत्या. लाकडी धूर, मच्छी, डांबर व कडक चहा यांचा गंधमिश्रित वास हवेत पसरला होता.

ॲलिसनला गाडीतून घेऊन हॅमिश गावाच्या दिशेनं निघाला होता. हॉटेलबाहेर उभ्या असलेल्या परीक्षकाकडे त्याचे दुरूनच लक्ष गेले व ''अरे बाप रे!'' असे उद्‌गार नकळत त्याच्या तोंडून निघाले.

''काय झालं?'' ॲलिसननं घाबरून विचारलं.

''काही नाही –'' हॅमिश सावरत म्हणाला. पण त्यानं त्या परीक्षकाला ओळखलं होतं. फ्रँक स्मिडन. लोकांनी 'स्ट्रॅथबेनचं हिंस्र जनावर' असं त्याला टोपण नाव ठेवलं होतं. बरेच दिवस तो सुट्टीवर गेला होता आणि त्याच्या जागी आलेला माणूस खूपच प्रेमळ व समजूतदार होता. बिचारी ॲलिसन! तो मनातल्या मनात पुटपुटला.

''हे बघ – आता मन शांत ठेवायचं आणि आपल्या बाजूनं सर्वोत्तम प्रयत्न करायचं!'' तो तिला म्हणाला.

ॲलिसनची परीक्षा सुरू असताना तिथे थांबणं त्याला शक्यच नव्हतं. तो धरणाच्या कडेनं चालू लागला. परीक्षा संपायला अर्धा तास तरी लागणार, असा विचार करत तो लॉचढभ हॉटेलमधल्या मॅनेजरच्या केबिनमध्ये शिरला.

"तुझा चेहरा उतरलेला दिसतोय?" मिस्टर जॉन्सन म्हणाला.

"आत्ताच मी ॲलिसनला तिच्या ड्रायव्हिंग टेस्टसाठी सोडून आलोय आणि तिची परीक्षा कोण घेणार आहे, माहितीये? स्मिडन."

"अरे बाप रे! म्हणजे बिचारीच्या सगळ्या आशाच मावळल्या म्हणायच्या." मिस्टर जॉन्सन म्हणाला. "त्याची मुलींवर भलतीच खुन्नस आहे."

"माझ्या मते, यात तिचाच दोष आहे –" हॅमिश वैतागून म्हणाला. "एकतर हाडकुळी आहे आणि राहणीही टापटिपीची नाही. तिशीची आहे, पण अगदी पोरसवदा दिसते. पण तो इतका स्त्रीद्वेष्टा असण्याचं कारण काय? त्याचं तर लग्न झालंय!"

"त्याचं फक्त लग्नच झालेलं नाही, त्याचं एक लफडंसुद्धा सुरू आहे."

"शक्यच नाही!" हॅमिश चकित होऊन उद्गारला. "कोण आहे?"

"तुला स्ट्रॅथबेनमधलं ते ड्रायव्हिंग स्कूल ठाऊक आहे – हॅरिसनचं? तिथे एक सेक्रेटरी आहे. बुटकीशी, सोनेरी केसांची. याची तर ती मुलगी शोभेल!"

"नाव काय तिचं?"

"मेसी मॅक्लम!"

"आणि मिसेस स्मिडनला ही गोष्ट ठाऊक आहे?"

"छे! ती तर भडक डोक्याची आहे. तिला समजलं, तर ती याचा खून करेल. बरं, कॉफी घेणार?"

"नको! काय बहारदार दिवस आहे आजचा! मस्त भटकायला हवं. आजच्याइतका सुंदर दिवस कधी पाहिलाच नव्हता."

प्रिसिलाप्रमाणेच मिस्टर जॉन्सनही हॅमिशला बरेच दिवस ओळखत होता. बोलता-बोलता हॅमिशच्या उच्चारात आलेले खास पहाडी हेल त्यानं ऐकले होते आणि ही धोक्याची सूचना आहे, हेही चट्कन त्याच्या ध्यानी आले होते.

"हे बघ!" मिस्टर जॉन्सन सावध होत म्हणाला, "स्मिडनबद्दल मी जे काही बोललो, त्याची कुठेही वाच्यता होता कामा नये."

पण मिस्टर जॉन्सनचं बोलणं ऐकायला हॅमिश होताच कुठे? तो केव्हाच तिथून सटकला होता!

मधल्या काळात ॲलिसनचं मन अगदी शांत व निश्चिंत होतं. तिनं छोट्या रस्त्यांवरून बिनचूक गाडी चालवली, हुशारीनं गाडी रिव्हर्स घेतली व छोट्या वळणावरही सफाईनं गाडी वळवली. मग गाडीतच बसून मिस्टर स्मिडननं विचारलेल्या हायवे कोड्सवरच्या प्रश्नांना अचूक उत्तरं दिली. जेव्हा त्यानं आपली वही बंद करून वर पाहिले, तेव्हा ॲलिसननं त्याच्याकडे हसून पाहिले. तो आपल्याला पास करणार याची जणू तिला खातरीच पटली होती.

“तू परीक्षेत नापास झाली आहेस!” मिस्टर स्मिडन शांतपणे म्हणाला.

ॲलिसनचं जणू स्वप्नविश्वच कोसळून चक्काचूर झालं. तिचा आपल्या कानांवर विश्वास बसेना. पुन्हा एकदा अपयश? “माझ्या हातून कोणती चूक घडली?” तिचा आवाज थरथरत होता.

“ते सांगायची मला परवानगी नाही.” तो तुटकपणे म्हणाला.

“पण आता तसं राहिलेलं नाही. ते नियम बदललेत. मी पेपरात वाचलं की, आता परीक्षकांना –” ॲलिसन उद्वेगानं बोलत होती. इतक्यात गाडीच्या काचेवर थाप पडली. स्मिडननं वर पाहिले. बाजूला हॅमिश मॅक्बेथ उभा होता.

“मिस कर्र, आजच्या दिवसाच्या तुला शुभेच्छा!” असं म्हणत स्मिडननं दरवाजा उघडला व तो खाली उतरला. बिचारी ॲलिसन स्टिअरिंगवर डोकं ठेवून जोरजोरात स्फुंदू लागली.

“गुड मॉर्निंग, मिस्टर स्मिडन!” हॅमिश शांतपणे म्हणाला. “लवकरच वसंत ऋतू सुरू होईल आणि लोकांच्या प्रणयवृत्तीला उधाण येईल. अर्थात, तुझ्यासारख्या माणसाच्या जीवनात कायमचाच वसंत फुललेला असतो म्हणा!”

“डोकं फिरलंय का तुझं?” स्मिडन वैतागून म्हणाला व आपल्या गाडीच्या दिशेनं चालू लागला. हॅमिशनं आपला हात लांब करत चट्कन त्याचा खांदा पकडला. “मिस कर्र परीक्षेत पास झाली की नाही, हे मी तुला विचारणार नाही.” हॅमिश म्हणाला. “कारण ती स्टिअरिंग व्हिलच्या मागे बसण्यापूर्वीच तिला नापास करायचं, हे तू आधीच ठरवून टाकलं होतंस. ह्या मुलींच्या तू का विरुद्ध आहेस? तुझं जर असली रूप समजलं, तर त्या बिचाऱ्या मेसी मॅक्लमचं तुझ्याबद्दल काय मत होईल?”

अचानक अंगावर वीज कोसळावी, तसा स्मिडन चपापला. त्याचा चेहरा खाड्कन उतरला. आपलं गुपित कुणाला ठाऊक असेल, अशी त्याच्या मनात कधी शंकाही आली नव्हती.

“तू असं काही करणार नाहीस...” तो गर्भगळित झाला होता.

“मी अतिशय प्रेमळ माणूस आहे –” हॅमिश म्हणाला, “पण अन्याय दिसला की माझं मस्तक भडकतं आणि माझ्या मते, ॲलिसन कर्र ही अतिशय तरबेज ड्रायव्हर आहे – पुस्तकात दिलेल्या सर्व सूचना अचूकपणे पाळणारी. जर तू केवळ खुन्नस ठेवून तिला नापास केलं असलंस, तर मी काय करेन याचा माझाच स्वत:वर भरोसा नाही. याआधीही तू नापास केलेल्या मुलींनी तुझ्याविरुद्ध अनेक तक्रारी केल्या आहेत; पण त्यांच्या तक्रारी अपयशापोटी निराश होऊन केलेल्या आहेत, असा निष्कर्ष काढला गेला आहे. पण एका पोलीस इन्स्पेक्टरनं त्या तक्रारींना दुजोरा दिला, तर? आणि नैतिक मूल्यांवर विश्वास ठेवणाऱ्या त्या इन्स्पेक्टरनं मिसेस स्मिडनलाच सत्य हकिगत सांगायची ठरवली, तर –?”

"मी मिस कर्रला पास केलंय..." स्मिडन हताशपणे म्हणाला.

"तसं तू तिला सांगितलंस?"

"नाही. मी किंचित भरकटलेल्या मन:स्थितीत होतो, त्यामुळे माझ्या हातून चूक झाली."

"ठीक आहे. आहे तिथेच उभा राहा आणि तुझ्या हातातल्या फॉर्मवर ती पास झाली आहे, असं लिहून दे. विषय संपला!" हॅमिश म्हणाला.

'मिस कर्र पास झाली', असं स्मिडननं एका फॉर्मवर घाईघाईनं खरडलं व तो फॉर्म हॅमिशच्या हातात ठेवला. हॅमिशनं तो फॉर्म चिमटीत पकडून उलटसुलट फिरवला. "चल, आता ताबडतोब इथून चालता होऽऽ" तो दरडावत म्हणाला.

"पण तू नाही ना...?"

"नाही, मी मिसेस स्मिडनपाशी अवाक्षरही काढणार नाही," हॅमिश म्हणाला. पण स्मिडन आपल्या गाडीजवळ पोहोचताच तो शांतपणे पुढे म्हणाला, "पण तू द्वेषबुद्धीनं मुलींना नापास करतोस, या तक्रारींना मात्र मी नक्कीच दुजोरा देणार!"

रेनॉल्ट गाडीचा दरवाजा उघडत तो आत शिरला.

"हे बघ –" हातातला फॉर्म ॲलिसनला दाखवत तो म्हणाला, "आता ह्या कागदानं तुझे डोळे पूस."

ॲलिसननं डोळे न उघडताच तो कागद हातात घेतला आणि मग जाड भिंगांच्या चष्म्यातून डोळे मिचमिचे करत ती वाचू लागली. तिचा विश्वासच बसेना. हातातल्या रुमालानं तिनं चष्म्याआडचे डोळे जोरजोरात चोळले.

"पण तो तर म्हणाला की... मी नापास झालेय!"

"सर्वांच्या हातून चुका होतात," हॅमिश सावकाश म्हणाला. "त्यानं आता त्याची चूक दुरुस्त केली आहे."

ॲलिसननं त्याच्या गळ्याभोवती हात टाकत त्याच्या गालाचं चुंबन घेतलं. "तुझ्यामुळे हे होऊ शकलं –" ती गदगदलेल्या स्वरात म्हणाली. "तू त्याला तसं करायला लावलंस."

"ते जाऊ देत," तिचे हात बाजूला सारत तो म्हणाला. "कोणी काय केलं आणि कोण काय म्हणालं, याचा आता विचार नको. तू आता एकटी गाडी चालवू शकतेस."

ॲलिसननं त्याच्याकडे ओशाळेपणानं पाहिलं. "जेवायची वेळ झालीये," ती म्हणाली, "आणि मी आपल्या दोघांसाठी हॉटेलमधलं एक टेबल आधीच बुक करून ठेवलंय... खास, आजचा प्रसंग साजरा करण्यासाठी... तुला चकित करायचं होतं."

"कल्पना खूप चांगली आहे," हॅमिश म्हणाला, "पण मी आत्ता ड्युटीवर आहे."

''पण... हॅमिश!'' ॲलिसनच्या मनात ती कल्पना आल्यापासून कितीतरी दिवस तिनं ह्या क्षणाची वाट पाहिली होती.

गाडीचा दरवाजा उघडून हॅमिश बाहेर आला. बाहेर किती छान-मोकळं वाटत होतं. जणू ॲलिसननं लावलेल्या उग्र पर्फ्युममुळे गाडीतली हवा चिकट व कोंदट झाली होती. पण खरं म्हणजे, ॲलिसन कधीही पर्फ्युम वापरत नसे. ''गाडी चालवत मस्त भटकून ये –'' खाली वाकून तिच्याकडे पाहत हॅमिश म्हणाला. ''आणि त्या फॉर्मची फोटोकॉपी काढून डीव्हीएलसीच्या ऑफिसात पाठवून दे. एक-दोन आठवड्यांत तुला लायसन्स मिळून जाईल.'' आणि ॲलिसन त्यावर काही बोलण्याआधीच गाडीचा दरवाजा बंद करत हॅमिश तिथून निघूनही गेला होता.

आपल्यापेक्षा गाडी चालवण्याच्या वेडानं तिला अधिक झपाटलंय, हे हॅमिश जाणून होता; नाहीतर तिनं हॅमिशचा सतत पिच्छा पुरवला असता. हॅमिश दिसेनासा होईपर्यंत ॲलिसन गाडीच्या आरशातून त्याच्याकडे निराश होऊन पाहत राहिली. मग तिचं लक्ष त्या फॉर्मकडे गेलं आणि आनंदाची एक उत्कट लहर तिच्या सर्वांगातून लहरत गेली. ती आता स्वतंत्र झाली होती! आता मनाला येईल तिथे ती जाऊ शकत होती. सूर्य तळपत होता आणि तिच्या समोरचा रस्ता धरणाच्या बाजूनं वळण घेत एका उंच पुलावरून थेट डोंगरात शिरत होता.

तिनं चावी फिरवली आणि गाडी एकदम वेगात पुढे सरकली. इतक्यात मागून एक गाडी जोरजोरात हॉर्न वाजवत तिच्या पुढे निघून गेली. जाता-जाता गाडीचा ड्रायव्हर खिडकीतून डोकं बाहेर काढत तिच्या अंगावर खेकसला होता. तिनं जोरात ब्रेक दाबले. तिच्या अंगाला दरदरून घाम फुटला होता. ती सिग्नल द्यायला विसरली होती... गाडी सुरू करण्यापूर्वी आरशातून मागे पाहायलाही ती विसरली होती!

तिनं गाडी पुन्हा सुरू करायचा प्रयत्न केला, पण गाडी जागची हलेना. ती आणखीनच घाबरून गेली. दोन्ही हातांनी चेहरा झाकत ती सुन्नपणे तशीच बसून राहिली. शांत हो – नीट विचार कर! तिनं स्वतःला बजावलं. आणि मग डोळ्यांवरचे हात बाजूला सारत तिनं खाली पाहिलं. हँडब्रेक्स मोकळे करायचे राहून गेले होते!

आता प्रत्येक गोष्ट पुनःपुन्हा समजावून सांगायला शेजारी हॅमिश बसलेला नव्हता.

तिनं आपले खांदे रुंद केले, इंजीन सुरू करत पहिला गिअर टाकला, आरसे तपासले, सिग्नल दिला, मान किंचित वळवत मागे झट्कन नजर टाकली आणि हळूहळू गाडी पुढे नेली. पुलावर आल्यानंतर तिनं गाडी रस्त्याच्या कडेला आणून थांबवली. घाबरून स्टिअरिंग गच्च पकडल्यामुळे तिचे हात बधिर झाले होते.

''असं होऊन चालणार नाहीऽऽऽ'' ती जोरात ओरडली.

तिनं पुन्हा गाडी सुरू केली. रस्ता निर्मनुष्य होता. दोन्ही बाजूंनी एकही गाडी येत-जात नव्हती. तिनं गाडीचा वेग हळूहळू वाढवत नेला. सदरलँडच्या महाकाय

पर्वतांचा दिमाखदार तोरा ती प्रथमच अनुभवत होती. गाडीनं आता अचूक वेग पकडला होता. ती भान विसरून गाडी चालवत होती. सदरलँडच्या काईल्सला मागे टाकत, बोनार ब्रिज व आर्डगे शहरावरून ती आता प्रसिद्ध स्ट्रुई घाटात आली होती. तो घाट म्हणजे मोटरचालकांसाठी कर्दनकाळ समजला जाई. परंतु तिथे प्रथमच येत असल्यानं व घाटाची ख्याती पूर्वी कधीही न ऐकल्यामुळे ती बिनधास्त गाडी चालवत होती. रस्ता उंच-उंच एका सरळ चढणीत वरच्या टोकावर पोहोचून मग खाली क्रॉमर्टी फर्थच्या दरीत खोल उतरत होता.

ॲलिसन एका मोठ्या चौकात येऊन पोहोचली. चौकाचा एक रस्ता मैलभर लांबीच्या पुलावरून इन्व्हर्नेसच्या दिशेनं जात होता, तर दुसरा रस्ता डिंगवॉलला जात होता. डिंगवॉल हे लहानसे गाव असल्याचे अंधूकपणे तिला स्मरत होते. म्हणजे तिथे वाहनांची वर्दळ फारशी नसणार, असा कयास बांधत तिनं गाडी झट्कन डिंगवॉलच्या दिशेनं वळवली. पण गाडी वळवताना आपण सिग्नल द्यायचे विसरून गेलो, हे लक्षात येताच ती पुन्हा बिथरून गेली. पुन्हा एकदा तिचे मन नैराश्यानं भरून गेले.

गाडी पार्क करण्यासाठी तिनं इतर गाड्यांपासून दूर व खूप मोकळी असलेली जागा निवडली. जवळजवळ वीस मिनिटं गाडी पुढे-मागे करत अखेर तिनं आपली रेनॉल्ट अशा तऱ्हेनं पार्क केली की, त्या जागेत एरवी तीन ट्रक्स उभे राहू शकले असते.

गाडी काळजीपूर्वक लॉक करून ती थोडीफार खरेदी करण्यासाठी शहराच्या मुख्य रस्त्यावर आली. एका फोनबूथपाशी येऊन तिनं अचानक एका आवेगात लॉचढभ पोलीस स्टेशनला फोन लावला. पण पलीकडून फोन उचलला गेला नाही. प्रकाश वेगानं मंदावतोय, हे तिला जाणवलं. परतीचा प्रवास खूप मोठा होता. ती कार पार्किंगकडे परतू लागली. गाडीच्या चाव्या बाहेर काढण्यासाठी सहजच तिचा हात खिशात गेला. खिशाला मोठं भोक पडलेलं होतं.

ॲलिसन थिजल्यासारखी थांबली. तिच्या हाता-पायांना कापरं भरलं. ती आल्या रस्त्यानं हळूहळू मागे जात चाव्या शोधू लागली; पण रस्ता इतका स्वच्छ होता की, त्याबद्दल डिंगवॉलला सर्वोत्कृष्ट स्वच्छ शहराचं पहिलं पारितोषिक मिळायला हवं होतं – रस्त्यावर कागदाचा एक कपटादेखील पडलेला नव्हता!

रस्त्यावरच्या एका इसमाला थांबवून तिनं पोलीस स्टेशनचा पत्ता विचारला.

डिंगवॉलचं पोलीस स्टेशन हे काही हॅमिशच्या पोलीस स्टेशनसारखं छोटं व उबदार नव्हतं. ती एक मोठी प्रशस्त इमारत होती. या इमारतीचं उद्घाटन युवराज्ञी अलेक्झांड्रिया हिच्या हस्ते झालं, असं वाक्य कोरलेली कोनशिला चट्कन लक्ष वेधून घेत होती. दरवाजा ढकलत ती आत शिरली.

गूढ चेहऱ्याची एक मुलगी सिगरेट ओढत स्वागत कक्षामध्ये बसली होती.

"माझ्या चाव्या –" ॲलिसन अभावितपणे बोलून गेली. "माझ्या गाडीच्या चाव्या हरवल्या."

"आम्हाला त्या सापडल्या आहेत." जुन्या सिगरेटच्या जळत्या थोटकावर नवी सिगरेट पेटवत ती गूढ चेहऱ्याची मुलगी निर्विकारपणे म्हणाली, "आत्ताच आमच्याकडे त्या आणून दिल्या गेल्या." आणि मग ओठांतून सोडलेल्या धुरांच्या वलयांमधून ती ॲलिसनकडे एकटक पाहत राहिली.

"अरे वाऽऽ फारच छान!" ॲलिसनच्या मनावरचा ताण एकदम नाहीसा झाला. "मी आत जाऊन त्या घेऊन येते."

"तुला त्या सोमवारपर्यंत मिळू शकणार नाहीत!" ती मुलगी म्हणाली.

"सोमवारी? आज शुक्रवार आहे. सोमवार?"

"माझ्या मागे असलेला दरवाजा तुला दिसतोय?" मागच्या दिशेला हात दाखवत मुलगी म्हणाली. तिच्या उजव्या बाजूला मागे असलेल्या मोठ्या दारावर एक पत्राची पेटी लटकत होती. "रस्त्यांवर सापडलेल्या वस्तू आम्ही त्या पत्राच्या पेटीत टाकतो. त्या वस्तू पलीकडच्या खोलीत ठेवलेल्या एका पिंजऱ्याच्या पेटीत पडतात. त्या दरवाजाची चावी असलेला माणूस रविवारपर्यंत सुट्टीवर आहे."

"पण तो दुसऱ्या कुणाकडे तरी चावी देऊन गेला असेल –?" ॲलिसन घायकुतीला येऊन म्हणाली.

"नाही!" ती मुलगी पुन्हा निर्विकारपणे म्हणाली. "चावी फक्त एकाच माणसाकडे असते. आलं लक्षात?" आपण केलेल्या विधानाचं विचित्र समर्थन देत ती पुढे म्हणाली. "कारण त्यामुळे एखादी वस्तू गहाळ झाली, तर त्याचा दोष फक्त एकाच माणसावर ठेवता येतो."

ॲलिसनचे ओठ थरथरले. "मला माझ्या चाव्या हव्या आहेत...."

"ठीक आहे. सार्जंट तुला काही मदत करू शकतो का, हे मी पाहते." सिगरेटचं थोटूक चपलेखाली चिरडत ती मुलगी म्हणाली व दिसेनाशी झाली. काही वेळानंतर सार्जंट त्या मुलीसोबत बाहेर आला. ॲलिसननं पुन्हा त्याला सर्व हकिगत सांगितली आणि सार्जंटनं पुन्हा तिला खोलीची चावी एकाच माणसाकडे असते, हे ऐकवले.

"पण मी लॉचढभला राहते – मला घरी परतायचंय!" ॲलिसनचा धीर आता सुटत चालला होता. मॅगीनं जर घरी फोन केला तर? किंवा अचानक ती प्रत्यक्षच अवतरली तर?

"ठीक आहे – ठीक आहे. मला काही करता येतंय का, ते मी पाहतो." त्यानं

मागे वळून कुणाला तरी जोरात हाक मारली व त्याच्याहून वरिष्ठ दर्जाचा दिसणारा एक पोलीस अधिकारी आतून बाहेर आला.

"मला वाटतं, आम्ही तुला नक्कीच मदत करू शकतो," तो म्हणाला आणि त्यानं अंगावरचे जाकीट काढत शर्टाच्या बाह्या गुंडाळल्या. सार्जंटनं आत जाऊन एक लांब निमुळती काठी आणली. काठीच्या टोकाला एक लोखंडी तारेचा हूक होता. मग दोघांनी मिळून तो हूक पत्राच्या पेटीतून आत सोडला व शाळकरी मुलं एखाद्या डबक्यात गळ सोडून मासे पकडण्याचा जसा प्रयत्न करतात, तसे ते पलीकडच्या खोलीत पडलेल्या गाडीच्या चाव्या शोधू लागले. शोधताना मधेच खळखळून हसायचे आणि "मिळतील, मिळतील – जरा तो हूक उजवीकडे घे, फ्रँक!" असं म्हणत एकमेकांना उत्तेजन द्यायचे.

अर्ध्या तासानंतर पोलीस स्टेशनचा मुख्य दरवाजा उघडला गेला आणि एक माणूस गडबडीनं आत शिरला. त्याच्या कानात सोन्याचा एक डूल होता आणि चेहऱ्यावरून तो प्रचंड अस्वस्थ दिसत होता. त्यानं लक्ष वेधून घेण्याचा प्रयत्न केला, परंतु दोन्ही पोलीस अधिकारी आपल्या कामात तल्लीन होऊन गेले होते.

मनावर ताबा ठेव – ॲलिसनचा आतला आवाज तिला निक्षून सांगत होता. जगबुडी नाही झालेली... गाडीच्या चाव्याच तर फक्त हरवल्या आहेत. ह्या बिचाऱ्या माणसाला काहीतरी महत्त्वाचं सांगायचं आहे. नक्कीच कुणाचा तरी खून झालेला असणार... मग ती त्या माणसाला मोठ्यानं म्हणाली, "तू भिंतीवरची घंटी वाजव."

त्यानं तसे केले व सार्जंटनं अनिच्छेनं मागे वळून पाहिले. "काय हवंय?"

"मी तुमचं टॉयलेट वापरू शकतो का?" तो तरुण माणूस म्हणाला.

"काहीच हरकत नाही. त्या कोपऱ्यात आहे."

"हा काय मूर्खपणा चाललाय?" ॲलिसन वैतागून ओरडली. "हे बघा, ज्याच्याजवळ त्या खोलीची चावी आहे, त्या माणसाचा मला पत्ता सांगा. मी टॅक्सीनं त्याच्या घरी जाते."

"त्याचं घर वीस मैलांवर आहे."

"काही हरकत नाही." डोळ्यांत येणारे अश्रू कसेबसे थोपवत ॲलिसन म्हणाली.

"तुम्ही इंग्रज माणसं फार उतावळ्या स्वभावाची असता!" सार्जंट शांतपणे हसत म्हणाला. "तू काळजी करू नकोस. सर्व गोष्टी आता आमच्या आवाक्यात आल्या आहेत – आम्ही लोहचुंबक मागवलंय."

स्वागतकक्षात ती मुलगी तिच्या सिगरेटसह परतली होती. "लोहचुंबक म्हणे!" ॲलिसन तिच्याकडे पाहून हताशपणे उद्गारली. त्या मुलीनं ॲलिसनची नजर टाळली आणि पेपर वाचत असल्याचा बहाणा केला.

अजून अर्धा तास निघून गेला होता. अंधार गडद होत चालला होता. काही झालं तरी ह्या कायद्याच्या रक्षकांशी मुळीच भांडायचं नाही, असा ॲलिसन मनोमन निग्रह करत होती आणि इतक्यात ''सापडल्या!'' असा उद्‌गार तिच्या कानी पडला.

''पाहिलंस?'' सार्जंट म्हणाला, ''तुला इतकं अस्वस्थ होण्याचं काहीच कारण नव्हतं. बरोबर बोलतोय ना मी?''

पण सार्जंटशी वाद घालण्याच्या मन:स्थितीत आता ॲलिसन नव्हती. तिनं त्याच्या हातातून गाडीच्या चाव्या खेचून घेतल्या आणि आभारही न मानता ती तडक बाहेर पडली.

गाडीच्या दिशेनं चालत असताना रस्त्यावरच्या सोडियम दिव्यांच्या भगभगीत प्रकाशात तिच्या चेहऱ्यावरचा ताण स्पष्ट दिसत होता. रात्र झाल्यानं कुठल्याही छोट्या गावाप्रमाणे डिंगवॉलमधीलही सर्व व्यवहार बंद होऊन गेले होते. शहर चिडीचूप झालं होतं.

ती गाडीत बसली. गाडीचे दिवे सुरू करून ती सावधपणे गाडी सावकाश चालवू लागली. रात्री गाडी चालवण्याचा आत्मविश्वास तिच्यात मुळीच नव्हता. समोरून येणाऱ्या गाड्यांचे हेडलाइट्स डोळे दिपवून टाकत होते आणि ती मोठ्या मुश्किलीनं गाडी रस्त्याच्या डाव्या बाजूला ठेवण्याचा प्रयत्न करत होती. अखेर लॉचढभला गाडी पार्क करून जेव्हा ती गाडीच्या बाहेर आली, तेव्हा तिचे पाय लटपटत होते... चालता-चालता आपण खाली कोसळू, अशी तिला भीती वाटली.

तिनं पोलीस स्टेशनची बेल वाजवली, पण हॅमिशनं तिला दुरून येतानाच पाहिले होते. तो कोचाच्या मागे लपून बसला होता.

बिचारी ॲलिसन अखेर कंटाळून घरी परतली. जे काही घडलं, ते एखाद्या दुःस्वप्नासारखं तिला भासत होतं. गाडी चालवण्याचा अनुभव भयानक होता. पुन्हा गाडी चालवण्याच्या भानगडीत कधीही पडायचं नाही, असं ती स्वत:ला बजावत होती.

पण गॅरेजमध्ये गाडी नीट पार्क करून गाडीबाहेर पडताच तिला उद्याचा दिवस कधी एकदा उगवतो, असे होऊन गेले. कारण आता ती दोन गोष्टींनी कायमची झपाटून गेली होती – ड्रायव्हिंग आणि हॅमिश मॅक्बेथ.

इन्व्हर्नेसहून लंडनला जाणाऱ्या हायलँड चिफटेन गाडीत प्रिसिला चढली. बाहेर हिमवर्षाव होत होता आणि डब्यात सुरू असलेल्या जोरदार एसीमुळे तिचं अंग गारठून गेलं होतं. यापूर्वीही तिनं आगगाडीतल्या गोठवणाऱ्या तापमानाविरुद्ध ब्रिटिश रेल्वेच्या कार्यालयात अनेकदा लेखी तक्रार केली होती. त्यामुळे गाडीतली हवा काही वेळानं उबदार होईल, याची तिला बिलकूल आशा वाटत नव्हती. कारण त्या कार्यालयातले कर्मचारी इतके उद्दाम व उद्धट होते की, हवेतील प्रदूषण वाढले

तरी चालेल, पण आगगाडीपेक्षा आपल्या मोटारगाडीनं प्रवास करायचे बहुतेक प्रवाशांनी ठरवले होते. जणू काफ्काच्या कादंबरीतीलच ते एक राज्य होते की, जिथे सर्वसामान्य नियम, कायदे व सौजन्य धाब्यावर बसवले जाई. 'जनतेला जास्तीत जास्त अडचणीत टाका' हेच जणू ब्रिटिश रेल्वेचे घोषवाक्य असावे, असा विचार प्रिसिलाच्या मनात आला. ती सूटकेस उघडून आणखी एखादा स्वेटर असल्यास शोधू लागली.

निराश होऊन ती आपल्या जागेवर बसली आणि खिडकीतून बाहेर पाहू लागली. तिचं लक्ष दुरून धावत येणाऱ्या हॅमिश मॅक्बेथकडे अचानक गेलं. ती जोरजोरात हात हलवून त्याचं लक्ष वेधू लागली. हॅमिश डब्यात चढला आणि त्यानं एक जाडजूड उबदार रग तिच्या हातात ठेवला. "तू थंडीनं गारठली असशील, असा डोक्यात विचार आला –" तो म्हणाला.

"किती गोड आहेस रे तू हॅमिश!" तो रग आपल्या गुडघ्यांवर ठेवत प्रिसिला म्हणाली. "मला केवळ निरोप देण्यासाठी तू इतक्या दुरून आलास?"

"अं? छे – छे, इन्व्हर्नेस पोलीस डिपार्टमेंटमधून मला जरा बोलावणं आलं होतं."

"इन्व्हर्नेस पोलिसांनाही न झेपणारी अशी कोणती मोठी जबाबदारी तुझ्यावर त्यांना सोपवाविशी वाटली?"

"ते गुपित आहे," हॅमिश ताठरपणे म्हणाला. "प्रवासासाठी तुला शुभेच्छा. येत्या उन्हाळ्यात पुन्हा भेटू."

तो वळला आणि जोरजोरात चालत दिसेनासा झाला.

आपण उगाचच त्याला डिवचले, असं वाटून प्रिसिला मनातून खिन्न झाली. अर्थात, केवळ मलाच भेटण्यासाठी तो आलेला नसणार... पण समजा आला असला, तरी आपण असं बोलायला नको होतं. नंतर तिच्या लक्षात आलं की, मांडीवरच्या रगाला कुत्र्याचे केस चिकटलेले आहेत. त्या पांघरुणालादेखील कुत्र्याच्या अंगाचा वास येत होता. बिच्चारा टाऊझर! प्रिसिला पांघरुणाला हलकेच थोपटू लागली. बिचाऱ्या टाऊझरला त्याच्या ह्या पांघरुणाची फार आठवण आली नाही म्हणजे मिळवलं!

हॅमिश चिडून स्टेशनबाहेर पडला. प्रिसिलाला केवळ निरोप देण्यासाठी इतक्या लांबून गाडी चालवत यायचं काही नडलं होतं? खरी गोष्ट अशी होती – त्याला अचानक प्रिसिलाची उणीव भासली होती... आपण कधीकाळी तिच्यावर केलेल्या प्रेमाची उणीव. त्या आठवणींनी तो एकदम व्याकूळ झाला होता आणि भावनेच्या भरात हाताला लागलेला टाऊझरचा रग उचलून तो थेट इन्व्हर्नेसला येऊन पोहोचला होता.

''टाऊझरसाठी ताबडतोब एक नवा रग विकत घ्यायला हवा,'' तो स्वत:शीच मोठ्यानं म्हणाला. ''नाहीतर ते जनावर पिसाटून उठेल.''

तो भानावर आला आणि एक मध्यमवयीन बुटकी स्त्री कुतूहलानं आपल्याकडे पाहतेय, हे त्याला जाणवलं.

''मॅडम, तुम्हाला काही मदत हवी आहे का?'' त्यानं अदबीनं विचारलं.

ती स्त्री त्याच्याकडे पाहून कुत्सितपणे हसली व म्हणाली, ''मला वाटलं की, तुलाच स्वत:ला कुणाच्यातरी मदतीची फार गरज आहे!''

हॅमिश ओशाळला आणि मान खाली घालून चालू लागला. मनातल्या मनात मात्र तो चडफडत होता.

सर्व स्त्रिया नरकात जावोत!

चार

मला वाटते – फुलपाखरू होऊन, स्वच्छंद जगावेसे
आणि सुंदर गोष्टींचा लोप होऊ लागताच,
चट्कन मरून जावेसे.
– *टी. एच. बेली*

पहाडी प्रदेशात वसंत ऋतूचे आगमन थोडे उशिराच होते; पण वसंत येताच अवघ्या सदरलँडचे एरवीचे रूप पालटून त्याचे रूपांतर निळ्याभोर, धुक्यानं वेढलेल्या एका नयनरम्य निसर्गचित्रात होऊन जाते. पावसानं धुऊन स्वच्छ झालेले फिकट निळे आकाश, दूर उभे असलेले गर्द निळे महाकाय पर्वत आणि निळाशार समुद्र.

पहाटेच्या अशा या निळसर वातावरणात हलकेच जाग येताच ॲलिसनचं मन धुंद-फुंद होऊन जायचं. दिवसभर गाडी चालवण्याच्या कल्पनेनं ती उत्तेजित व्हायची. तिनं स्वत:ला हॅमिश मॅक्बेथपासून दूर ठेवलं होतं. दुरून प्रीत करायची तिला आवड होती. त्याला आपल्यामध्ये रस नाही, ही गोष्ट तो समवेत असताना तिला समजत नव्हती असं नव्हे; पण म्हणून तर तो जवळ नसताना तो आपल्या प्रेमात असल्याची स्वप्नं रंगवण्यात ती दंग होऊन जात असे.

तर, आयुष्यात कधी नव्हे इतकी ॲलिसन सुखी व आनंदी दिसत होती. सारे काही तिच्या मनासारखे होत होते. सदरलँडचा तो रमणीय निसर्ग, तिची गाडी, मिसेस टॉडच्या मायेचा ओलावा, तिची गाडी, हॅमिश मॅक्बेथ, तिची गाडी, मॅगीचं घरात नसणं, तिची गाडी... आणि आता तर तिला ती गाडी स्वत:च्याच मालकीची वाटू लागली होती!

खासगीमध्ये तिनं तिच्या गाडीचे नाव 'स्वच्छंदी' ठेवले होते. गाडी पाहताच

तिच्या मनात एका प्रेमळ, इनामदार कुत्र्याचे चित्र उभे राहत असे.

आणि मग वसंत सरून उन्हाळा सुरू झाला. डोंगरांवर घंटेच्या आकारांच्या फुलांचा रंग चढला. रात्र मोठी होऊ लागली, पण रात्रीही उशिरापर्यंत उजेड असायचा. आणि अशातच मॅगी बेअर्डनं घरात अचानक पुनरागमन केलं. खरंतर कुणीच – अगदी ॲलिसननंसुद्धा प्रथमदर्शनी तिला ओळखलंच नाही.

ती अतिशय सुंदर व सडपातळ दिसत होती. तिचे केस सोनेरी मुलायम झाले होते. घरी येताना तिनं कपाट भरून नवे कपडे विकत आणले होते. तिचे गुलाबी गोबरे गाल व निळे मोठे डोळे चट्कन लक्ष वेधून घेत होते. तिनं घरात प्रवेश केला, तेव्हा मिसेस टॉड व ॲलिसन कॉफी पीत बसल्या होत्या. तिला पाहून दोघींच्या थक्क झालेल्या चेहऱ्यांची गंमत पाहत ती क्षणभर गप्प उभी राहिली.

"हो – हो, तीच मी – मीच ती!" वाक्याचं व्याकरण चुकलं असलं, तरी चेहऱ्यावर विजयी भाव ठेवत ती गर्वानं उद्गारली.

"नाहीऽ शक्यच नाही!" ॲलिसनचा श्वास अडकला. "मी नाही ओळखत तुला. नक्की काय केलंस तू?"

"सर्वोत्तम आरोग्य सुधार केंद्र आणि सर्वोत्कृष्ट प्लॅस्टिक सर्जन!" मॅगी म्हणाली. तिनं आता सौंदर्याबरोबर नवा बसका, घोगरट आवाजही कमावला होता. "ह्या खेडेगावात आल्यावर इतकं बरं वाटलं! मिसेस टॉड, माझ्या अंगातला कोट काढ. उद्या माझ्या घरी चार पाहुणे येणार आहेत आणि त्यांची राहायची सोय नीट करून ठेवली पाहिजे. माझा कोट वरच्या खोलीत ठेवून लगेच परत ये. मग पाहुण्यांची व्यवस्था कशी करायची, ते मी तुला नीट समजावून सांगते."

लावण्यवती दिसणाऱ्या मॅगीकडे ॲलिसन 'आ' वासून पाहत होती. जाडजूड कोषातून बाहेर पडलेल्या एका नाजूक रंगीबेरंगी फुलपाखरासारखी ती दिसत होती. तिच्या छातीत तीक्ष्ण वेदनेची कळ अचानक उसळली. आता गाडीचे काय होणार? आपल्याला गाडी कशी चालवायला मिळणार?

"कोण आहेत ते चार पाहुणे?" मनातला विचार बाजूला सारत तिनं विचारले.

"चारही जण माझ्या जुन्या परिचयाचे आहेत," पाय लांब करत व भली मोठी जांभई देत मॅगी म्हणाली. "मी विचार केला की, अविवाहित राहणं मला शोभून दिसत नाही. म्हणून मी माझ्या जवळची जुनी यादी बाहेर काढली आणि ह्या चौघांची निवड केली की, जे मला मागणी घालायला नक्कीच उत्सुक असतील. त्यांतला एक आहे पीटर जेनकिन्स, जो जाहिरातक्षेत्रात मोठ्या अधिकारपदावर आहे. दुसरा – क्रिस्पिन विदरिंग्टन, ज्याचा फिंचलीमध्ये मोटर विक्रीचा व्यवसाय आहे. जेम्स फ्रेम हा एका मोठ्या जुगारी अड्ड्याचा मालक आहे आणि चौथा म्हणजे प्रसिद्ध पॉप गायक स्टील आयर्नसाइड."

“अरेच्या, मला तर वाटलं की तो कधीच मेला!” ॲलिसन म्हणाली.

“कोण?”

“स्टील आयर्नसाइड. गेल्या अनेक वर्षांत त्याची एकही रेकॉर्ड बाजारात आलेली नाही.”

“तो जिवंत आहे – समजलं?”

“आणि तुला वाटतं की, त्यांच्यापैकी एखादा तुला सहज मागणी घालेल?”

मॅगी हळुवार हसली. मॅगीच्या चेहऱ्यावर एक तरी सुरकुती दिसेल, या आशेनं ॲलिसन तिचा चेहरा निरखत राहिली; पण तिला एकही सुरकुती आढळली नाही. “माझ्या अपेक्षेप्रमाणे ते चारही जण मला मागणी घालतील. म्हणजे, मला माझ्या सौंदर्यावर तितकासा भरोसा नाही. त्या सर्वांना पैशांची गरज आहे आणि जो माझ्याशी लग्न करेल, त्याला माझी संपत्ती मिळेल. अर्थात, तुझा पत्ता कट झालेला असेल.”

“कसा काय?” ॲलिसननं विचारलं.

“मी माझ्या आधीच्या मृत्युपत्रात तुला वारस नेमलं होतं, पण लग्न केल्यानंतर मी नवं मृत्युपत्र करणार आहे.”

“पण तुझं हृदय आता कसं आहे?” ॲलिसननं तिला विचारलं व ती लाजली.

“तुला काय वाटतं की, मी मृत्युपत्र बदलायच्या आधीच मरेन? बाळा, तेवढं तुझं नशीब बलवत्तर नाही.”

मिसेस टॉड परत आली आणि पाहुण्यांच्या व्यवस्थेबद्दल मॅगी तिच्याशी बोलू लागली. ॲलिसनच्या मनात विचारचक्र सुरू झालं होतं... जर मॅगी आधीच मेली, तर हे सर्व माझं होईल – हा बंगला, ती गाडी आणि मिसेस टॉड.

तिला हॅमिशची खूप आठवण झाली. मॅगीच्या अचानक परतण्यामुळे निराश झालेल्या ॲलिसनच्या मनातलं दुःख हलकं करणारी फक्त एकच गोष्ट होती – हॅमिशला पुन्हा भेटण्यासाठी आता तिला एक निमित्त मिळालं होतं. पण आता ती गाडी चालवू शकणार नव्हती. म्हणजे, हॅमिशच्या घरापर्यंतचं इतकं लांब अंतर तिला पायीच चालून जावं लागणार होतं.

“माझं हस्तलिखित टाईप केलंस?” मॅगी आपल्याशी बोलतेय, हे ॲलिसनला अचानक जाणवलं.

“होय, मी काम पूर्ण केलंय.” आपल्या नजरेतील घृणा मॅगीच्या लक्षात येऊ नये, म्हणून तिची नजर चुकवत ॲलिसन म्हणाली. मॅगीचे हस्तलिखित पुढे-पुढे अधिकच अश्लील व बीभत्स झाले होते. ॲलिसनचे वाचन दांडगे होते. मॅगीचे लिखाण वाचण्यापूर्वी आपण प्रत्येक लैंगिक कृती व विकृतीशी परिचित आहोत,

अशी तिची भाबडी समजूत होती; पण मॅगीच्या लिखाणातून तिची एका नव्या भ्रष्ट, अनैतिक व ओंगळवाण्या जगाशी ओळख झाली होती. मग ॲलिसननं अचानक एक धाडस करायचं ठरवलं. गाडीबद्दल आत्ताच मॅगीशी बोललं पाहिजे, असं तिला वाटलं. कदाचित ही नव्या रूपातली, स्वत:वर फिदा झालेली मॅगी आपल्याला चट्‌कन परवानगी देईलही. शिवाय मिसेस टॉड समोर असताना तिला नकार देणं अवघड जाईल.

''मॅगी, एक गोष्ट सांगू? ऐकून तू चकित होशील,'' एका दमात ती बोलली. ''तू इथे नसताना मी ड्रायव्हिंग टेस्टमध्ये पास झाले.'' तिच्या तोंडून शब्द घरंगळू लागले. ह्यात मिसेस टॉडचा काहीच दोष नव्हता. ॲलिसननंच तिला सांगितले की, मॅगीनं मला गाडी चालवायची परवानगी दिली आहे; पण ॲलिसनला ठाऊक होते की, आपली मॅगी मावशी मुळीच आक्षेप घेणार नाही, कारण –

मॅगीचा चेहरा हळूहळू लालबुंद होत गेला तसतसा ॲलिसनचा आवाज अस्पष्ट ऐकू येऊ लागला.

''ती माझी गाडी आहे,'' मॅगी म्हणाली, ''आणि ह्यापुढे तू तिला हातदेखील लावायचा नाहीस; समजलं? आता मी जरा गावात एक फेरफटका मारून येते. मला पाहिल्यावर सर्व जण चकित होणार आहेत. कदाचित मी त्या पोलीस इन्स्पेक्टरच्या घरीही जाऊन येईन. आणि हे बघ – तू आता मिसेस टॉडला मदत करायला शीक. तुझा फुकटेपणा यापुढे नाही परवडणार मला.''

मॅगी बाहेर पडली. उंच टाचांच्या चपलांमुळे ती चालताना लटपटत होती.

मग थोड्या वेळानं गॅरेजमधून कर्कश आवाज आला. ॲलिसन धावत स्वयंपाकघरात गेली व खिडकीतून बाहेर पाहू लागली.

मॅगीनं गॅरेजमधून जोरात गाडी बाहेर काढली. बंगल्याच्या प्रवेशद्वारावर दोन खांब उभे असल्यानं तिथला रस्ता थोडा अरुंद झाला होता. बाहेर पडताना मॅगीची गाडी एका खांबाला जोरात घासली गेली, ते पाहून ॲलिसन कळवळली. जणू तिच्या पाळलेल्या लाडक्या कुत्र्यालाच कुणीतरी चाबकानं फटकारले होते!

मिसेस टॉडचा संथ स्कॉटिश आवाज तिला मागून ऐकू आला. ''मिस कर्र, मला वाटतं – आपण आता कामाला लागू या. मला तुझ्या मदतीची मुळीच गरज नाही, पण निदान परतीच्या पहिल्या दिवशी तरी आपण तिचं मन राखू या!''

ॲलिसन कामाला लागली. आपण म्हणजे वेदनेनं ठणकणारा मांसाचा एक गोळा आहोत, असं तिला वाटलं. आपण धुऊन-पुसून पॉलिश केलेली आपली ती किमती कार! काय होणार आता तिचं? तिच्या डोळ्यांतून घळघळा अश्रू वाहू लागले. मॅगीला लवकरात लवकर मरण येवो, अशी तिनं सर्व देवांसमोर हात जोडून मनातल्या मनात प्रार्थना केली.

"अशी निराश का होतेयस?" मिसेस टॉड म्हणाली, "तुझ्या जागी जर मी असते, तर वर्तमानपत्र वाचून एखादी नोकरी हुडकली असती. ती बया तुला कधी घराबाहेर काढेल याचा नेम नाही."

"पण माझ्याकडे गाडी नसताना मी गावात नोकरी तरी कशी शोधू?" हुंदके देत ॲलिसन म्हणाली.

"जर तुला नोकरी मिळवायची खरी कळकळ असेल," मिसेस टॉड गंभीरपणे म्हणाली, "तर तू चालत जाशील. पंधरा मैलांवर तर गाव आहे."

पण शहरात वाढलेल्या ॲलिसनला पंधरा मैल चालणं, हा विचारदेखील झेपणारा नव्हता. आपल्याला गाडी चालवायला शिकवशील का, हे विचारायला मात्र ती हॅमिशच्या घरी एकदा चालत गेली होती. पण रोज इतकी पायपीट? अशक्य!

एरवी साधे, सरळ व रुबाबदार दिसणारे पुरुषसुद्धा बाहेरख्याली असू शकतात, हे सत्य पचवणं एखाद्या अब्रूदार स्त्रीला फार अवघड जातं. मॅगीच्या चार पाहुण्यांशी जेव्हा ॲलिसनची प्रथम ओळख झाली; तेव्हा तो पडेल पॉप गायक सोडल्यास, इतर तिघेही तिला सुशिक्षित व सभ्य वाटले. मॅगी ही ऐन तारुण्यात अत्यंत चंचल व चवचाल होती, हे समजल्यावरही ॲलिसनला विशेष धक्का बसला नव्हता. मॅगीनं उधळलेले रंग, तिचा कामांधपणा व तिनं अनेक पुरुषांबरोबर केलेल्या शय्यासोबतींची सविस्तर वर्णनं तिनं त्या हस्तलिखितात वाचली होती; पण तिनं भोगलेले पुरुष इतके चार-चौघांसारखे सुसंस्कृत व देखणे असतील, अशी मात्र तिनं कधीही कल्पना केली नव्हती.

मोटरविक्रेता क्रिस्पिन विदरिंग्टन, हा एक मध्यमवयीन गृहस्थ होता. त्याच्या चेहऱ्यावर एक प्रकारचा कृत्रिम तुकतुकीतपणा होता. त्याला टक्कल पडू लागलं होतं. काळेभोर डोळे, नजरेत अस्वस्थता, छोट्या बटणाच्या आकाराचं नाक व नीटनेटकी जिवणी. त्यानं घातलेला पोशाख महागडा असलातरी रुचिहीन वाटत होता. त्यानं ब्लेझर घातला होता आणि त्याच्या टायला मॅचिंग असणारा हातरुमाल, ब्लेझरच्या खिशातून डोकावत होता.

जुगारी अड्ड्याचा मालक जेम्स फ्रेम हा उंच व सडपातळ इसम होता. त्याचा आवाज बसका होता, तर त्याचे हावभाव फारच विचित्र असत. पण उच्चभ्रू घराण्यात वागण्याची अशीच पद्धत असते, असा त्याचा गोड गैरसमज होता. त्याचे केस चामड्यासारखे कडक व चकचकीत होते. त्याच्या अंगाला महागड्या लोशनचा दर्प येत असे.

पॉप गायकानं तर जणू सार्जंट पेप्परच्या काळातच स्वतःला कोंडून घेतले होते. त्याचे राखाडी केस खांद्यांवरून खाली रुळत होते आणि त्याच्या डोळ्यांवर

छोट्या काचांचा अर्धचंद्राकृती चष्मा होता. त्यानं जीन्सची पँट, डेनिमचे जॅकेट व चामड्याचे लाल रंगाचे बूट घातले होते. त्याचे उच्चार इतके कर्कश व अनुनासिक होते की, ऐकणाऱ्याच्या कानांवर ओरखडे उमटत असत. बीटल्सच्या जमान्यातून त्यानं उचललेली बोलण्याची खास लकब अत्यंत कृत्रिम व खोटी वाटत असे.

शेवटचा पीटर जेनकिन्स हा जाहिरातक्षेत्रातला बडा अधिकारी होता. उंच व सडपातळ. चेहरा बारीक असलातरी चेहऱ्यावरून हुशार वाटायचा. त्याला हेल काढून बोलायची सवय होती. ॲलिसनला तो एरवी आवडला असता, पण मॅगीचे हस्तलिखित वाचल्यामुळे त्या चारही जणांच्या बाबतीत तिचं मत पूर्वग्रहदूषित झालं होतं. मात्र मॅगीच्या स्मरणगाथेत त्या चौघांपैकी एकाचाही उल्लेख नव्हता.

मॅगीच्या आमंत्रणामुळे सर्वांनाच आश्चर्याचा सुखद धक्का बसल्याचे त्यांच्या बोलण्यातून जाणवत होते. सर्व जण मॅगीच्या सौंदर्याची भरभरून स्तुती करत होते. मॅगीही त्यांची चेष्टा-मस्करी करत होती आणि त्यांनी केलेल्या स्तुतीनं सुखावून जात होती. मॅगीची एक खासियत होती. तिची इच्छा असली तर कोणत्याही क्षणी ती एखाद्यावर मायेची मुक्त बरसात करू शकत असे. सर्व जण पोटभर जेवले. मॅगीनं फक्त सॅलड खाल्ले आणि हताश झालेल्या ॲलिसनची तर अन्नावरची वासनाच उडाली होती.

जेवणानंतर कॉफी पीत असताना मॅगीनं सहज सांगून टाकले की, तिनं पुन्हा लग्न करण्याचा निर्णय घेतलाय. ज्या कुणाची ती नवरा म्हणून निवड करेल, तो अचानक एक श्रीमंत माणूस होणार आहे. "आणि त्याच्या अपेक्षेपेक्षाही लवकर!" आपला हात छातीवर ठेवत ती म्हणाली, "तो ह्या हृदयाचाही स्वामी होणार आहे."

मॅगीनं सारं कसं अगदी नीट, योजनाबद्ध आखलं होतं... ॲलिसनच्या मनात विचार आला. खोलीत एक वेगळीच शांतता पसरली होती. मॅगीनं थोडक्या शब्दांत सर्वकाही सांगून टाकलं होतं. ती श्रीमंत होती व खूप वर्षं जगण्याची तिची मुळीच इच्छा नव्हती. त्यानंतर वातावरण पुन्हा पूर्ववत झाले व सर्व जण जुन्या आठवणी व जुन्या मित्र-मैत्रिणीसंबंधी बोलू लागले.

अर्थात, मॅगी हाच सर्वांच्या बोलण्याचा केंद्रबिंदू होता. मॅगीनं फिकट निळ्या रंगाचा नायलॉनचा झुळझुळीत गाउन घातला होता आणि गळ्यातला नीलमणी हिऱ्यांचा हार तिला खुलून दिसत होता. खुर्चीत बसताना तिनं गाउन थोडा वर उचलून घेतला होता. त्यामुळे उघड्या पडलेल्या तिच्या नितळ पायांकडे सर्वांचं लक्ष वेधलं जात होतं. ती आपल्या प्रमाणबद्ध स्तनांचंही पुढे वाकून जाणीवपूर्वक प्रदर्शन करत होती. सर्जरी करून तिनं आपल्या भल्या-मोठ्या स्तनांचा आकार

कमी केला होता. तिचे हास्यविनोद सुरू होते. ती चेष्टा करत होती, खोड्या काढत होती आणि स्वत:च केलेल्या विनोदांवर खळखळून हसत होती. तिनं ॲलिसनचा मात्र सर्वांसमोर फारसा अपमान केला नाही. पण तरीही ''पीटरच्या ग्लासमध्ये व्हिस्की ओत –'' किंवा ''क्रिस्पिनसमोरचा ॲश ट्रे उचल –'' अशा ऑर्डर्स सोडत ती तिला मधून-मधून कामाला लावत होती.

पण संध्याकाळ होऊ लागताच वातावरणातला ताण हळूहळू वाढू लागला. पीटर जेनकिन्सचा अपवाद सोडल्यास इतर तिघेही मॅगीभोवती घोटाळण्यात व तिची मर्जी संपादन करण्यात एकमेकांवर कुरघोडी करू लागले. मॅगीनं स्टीलला गिटार वाजवण्याची गळ घातली. पॉप गायक आपल्या खोलीत जाऊन इलेक्ट्रिक गिटार घेऊन आला. मात्र तो गिटार वाजवू लागताच मॅगीनं पेपर नॅपकिन्सचे छोटे बोळे करून सर्वांना वाटले व कानात घालण्याचा त्यांना इशारा केला. बिचारा स्टील इतका तल्लीन होऊन वाजवत होता की, त्याचे त्या प्रकाराकडे लक्षही गेले नाही. मॅगीनं केलेली चेष्टा ॲलिसनला मुळीच रुचली नाही. तिचं डोकं ठणकू लागलं. इतके दिवस उपभोगायला मिळालेलं स्वातंत्र्य अचानक गमवावं लागल्यानं ती आधीच उदास झाली होती. गेल्या दोन दिवसांत तिला आपल्या गाडीकडे डोळे भरून पाहतादेखील आले नव्हते. मॅगी तर तिला डिवचण्याची एकही संधी सोडत नाही. हॅमिश मॅक्बेथ माझ्याकडे बघून चाट पडला आणि जोरात ''चमत्कार!'' असं ओरडल्याचं तिनं ॲलिसनला खिजवत सांगितलं होतं.

पाहुणे प्रवासामुळे थकलेले असल्यानं त्यांनी सुदैवानं लवकर झोपायचे ठरवले. ॲलिसनला कपडे बदलावेसेही वाटेनात. ती तशीच बिछान्यावर कंटाळून बसून राहिली. मग बंगल्यात सामसूम झाल्यावर तिनं अंगावर कोट चढवला व पाऊल न वाजवता ती जिना उतरून गॅरेजपाशी आली. गॅरेजचा छोटा दरवाजा उघडून तिनं आतला दिवा लावला आणि त्या लाल गाडीकडे कितीतरी वेळ ती टक लावून पाहत राहिली. गाडीकडे पाहताना तिला अश्रू आवरणं मुश्कील झालं. ती असहायपणे रडू लागली. काहीही करून मॅगीचा काटा काढायलाच हवा... पण त्यासाठी पहिलं पाऊल उचलायचं धैर्य कुठून आणायचं?

तिला मागून पावलांचा आवाज आला तसा चट्कन दिवा बंद करत ती बाहेर आली. घराच्याबाहेर एक उंच काळी आकृती तिच्याकडे पाहत उभी होती.

''कोण आहे?'' तिनं दबक्या आवाजात विचारलं.

''पीटर जेनकिन्स.''

''काय पाहिजे तुला?''

''काही नाही – जरा मोकळी हवा हवी होती,'' ॲलिसनचा चेहरा त्याला दिसत नसलातरी तिची अस्वस्थता त्याला जाणवली होती. ''तू एवढी अस्वस्थ का वाटते आहेस?''

''गाडीमुळे!'' ती धुसमुसत म्हणाली, ''सकाळी तिनं फाटकाला गाडी ठोकली.''

''कोणी? मॅगीनं? मग? मला समजलं नाही. गाडी तुझी आहे?''

''नाही!!''

त्यावर पीटरनं एक अर्धवट उसासा सोडला. ''मला झोप येत नाहीये. तुला काही सांगायचंय का? चल, माझ्या गाडीत बसून आपण बोलू!''

''माझ्या बोलण्याचा तुला कंटाळा येईल –'' ॲलिसन म्हणाली.

''ती शक्यता नाकारता येत नाही. पण, हरकत नाही. चल, गाडीत तर बसू!''

त्याची गाडी म्हणजे जॅग्वार कंपनीचे नवे कोरे मॉडेल होते. त्यानं आपली गाडी इतरांपासून थोडी दूर लावली होती. गाडीत बसल्यावर त्यानं हीटर सुरू केला. ''काळजी करू नकोस. हवा चट्‌कन गरम होईल,'' तो म्हणाला. ''सिगरेट ओढणार?''

''मी नाही ओढू शकत...'' ॲलिसन म्हणाली, ''मला कॅन्सर झाला होता.'' ती हुंदके देत रडू लागली.

त्यानं आपला रुमाल तिला दिला व ती शांत झाल्यावर तिला तिची कहाणी सांगण्याची हलकेच विनंती केली. हळूहळू तिनं सगळं सांगून टाकलं. ''ती लवकर मरायला हवी,'' ॲलिसन म्हणाली, ''एकदा का तिनं तुमच्यापैकी एकाची नवरा म्हणून निवड केली की, ती तिचं मृत्युपत्र लगेच बदलणार आहे.''

''ती माझी निवड करू शकत नाही.'' पीटर म्हणाला, ''मला ती नको आहे.''

''मग तरीही तिला तुझ्याबद्दल खातरी कशी वाटली?''

अंधारामध्ये जळणाऱ्या सिगरेटचं टोक लाल-लाल दिसत होतं. सिगरेटचा शेवटचा झुरका मारत तो म्हणाला, ''ती आता खूप बदलली आहे. एकेकाळी मी तिच्या प्रेमात पागल झालो होतो. म्हणजे बघ – मी आता अठ्ठेचाळीस वर्षांचा आहे. ती गोष्ट वीस वर्षांपूर्वीची आहे.''

''पण मला सांग – तुमची सुरुवात कशी झाली?'' मन उदास असलंतरी तिनं कुतूहलानं विचारलं, ''म्हणजे – तू तिला असं म्हणाला होतास का, की जर तू माझ्याबरोबर झोपलीस तर मी अमुक पैसे तुला द्यायला तयार आहे.''

''नाही, नाही – वेश्याव्यवसायातल्या मॅगीसारख्या बाया अशा प्रकारे कधी आपला धंदा करत नाहीत. आम्ही अनेकदा भेटलो. मी तिच्या प्रेमात पडलो. तिनं

प्रेमात पडल्यासारखे भासवले. सुरुवातीला आम्ही महागड्या हॉटेलात जायचो, सुट्टीत दूर भटकायचो. मग बँकेत गहाण ठेवलेल्या काही वस्तू सोडवण्यासाठी तिनं माझ्याकडे पैशांची मागणी केली. त्यानंतर तिला कर्जफेडीसाठी मी आणखी काही मदत केली. अखेर दर आठवड्याला मी तिला पैसे देऊ लागलो. पण मी हे सर्व तिच्यावरील प्रेमाखातर करत होतो.''

''आणि मग तुला शहाणपण सुचलं?''

''छे, तशी वेळच आली नाही. ती एका अरबी शेखबरोबर फ्रान्सला अचानक पळून गेली. त्यातून सावरायला मला बरेच दिवस लागले. तिच्यामध्ये मला आता एक प्रकारचं क्रौर्य आलेलं दिसतं आणि... तिच्या मनाचा तोलही ढळला असावा. तिचं पत्र मिळाल्यावर माझा माझ्या नशिबावर विश्वासच बसेना. तिनं आणखीही काही लोकांना बोलावलंय, हे मला ठाऊक नव्हतं. पूर्वी ती खूप प्रेमळ, मायाळू, लाघवी आणि खोडकर स्वभावाची होती. तिनं कितीही चुका केल्या, तरी तिला कायम माफ करावंसं वाटत असे. आजचं तिचं हे बदललेलं रूप पाहून मी चकित झालो. मला झोपच येईना. ती कधीतरी माझ्याकडे परतेल – माझी होईल, अशी वेडी आशा मनी धरून मी इतकी वर्षं जगत राहिलो. लग्न केलं नाही... फुकट घालवलं आयुष्य!''

पण पीटरचं बोलणं ॲलिसनला काही पटेना. मॅगीला प्रेमळ व मायाळू म्हणणारा पीटर तिला मूर्खच वाटला.

''हॅमिशशी बोलायला हवं –'' ती स्वत:शीच अर्धवट पुटपुटली.

''हॅमिश कोण?''

''गावातला पोलीस इन्स्पेक्टर.''

''पण मॅगीनं गाडी ठोकल्याची तक्रार करायचा तुला अधिकार नाही, हे ठाऊक आहे ना तुला?''

''नाही, नाही – त्यासाठी नव्हतं भेटायचं मला. पण हॅमिश कुठलाही प्रश्न सोडवू शकतो, असा विश्वास आहे मला.''

''ठीक आहे. नाहीतरी मला झोप येतच नाहीये. मी तुला त्याच्याकडे घेऊन जाऊ शकतो.''

''पण आता तर मध्यरात्र उलटून गेली आहे.''

''जर तो कर्तव्यदक्ष इन्स्पेक्टर असेल, तर तो झोपमोड झाली म्हणून नाराज होणार नाही.''

''ठीक आहे!!'' ॲलिसन म्हणाली. हॅमिशला भेटायला मिळतंय आणि तेही अशा एका देखण्या पुरुषासोबत – ह्या कल्पनेनेच ती मनातून मोहरून गेली होती. पीटर तिला खरंच देखणा वाटला होता. पण त्याच्या स्वभावातला

दुबळेपणा तिच्या लक्षात आला नव्हता, कारण ती स्वत:ही तितकीच दुबळी होती.

हॅमिश मॅक्बेथनं स्वयंपाकघराचा दरवाजा उघडला. कोणाकडेही जाताना पुढच्या नव्हे, तर मागच्या दरवाजातून आत जायचे – ही तिथल्या गावकऱ्यांची पद्धत आता ॲलिसनला पक्की ठाऊक झाली होती. दोघांनाही इतक्या अवेळी आलेले पाहून हॅमिश चक्रावला. ह्या जगात आता सौजन्य व नम्रता शिल्लक उरली आहे का, असा विचार त्याच्या मनात आला. त्यानं चट्कन अंगात शर्ट चढवला. ''आत या –'' तो म्हणाला, ''इतक्या अपरात्री आला आहात, म्हणजे तसेच काही महत्त्वाचे काम असणार?'' शेजारी उभा असलेला टाऊझर हलकेच गुरगुरला. आपल्या मालकाच्या मनातली नाराजी जणू त्याला उमगली होती.

''किती दिवसांनी तुला पाहतेय, हॅमिश!'' ॲलिसन आवेगानं म्हणाली व त्याच्या छातीवर तिनं स्वत:ला झोकून दिले.

इन्स्पेक्टरनं झट्कन स्वत:ला तिच्यापासून सोडवून घेतले, हे पीटरच्या लक्षात आले. हॅमिशला तिच्याबद्दल काहीच सहानुभूती वाटत नाही, हे त्यानं झट्कन ओळखले आणि आता त्याला ॲलिसनचा अधिकच कळवळा वाटू लागला.

''बसा!!'' हॅमिश म्हणाला, ''आपण थोडी व्हिस्की घेऊ या!!''

हॅमिश सहसा गरम बिअर पीत असे. पण आज त्याच्या कपाटात फक्त एकच व्हिस्कीची बाटली होती आणि ती किमती सिंगल माल्ट होती. अशा अनाहूत पाहुण्यांसाठी ती बाटली उघडायची वेळ यावी याचा त्याला मनस्वी त्रास झाला, पण दारी आलेल्या अतिथींचा योग्य पाहुणचार तर करायलाच हवा. शिवाय, ॲलिसन कितीही रटाळ स्त्री असलीतरी पोटात व्हिस्की गेल्यावर ती कदाचित खुलून बोलू लागेल, असे त्याला वाटले.

स्वयंपाकघरात जाऊन तो बाटली व तीन ग्लास घेऊन आला आणि त्यानं तीनही ग्लासमध्ये व्हिस्की ओतली. ''चला!!'' हॅमिश म्हणाला, ''आता झट्कन सुरुवात कर आणि जे काही सांगायचं असेल, ते सर्व बोलून मोकळी हो. आजच ती स्वत: माझ्या घरी आली होता. प्लॅस्टिक सर्जरीनं माणसात इतका फरक पडू शकतो? कमाल आहे! ती तर एखाद्या चित्रपटातल्या नायिकेसारखी सुंदर व मादक दिसत होती. एखादा जुना दागिना लपवून ठेवावा तसं आपलं सौंदर्य तिनं जणू आपल्या आतच लपवून ठेवलं होतं आणि वेळ येताच अचानक ती ते आता आपल्या अंगावर मिरवू लागली आहे!''

हातातला ग्लास गच्च पकडून ॲलिसननं आपली दर्दभरी कहाणी त्याला ऐकवली. मॅगीनं केलेले मृत्युपत्र, तिनं आखलेला लग्नाचा बेत, तिनं गाडीची केलेली वाताहत वगैरे सर्व गोष्टी सांगत अखेर ती म्हणाली, ''हॅमिश, तिनं

लिहिलेले ते हस्तलिखित वाचल्यानंतर आता माझ्या मनात तिच्याबद्दल किंचितही आदर उरलेला नाही.''

''कसलं हस्तलिखित?'' पीटर जेनकिन्सनं एकदम विचारलं.

''तिनं तिच्या प्रेमप्रकरणांवर एक पुस्तक लिहिलंय आणि त्याच्यात संभोगाची अश्लील वर्णनंसुद्धा आहेत!'' ॲलिसन म्हणाली, ''तर मग हॅमिश, आता मी काय करू?''

''मी तुला पूर्वीदेखील सांगितलं होतं,'' हॅमिश शांतपणे म्हणाला, ''तिला सोडून दे. तू आता एक परिपक्व स्त्री आहेस. तू स्वत: पैसे कमावू शकतेस.''

''पण... पण... अजूनही मला अशक्तपणा जाणवतोय आणि कॅन्सर पुन्हा उद्‌भवला, तर?''

''तू जर तिच्याचबरोबर राहून स्वत:ची ही अशी दशा करून घेणार असशील, तर मग कॅन्सर पुन्हा उद्‌भवण्याची दाट शक्यता आहे.'' हॅमिश म्हणाला.

पीटर जेनकिन्स थंड नजरेनं इन्स्पेक्टरला न्याहाळत होता. दया व सहानुभूती व्यक्त करण्याची ही कोणती पद्धत? मुळात हा इन्स्पेक्टर तरी वाटतोय का? पीटरच्या मते, पोलीस इन्स्पेक्टर हा चोवीस तास ड्युटीवर असला पाहिजे आणि त्याच्या अंगावर गणवेश कायम असला पाहिजे. हॅमिशनं तर जाडी-भरडी पँट व लोकरीचा चौकड्यांचा शर्ट घातला होता. त्याच्या पायांत स्लिपर्स होत्या. डोक्यावरचे लालभडक केस विस्कटलेले होते आणि भुवयाही लांब व जाडजूड होत्या.

''मला वाटतं, असा सल्ला –'' पीटर म्हणाला, ''द्यायला फार सोपा असतो; पण प्रत्यक्ष आचरणात आणणं अतिशय अवघड असतं.''

''पण ही तर इतकी दुःखी-कष्टी दिसते की,'' हॅमिश म्हणाला, ''तिला असं करण्याखेरीज दुसरा पर्यायच मला दिसत नाही. तुला काय वाटतं?''

''मला असं वाटतं, इन्स्पेक्टर... की, तू मिसेस बेअर्डची कानउघाडणी करावीस आणि ॲलिसनशी प्रेमळपणे वागण्यास तिला सांगावं.'' पीटर म्हणाला.

''अशक्य आहे.'' हॅमिशनं जांभई दिली. ''जर मिसेस बेअर्डला निर्दय सावत्र आईसारखं वागावंसं वाटत असेल आणि ॲलिसनची गरीब सिंड्रेलाप्रमाणे तो सर्व त्रास निमूट सहन करायची इच्छा असेल, तर यात मी काहीही करू शकत नाही.''

''ॲलिसन, चल निघू या आपण –'' पीटन जेनकिन्स आवाज चढवत म्हणाला. ''इथे थांबण्यात काहीच अर्थ नाही. मला विचारशील, तर तू वेळ फुकट घालवतेयस.''

''मीतरी अधिक काय बोलणार?'' हॅमिश त्याला फारसं न दुखावता म्हणाला. ''आणि तू जर मला विचारलंस, तर मी म्हणेन की – हिच्यापाशी तक्रार करण्यासारखं

काहीच नाहीये. प्रत्येकानं स्वत:लाच सावरायला हवं. ॲलिसन, तू म्हणजे अगदी हळवी आणि रडवी झालेली आहेस.''

हॅमिशच्या शब्दांनी ॲलिसनचं सारं अवसानच गळालं. ती अक्षरश: मट्‌कन खाली बसली. पीटरनं आधार देत तिला उभं केलं.

''अरे क्षुद्र माणसा,'' तो क्षुब्ध होत म्हणाला, ''काय बोलतोयस तू? तिची काय अवस्था झाली आहे, हेही तुझ्या लक्षात येत नाही?''

''तर मग इथून जा आणि बाहेर जाऊन एकमेकांची डोकी खात बसा!'' हॅमिश शांतपणे आळस देत म्हणाला.

पीटरनं ॲलिसनला पोलीस स्टेशनबाहेर अक्षरश: खेचून नेली. जाताना त्यानं धाड्‌कन दरवाजा ओढून घेतला. हॅमिश झट्‌कन उठला व भिंतीला कान लावून ऐकू लागला. ''हे बघ ॲलिसन, यापुढे कायमचं लक्षात ठेव –'' पीटर म्हणत होता. ''जर तुला कसलीही मदत लागली, तर तू फक्त माझ्याकडे यायचंस.''

हॅमिश स्वत:शीच हसला. चला, म्हणजे ॲलिसनसाठी आता अबलख घोड्यावर स्वार होऊन तिच्या स्वप्नातला राजकुमार अवतरलाय तर!

कदाचित ॲलिसननं हॅमिशच्या बोलण्यावर नीट विचार केला असावा, कारण दुसऱ्या दिवशी सकाळी धीर गोळा करून पुन्हा एकदा तिनं मॅगीकडे गाडी चालवण्याची परवानगी मागितली. त्याचा परिणाम असा झाला की, त्यानंतर बराच वेळ मॅगीचा जोरदार चिडलेला आवाज बंगल्यामध्ये घुमत राहिला. जर ॲलिसनला गाडी चालवायची एवढी आवड असेल, तर तिनं स्वत:च्या पैशानं नवी गाडी विकत घ्यावी – असे तिनं ॲलिसनला सुनावले आणि अखेर ती तिला रिकामटेकडी, मूर्ख व नालायक मुलगी – असे म्हणाली.

त्या दिवशी संध्याकाळी ॲलिसन वैतागून बागेत फेऱ्या मारत होती. इतक्यात क्रिस्पिन विदरिंग्टन तिथे आला. ''आज सकाळी मॅगीचा आवाज फारच चढला होता ना?'' तो म्हणाला.

त्यानं पहाडी प्रदेशात शोभतील असे कपडे घातले होते. त्याचा आवाज जाडाभरडा, पण अतिशय धारदार होता. त्या क्षणी ॲलिसनला सहानुभूतीची अतिशय गरज होती.

''मला मॅगीचा तिरस्कार वाटतो.'' ती पुटपुटली.

''अगं, ती गंमत करत असणार. मी पैजेवर सांगतो की, तिला तू खूप आवडतेस. माझं ऐकतेस? चल, मी तुला माझी गाडी चालवायला देतो.''

''पण मला फक्त लहान गाड्याच चालवायची सवय आहे,'' ॲलिसन म्हणाली. पण तिनं क्रिस्पिनच्या दूर उभ्या असलेल्या पांढऱ्या शुभ्र रोल्स राइसकडे एक चोरटा कटाक्ष टाकला.

“चल, चल – आपण जाऊ या!”

“ठीक आहे,” ॲलिसन म्हणाली. अचानक उजळलेल्या नशिबामुळे तिला एकदम उल्हसित वाटू लागले. आधी पीटरनं तिच्यात रस दाखवला होता आणि आता क्रिस्पिननं.

“मी गाडी बाहेर काढतो, मग तुझ्या ताब्यात देतो –” क्रिस्पिन म्हणाला. “नंतर नकाशात पाहून एखादं चांगलंसं स्थळ निवडतो.”

“मला इथली बहुतेक ठिकाणं ठाऊक आहेत.” ॲलिसन म्हणाली. पण तिच्या बोलण्याकडे पूर्ण दुर्लक्ष करून क्रिस्पिननं नकाशा उघडला.

“अं... मला वाटतं, आपण इथे जाऊ या... फर्न बे! छान जागा असावी.”

“मला तिथे जायचा रस्ता ठाऊक आहे!” ॲलिसन उत्साहानं म्हणाली.

“हे बघ मुली, तू फक्त गाडी चालवायचं काम कर; रस्ता दाखवण्याचं काम माझं. नेहमी नकाशा दाखवेल त्या मार्गानं जावं, हे माझं ब्रीदवाक्य आहे.”

ॲलिसननं गाडी चालवायला सुरुवात केली. प्रथम ती थोडी बिचकत चालवत होती, पण हळूहळू तिला आत्मविश्वास आला आणि तिनं वेग वाढवला. “वेग फारच जास्त आहे,” त्यानं तिला झापले. “आता डावीकडे वळ!!”

“पण हा रस्ता तिथे –”

“मी म्हटलं, डावीकडे वळ –” तो गुरगुरला.

वळणावर वेग कमी करण्यासाठी ॲलिसननं जोरदार आवाज करत गिअर बदलला. “मॅगी तुला गाडी चालवू देत नाही, हे योग्यच आहे!” क्रिस्पिन कुचेष्टेनं म्हणाला.

वेग एकदम कमी करत तिनं गाडी थांबवली. इंजीन बंद केले व काळजीपूर्वक हँडब्रेक लावत तिनं त्याच्याकडे पाहिले. खूप ऐकलं ह्याचं! “तू मला तुझ्याबरोबर बाहेर का बोलावलंस?” तिनं क्षीण, थरथरत्या आवाजात विचारलं. “मला इथले सगळे रस्ते ठाऊक आहेत आणि नकाशात काय दाखवलंय याची मी पर्वा करत नाही. हा रस्ता इथे संपलेला आहे. इथून पुढे जाता येणार नाही.”

तो जोरजोरात हसला, पण हे कृत्रिम हास्य होतं. “तुम्ही स्त्रिया नेहमीच तुमच्या ड्रायव्हिंगबद्दल हळव्या असता. ठीक आहे, मी चुकलो. मी माफी मागतो. मित्र आहोत ना आपण?”

“हो!” ॲलिसन नाराजीनं म्हणाली.

“हे बघ – आपण एकमेकांना खूप मदत करू शकतो.”

“ते कसे काय?”

“मॅगीला तू खूप आवडतेस,” पाकिटातून एक सिगरेट काढत तो म्हणाला. “मला ठाऊक आहे की, ती तुला वाट्टेल तशी बोलते, पण तिचं तुझ्यावर प्रेम

आहे... म्हणूनच तर तिनं तुझ्या नावावर मृत्युपत्र केलंय.''

''पण ते सर्व तुम्ही....''

''आम्ही यायच्या पूर्वीची ती गोष्ट आहे ना? मला वाटतं, ती सर्वांशीच एक खेळ खेळतेय. तिला आमच्यापैकी कुणीच नकोय. ती खूप बदलली आहे.''

''तू तिला... म्हणजे... तुमची पहिली भेट कधी झाली होती?''

''दहा वर्षांपूर्वी पहिल्या बायकोपासून मी घटस्फोट घेतला होता. ती माझ्या शो-रूममध्ये गाडी विकत घ्यायला आली होती. अखेर त्या गाडीचे पैसे मीच भरले आणि जेव्हा आमचं प्रेमप्रकरण संपलं, तेव्हा तिनं ती गाडी विकून आत्ता आहे, तो डबडा विकत घेतला.''

''ती गाडी फार चांगली होती,'' ॲलिसन चिडून म्हणाली, ''पण तिनं त्या गाडीची वाट लावली.''

''ठीक आहे, तू तसं म्हण हवं तर. पण त्या काळात तिच्या सहवासात खरंच धमाल यायची. तिनं माझा खिसा रिकामा केला, पण मला खूप सुखही दिलं.'' त्यानं ॲलिसनच्या गुडघ्यावर हात ठेवून तिचा गुडघा हलकेच दाबला. ''मला वाटतं, आपल्या दोघांचंही छान जमेल. तुला आयुष्यात काहीच मजा चाखता आलेली दिसत नाही? मी तुझे भरपूर लाड करेन.''

''मला आता घरी जावंसं वाटतंय –'' ॲलिसन म्हणाली.

''छे – छे, इतक्यात नाही. अजून दिवस मावळायचाय. ह्या फर्न बे मधला एखादा छानसा बार शोधू या आणि थोडी-थोडी दारू पिऊ या.''

त्याला नाही म्हणायचं धैर्य ॲलिसनपाशी नव्हतं. पण चांगली गोष्ट एवढीच होती की, त्यानं आता तिला रस्ता दाखवण्याचं किंवा तिच्या ड्रायव्हिंगवर टीका करायचं बंद केलं होतं. ॲलिसननं एका पबच्या बाहेर गाडी उभी केली. पण तो अगदीच जुनाट व गावठी दिसत होता. भिंतींवर जागोजागी पोस्टर्स लावली होती. काउंटरपाशी एक मवाली टोळकं उभं होतं.

ॲलिसनला संकोचल्यासारखं झालं होतं. पहाडी प्रदेशात अजूनही असे काही पब्ज आहेत की, जिथे स्त्रीनं प्रवेश केल्यावर लोकांच्या भुवया उंचावल्या जातात. हा पब त्यांपैकीच एक होता. ज्यूक बॉक्सवर सत्तरीच्या दशकातलं जुनं गाणं वाजत होतं.

दोघांना बाजूला सारत, त्यांच्यामधून जात क्रिस्पिन काउंटरपाशी पोहोचला. ''कुणी आहे का?'' तो ओरडला. ''मला ऑर्डर द्यायची आहे.''

''कोण आहे रे? काय पाहिजे तुला?'' आपल्या कळकट ॲप्रनला हात पुसत बारमननं विचारलं. त्याचे लाल केस पिंजारलेले होते अन् दाढीही वाढली होती.

''मला एक स्कॉच आणि पाणी!'' क्रिस्पिन म्हणाला.

“आणि तुझ्या मुलीला काय पाहिजे?”

“मलाही तेच चालेल.” ॲलिसन म्हणाली.

“माझ्या मैत्रिणीलाही तेच हवंय.” क्रिस्पिन म्हणाला. ब्रिटनमध्ये कुठेही गेलंतरी आपल्याबरोबर असणाऱ्या कुठल्याही वयाच्या स्त्रीला सर्व जण आपली मुलगी असल्याचं का समजतात, हे त्याच्या लक्षात येईना. प्रत्येक बारमध्ये गेल्यावर तो जरा धटिंगणपणा करत असे, त्यामुळे लोक त्याचा मुद्दाम अपमान करत असत. ही गोष्ट त्याला अजून समजली नव्हती.

कोपऱ्यातल्या एका मळकट प्लॅस्टिक टेबलापाशी ते आपापले ग्लास घेऊन बसले.

“मस्त वाटतंय ना?” क्रिस्पिन म्हणाला. “मला असे जुने, पडके पब्ज खूप आवडतात. अशा ठिकाणी आल्यावर जाणवतं की, ब्रिटनमध्ये अजूनही शेतकरी जमात जिवंत आहे.”

एक माणूस आपल्या जागेवरून उठून त्यांच्या टेबलाच्या दिशेनं अचानक येऊ लागला. तो सरळ क्रिस्पिनसमोर येऊन उभा राहिला. क्रिस्पिन त्याच्याकडे पाहून ओशाळेपणे हसला आणि क्रिस्पिन किंवा ॲलिसनला तो काय करेल, याचा अंदाज येण्याअगोदरच त्यानं क्रिस्पिनच्या कपाळावर एक जोरदार ठोसा लगावला.

डोकं गच्च दाबून धरत क्रिस्पिन विव्हळला.

“तू त्याच्यावर हल्ला केलासऽऽ?” ॲलिसन किंचाळली, “मी पोलिसांना बोलावते.” पण ‘पोलीस’ हे शब्द ऐकताच क्रिस्पिन दचकला आणि त्यानं स्वत:ला लगेच सावरून घेतले. “मी... मी ठीक आहे,” तो म्हणाला, “आपण ह्या कुबट जागेतून आधी बाहेर पडू या.”

जेव्हा ते बाहेर पडले, तेव्हा क्रिस्पिनचा चेहरा पांढराफटक पडलाय आणि त्याचं अंग थरथरतंय, हे ॲलिसनच्या लक्षात आलं. त्याच्या कपाळावर आता भलं मोठं टेंगूळ आलं होतं.

“तू घाबरू नकोस. मी तुला सुखरूप घरी नेते –” ॲलिसन म्हणाली, “पण तुला खरंच बरं वाटतंय ना? नाहीतर मी पोलिसांना बोलावते.” फर्न बे हे हॅमिशच्याच अखत्यारीत येत असणार, असे ॲलिसनला वाटले. पण मग काल रात्रीचे हॅमिशचे निर्दय वागणेही तिला आठवले.

“नाही... नाही... मी दोन मिनिटांत पूर्वीसारखा होईन. तुला सांगतो, ह्या अशिक्षित गुंडांच्या नादाला लागण्यात काही अर्थ नसतो. तो कसा वागला, ते पाहिलंस ना? जणूकाही घडलंच नसल्याप्रमाणे तो शांतपणे आपल्या जागी जाऊन बसला. मूर्ख, हलकट लेकाचा!”

“तू इंग्रज आहेस, म्हणून तो असं वागला,” ॲलिसन त्याला धीर देत

म्हणाली. ''त्यांना इंग्रज माणसं अजिबात आवडत नाहीत आणि तू त्यांना शेतकरी म्हटल्यामुळे तो चिडला असणार.''

ते दोघे बंगल्यात पोहोचले, तेव्हा मॅगी त्यांची वाटच पाहत होती. तिच्या हातात ॲलिसननं टाईप केलेले तिच्या हस्तलिखिताचे बाड होते.

''मी त्यात थोडे बदल केले आहेत.'' ती ॲलिसनकडे पाहत तुसडेपणानं म्हणाली, ''तू तुझ्या खोलीत जाऊन टायपिंग करायला लगेच सुरुवात कर.''

''ॲलिसन म्हणत होती की, तू एक पुस्तक लिहितेयस? म्हणजे, आम्हा सगळ्यांचा उल्लेख आहे की काय त्यात?'' पीटर जेनकिन्सनं विचारलं.

''यथावकाश तुम्हाला समजेलच.'' मॅगी छद्मी हास्य करत म्हणाली. तिथे बसलेल्या चौघांनीही एकमेकांकडे पाहत अर्थपूर्ण कटाक्ष टाकले. मॅगीची नजर ॲलिसनवर गेली. ''शुंभासारखी इथे उभी राहू नकोस. चल, नीघ – आपल्या कामाला लाग!''

''मॅगी, मला आत्ताच तुझ्याशी थोडं खासगी बोलायचं होतं –'' पीटर जेनकिन्स म्हणाला.

''ठीक आहे. आपण बाहेर बसू या.''

ॲलिसन अभ्यासिकेत गेली. तिला थोडा धीर आला होता. पीटर आता आपली बाजू घेऊन मॅगीला नक्कीच सुनावणार, अशी तिला खातरी वाटत होती. अभ्यासिकेच्या खिडकीमधून बागेत चाललेले संभाषण सहज ऐकू येत असे. पीटर काय बोलणार याची तिला उत्सुकता होती. खिडकी उघडून ती कान देऊन ऐकू लागली.

पीटरचं बोलणं तिच्या कानांवर पडलं. ''मॅगी, माझा जाहिरातीचा व्यवसाय थोडा गोत्यात आलाय,'' तो सांगत होता, ''पण मला काही नवी गिऱ्हाइकेही मिळाली आहेत आणि लवकरच मला भरपूर पैसे मिळतील. तू काही हजार पौंड मला देऊ शकलीस, तर मी सहा महिन्यांत तुझं सर्व कर्ज फेडून टाकेन – अगदी तू ठरवशील त्या व्याजासह!''

''म्हणजे, माझ्याशी लग्न न करताच तुला माझ्याकडून पैसे हवे आहेत?'' मॅगी म्हणाली.

''डार्लिंग, जवळ येऊन आधी मला चुंबन दे. तू माझ्याशी लग्न करशील, अशी किंचित आशा जरी मला वाटली असती, तर मी तुला कधी विचारलंच...!''

ॲलिसननं खिडकी बंद केली व ती खुर्चीवर खिन्नपणे बसली. तिच्यावर कुणीच प्रेम करत नव्हतं. हॅमिश तर तिला कंटाळलाच होता. पण केवळ मॅगीचा आपल्यावर जीव आहे, ह्या समजुतीनं पीटर व क्रिस्पिन तिच्याशी सलगी करू पाहत होते.

अभ्यासिकेचा दरवाजा उघडला गेला आणि जेम्स फ्रेम चोरपावलांनी आत आला. ''मी काय म्हणतो...'' त्यानं अडखळत सुरुवात केली.

''मॅगीजवळ वशिला लावण्यासाठी जर तू माझ्यापाशी आला असशील, तर ते अजिबात शक्य नाही – सांगून ठेवते तुला!'' ॲलिसन कडवटपणे म्हणाली. ''तिला मी आवडत नाही आणि मीही तिचा तिरस्कार करते. जगण्याचा कंटाळा आला आहे मला. पण माझ्याआधी ती थडग्यात गेलेली पाहायचंय मला!''

''तू खूपच वैतागलेली दिसतेयस?'' डोळ्यांवर आलेले केस मागे सारत तो म्हणाला. ''मी फक्त एवढंच विचारायला आलो होतो... म्हणजे... तिच्या त्या हस्तलिखिताचं कळल्यापासून मी अस्वस्थ झालोय. जरा शहाण्या मुलीसारखं वाग आणि मला एवढंच सांग की, त्या पुस्तकात तिनं माझा उल्लेख केलाय का?''

ॲलिसननं त्याच्याकडे त्रासिक नजरेनं पाहिले. तिला आता त्या चौघांचाही तिरस्कार वाटू लागला होता. ''तुम्हा चौघांचाही त्या पुस्तकात अनेकदा उल्लेख आहे,'' ती त्याला डिवचत म्हणाली, ''आणि तिनं तुमच्या संबंधांचं फार अश्लील वर्णन केलंय. आता तू एखाद्या समंजस माणसासारखं वाग आणि इतर तिघांनाही त्याची कल्पना दे. मला आता जास्त पीडू नकोस; माझ्याकडे खूप काम आहे.''

अभ्यासिकेचा दरवाजा पुन्हा उघडला गेला आणि या खेपेस मॅगीनं प्रवेश केला. जेम्सला पाहून ती क्षणभर थबकलीच. मगाशी ॲलिसननं चट्कन खिडकी बंद केली नसती, तर पीटर मॅगीसमोर तिच्या बाजूनं बोलला होता, हे तिला समजलं असतं. पीटरचं बोलणं ऐकल्यानंतर मॅगीला हेही समजलं होतं की, तिची भाची क्रिस्पिनबरोबर बाहेर भटकून आली होती. मॅगीच्या अंगाचा तिळपापड झाला होता. आणि आता जेम्सला ॲलिसनच्या अगदी जवळ, वाकून उभा राहिलेला पाहून तिचा उरला-सुरला संयमही संपला होता.

''जेव्हा तुझं हे पुस्तक टाईप करून होईल,'' मॅगी ॲलिसनला म्हणाली. ''तेव्हा तू तुझं सामान बांधून ताबडतोब हे घर सोडायचंस!''

''पण मी कुठे जाऊ?'' ॲलिसन हताशपणे म्हणाली.

''ॲलिसन, नीट कान देऊन ऐक –'' मॅगी म्हणाली. ''आता तू खडखडीत बरी झाली आहेस. मी आता तुझा भार नाही वाहू शकत. तू आता स्वत:च्या पायावर उभी राहा. तुझं थोबाड पाहिलंतरी माझ्या तळपायाची आग मस्तकात जाते. या आठवड्याच्या अखेरीस तू मला माझ्या घरात दिसता कामा नयेस. समजलं?''

''डार्लिंग, मला तुझ्याशी थोडं बोलायचंय...'' जेम्स अजीजीनं तिला म्हणाला.

एखाद्या कसदार अभिनेत्रीप्रमाणे मॅगीनं झट्‌कन आपला मूड बदलला. ''मग चल ना – आपण माझ्या बेडरूममध्ये जाऊ.'' ती छछोरपणे त्याला म्हणाली.

ॲलिसन सुन्न होऊन खाली बसली. दरवाजा पुन्हा उघडला गेला आणि खास लिव्हरपूरच्या उच्चारातले स्टील आयर्नसाइडचे शब्द तिच्या कानी पडले – ''चला, बरं झालं! ती आता त्या जुगाऱ्याला घेऊन आपल्या खोलीत गेली आहे... त्यांच्या क्रीडांना आता ऊत येईल.''

ॲलिसन अंग आवळून तशीच शांतपणे बसून राहिली.

पॉप गायक खोलीत अस्वस्थपणे येरझाऱ्या घालू लागला. त्यानं कॉटनचा काळा शर्ट घातला होता. शर्टाची बटणं उघडी ठेवल्यानं छातीवरच्या पांढऱ्या केसांच्या पुंजक्यात लटकलेले सोन्याचे लॉकेट जणू घरट्यात लपल्यासारखे वाटत होते. ''देवा, तिच्याकडचे थोडे पैसे मला मिळू देत –'' तो म्हणाला, ''माझ्याकडे दहा हिट गाण्यांचा एक अल्बम तयार आहे. पण रेकॉर्डिंग स्टुडिओचं भाडं आणि वादकांचं मानधन देण्यासाठी मला पैशांची फार निकड आहे.''

ॲलिसन अचानक रडू लागली. अलीकडे ती इतकी हळवी व उदास झाली होती की, कोणत्याही क्षणी तिच्या डोळ्यांतून अश्रू ओघळू लागत.

''अरेच्या, काय झालं तुला?'' तो पॉप गायक तिच्या शेजारच्या खुर्चीत बसून तिला निरखत म्हणाला.

''या आठवड्याच्या अखेरीला मॅगी मला घरातून बाहेर काढतेय...'' हुंदके देत ती म्हणाली.

''मग तुझ्याकडे दुसरी जागा नाही का?''

ॲलिसननं जोरजोरात मान नकारार्थी हलवली.

''मला एक कोरा कागद दे. लिव्हरपूरमध्ये एका धर्मादायी संस्थेचं वसतिगृह आहे, तिथे तुला नक्की प्रवेश मिळेल. ही चिठ्ठी त्यांना नेऊन दे.''

''तू किती चांगला आहेस!'' ॲलिसन म्हणाली. पण लिव्हरपूरच्या असल्या घाणेरड्या वसतिगृहात जाण्यापेक्षा मी मरण पत्करेन – असंच ती मनातल्या मनात म्हणत होती.

''तुला सांगतो, आज सकाळी आम्ही चौघे जण तुझ्याचबद्दल बोलत होतो. मॅगीचा हृद्‌रोग इतका बळावत चाललाय की, जर ती तडकाफडकी मेली तर... आमचा विचार चालला होता की, चौघांपैकी एकानं तुझ्याशी लग्न करायचं आणि मग मॅगीची संपत्ती सगळ्यांनी मिळून वाटून घ्यायची.''

''जर मॅगी मेलीच ना –'' ॲलिसन चवताळून म्हणाली, ''तर सगळ्या संपत्तीचा मी ताबा घेईन आणि तुम्हा चौघांना घराबाहेर हाकलून देईन. मला मॅगीचाही तिरस्कार वाटतो आणि तुमचाही.''

तो नुसता हसला व त्यानं तिच्या डोक्यावर हळूच थोपटले. ''मॅगी आता चांडाळीण झाली आहे -'' तो म्हणाला, ''ती आता कोणालाही आपल्या तालावर नाचवू शकते. एकेकाळी ती इतकी सुंदर व मादक होती की, ती नजरेनं कोणाही पुरुषाला घायाळ करायची; आता मात्र तिला पैशाचा माज आलाय. तिच्यावरचा राग तू माझ्यावर काढू नकोस. कोणी सांगावं - कदाचित ती पट्कन मरूनसुद्धा जाईल! तेव्हा मी मात्र नक्कीच जिवंत असेन.''

''मी तुला दुखावलं असलं, तर मला माफ कर -'' ॲलिसन म्हणाली, ''पण तुम्ही सगळेच स्वार्थी आणि अप्पलपोटे आहात. तुमच्यापैकी एकालाही मॅगीबद्दल आस्था नाही.''

''काय असतं - तरुणपणी अंगात रग असते; कुठल्याही वस्तीत चहा-पाव खाऊन जगायची तयारी असते,'' तो अर्धवट स्वत:शीच पुटपुटला. ''पण एक दिवस तुमचे डोळे उघडतात... तेव्हा तुम्ही म्हातारे झालेले असता आणि आयुष्य पुन्हा नव्यानं सुरू करायची ताकद आता तुमच्यात उरलेली नसते. माझं बोलणं समजतंय का तुला?''

''मला कॉफी प्यावीशी वाटतेय!'' खुर्चीवरून उठत ॲलिसन म्हणाली, ''येतोस?''

''चल, आलोच!!''

मिसेस टॉड स्वयंपाकघरात काम करत होती. ॲलिसनचा रडवेला चेहरा पाहून ती बुचकळ्यात पडली. ''काय झालं गं?'' तिनं विचारलं.

मॅगी आपल्याला घराबाहेर काढणार असल्याचं तिनं मिसेस टॉडला सांगितलं.

''तिला कसलीतरी काळजी सतावत असणार.'' मिसेस टॉड म्हणाली. ''मिसेस बेअर्ड ही अतिशय सुसंस्कृत व चांगल्या स्वभावाची स्त्री आहे.''

''सुसंस्कृत म्हणे!'' ॲलिसन कुत्सितपणे हसत म्हणाली, ''मिसेस टॉड, आजपर्यंत मी तुला बोलले नव्हते; पण आता सांगते - ती एक बाहेरख्याली स्त्री होती आणि आजही आहे. तू एकदा तिनं लिहिलेलं पुस्तक वाचायला -''

''कोणाविषयी कधीही असं वाईट बोलू नये!'' मिसेस टॉड समजुतीच्या स्वरात म्हणाली.

''तिचं म्हणणं बरोबर आहे.'' मागे उभा असलेला स्टील म्हणाला, ''मॅगी वेश्या आहे.''

''मी माझ्या स्वयंपाकघरात असली भाषा खपवून घेणार नाही!'' मिसेस टॉड रागानं लालबुंद झाली होती. पॉप गायक तिचं उग्र रूप पाहून तिथून हळूच सटकला.

''हे बघ, आत्ता तू तुझ्या डोक्याला ताप करून घेऊ नकोस,'' मिसेस

टॉड म्हणाली, ''गावात माझं एक छोटंसं घर आहे. नोकरी लागेपर्यंत तू तिथे राहू शकतेस.''

''थँक यू!'' ॲलिसन क्षीण आवाजात म्हणाली. जणू आणखी एका तुरुंगाचा दरवाजा धाड्कन बंद झाल्याचा आवाज तिच्या कानांवर आदळला होता. मिसेस टॉडचे निमंत्रण स्वीकारणे म्हणजे आपल्या स्वातंत्र्याला मूठमाती देण्यासारखेच तिला वाटले. ''मी जाऊन काम करत बसते –'' मिसेस टॉडनं दिलेला कॉफीचा कप उचलत ती म्हणाली.

बंगल्यात अचानक कमालीची शांतता पसरली होती. कुणाचाच आवाज कसा येत नाही, याचे ॲलिसनला निराश मन:स्थितीत असतानाही आश्चर्य वाटले.

खुर्चीत बसून ती जबरदस्तीनं टायपिंग करू लागली. बेचैन मनाला कशामध्ये तरी गुंतवणं आवश्यक होतं. जेवणाच्या टेबलावर एकत्र जमून सगळ्यांचे चाललेले हास्यविनोद तिच्या कानी पडले, पण उठून त्यांच्यात सामील होण्याची इच्छा तिला होईना. ती सावकाशपणे टायपिंग करत राहिली.

मग दुपारी... मॅगी तिच्या खोलीत आली आणि तिच्या शेजारच्या खुर्चीत बसली.

''ॲलिसन, जरा मी काय सांगते ते ऐक –'' तिच्या त्या नव्या घोगऱ्या-बसक्या आवाजात मॅगी म्हणाली, ''माझं आजकालचं वागणं तू फारसं मनावर घेऊ नकोस. अलीकडे मी लहानसहान गोष्टींवरून चट्कन भडकते आणि मग सगळा राग तुझ्यावर काढते.''

ॲलिसन एकदम स्तब्ध झाली. तिची बोटं टाईपरायटरवरच थबकली.

''मी असं का वागतेय, हे माझंच मला समजत नाही!'' मॅगी पुढे म्हणाली. ''जगावर संतापण्यातच माझा निम्मा वेळ जातो आणि समोर सॅलॅडची प्लेट पाहिली तरी माझ्या पोटात मळमळू लागतं.''

''पण जेव्हा तू जाडी होतीस, तेव्हाही तू माझ्याशी चांगलं वागत नव्हतीस?'' ॲलिसन दबकत म्हणाली.

''तो तुझाच दोष आहे. तुझ्या वागण्या-बोलण्यात कमालीचा अजागळपणा आहे. पण तू इथेच राहा. ह्या चौघांना मी बोलवायलाच नको होतं. पण मला पुन्हा लग्न करावंसं वाटतंय आणि सगळे पुरुष अगदी एकसारखेच, याचा पुन्हा प्रत्यय येतोय.''

''पण ह्या चौघांनाच तू का निवडलंस?'' मॅगीनं अचानक दाखवलेल्या सौहार्दावर विश्वास ठेवायला ॲलिसनचं मन तयार नव्हतं, पण तिला आपली उत्सुकताही लपवता येत नव्हती.

''हे चौघे जण एकेकाळी माझ्या खरोखर प्रेमात पडले होते,'' मॅगी म्हणाली, ''मी एका खासगी गुप्तहेराला नेमून यांची माहिती काढली. चौघांनाही पैशाची फार

गरज आहे. मी स्वत:ला आता रूपसम्राज्ञी वगैरे मुळीच समजत नाही. स्त्रीमुक्ती आंदोलनावर तर माझा मुळीच विश्वास नाही. एखाद्या कुमारिकेला जर हॉटेलमध्ये सेविकेची नोकरी हवी असेल, तर तिला आजही अतिशय ओंगळ अनुभवाला सामोरं जावं लागतं. आणि स्वतंत्र व्यवसायाच्या बाबतीत बोलायचं झालं, तर पुरुषांना समोर फक्त पुरुषच लागतो. एखादी स्त्री जर स्वयंपूर्ण असेल, तर इतर स्त्रिया तिचा हेवा करतात आणि ती एकटीच राहत असेल, तर इतर जणी तिची कीव करू लागतात. म्हणून कदाचित मला पुरुषांचा सहवास आवडत असावा. पण आता प्रणयातलीही गंमत निघून गेल्यासारखी वाटते. लग्न हेसुद्धा शेवटी यांत्रिक, नीरस वाटू लागतं. दोघेही एकमेकांवर मालकी हक्क गाजवू पाहतात. अर्थात, मला याचा अनुभव नाही. कोणाही पुरुषाबरोबर मी फार काळ कधीच रमू शकले नाही. ज्या क्षणी मला तो अडचणीचा वाटू लागे, त्याच क्षणी मी त्याला हद्दपार करून टाकत असे. तेव्हा तू उगाचच असा चेहरा पाडून बसू नकोस – जरा हस बघू. माझ्या मृत्युपत्रात मी अजून तुझंच नाव कायम ठेवलंय.''

''मला तुझ्या पैशांचा अजिबात लोभ नाही.'' ॲलिसन धादांत खोटं बोलली.

मॅगीनं क्षणभर तिला निरखलं व हळूहळू तिच्या मुद्रेवरील भाव बदलू लागले. ''फार वाईट वागले मी तुझ्याशी... दुष्ट आहे मी. पण माझं असं वागणं तू मनावर नाही ना घेणार? राहशील ना तू माझ्यासोबत?''

ॲलिसननं मान वर करून मॅगीच्या निळ्या डोळ्यांमध्ये रोखून पाहिलं आणि तिला मॅगीचं खरं रूप प्रथमच जणू गवसलं.

''हो...!'' ती क्षीण आवाजात म्हणाली.

''शहाणी माझी मुलगी!'' मॅगीनं तिला घट्ट मिठी मारली. ॲलिसनला हॉस्पिटलमधला तो क्षण आठवला... त्या वेळीही तिला मॅगीचा स्पर्श असाच प्रेमळ, वत्सल व उबदार वाटला होता.

त्यानंतर ॲलिसन दिवसभर जणू हवेत तरंगत होती. मॅगीच्या अचानक बदललेल्या मूडमुळे बंगल्यातलं वातावरणही आनंदमय झालं होतं. उद्या मॅगीला गाडीबद्दल विचारायचं, असं ॲलिसननं मनाशी पक्कं करून टाकलं.

पीटर जेनकिन्सनं मॅगीसमोर ॲलिसनचं तोंडभरून कौतुक केलं होतं आणि त्यावर मॅगी जराही चिडली नव्हती.

ॲलिसनला त्या रात्री उशिरा झोप लागली. सकाळी कसल्याशा आवाजानं तिला अचानक जाग आली. कोणीतरी गॅरेजचा दरवाजा उघडत होतं.

गाडी!

मॅगी गाडी घेऊन बाहेर पडत असणार.

ॲलिसन ताड्कन उठली. गाडीबद्दल विचारायची हीच संधी आहे.

तिनं चट्कन अंगात गाउन चढवला आणि जिना झरझर उतरत ती बाहेर आली. गाडीचं इंजीन अर्धवट आचके देत होतं. मॅगीला गाडी चालू करता येत नसावी. ॲलिसन हळूहळू चालत गाडीसमोर जाऊन उभी राहिली. मॅगीनं चावी फिरवत पुन्हा एकदा गाडी सुरू करण्याचा प्रयत्न केला.

ॲलिसनला गाडीच्या काचेमधून मॅगीचा सुंदर चेहरा क्षणभर दिसला... दुसऱ्या क्षणी मात्र उसळलेल्या आगीच्या लोळात तो पार नाहीसा होऊन गेला.

पाच

हे मृत्यो, कुठे गेला तुझा डंख आणि दंश? हे थडग्या, तुझ्या
विजयाचा मागमूसही कोठे नाही! नरक यातनांच्या घंटा
घणघणताहेत, त्या तर तुझ्यासाठी; माझ्यासाठी नव्हे!
– *ब्रिटिश सैनिकांचे गीत*

ॲलिसनला अनेकदा एकच स्वप्न पडत असे. त्या स्वप्नात ती भयभीत होऊन किंकाळी ठोकण्याचा प्रयत्न करत असे. पण उघडलेल्या जबड्यातून आवाजच फुटत नसे. मात्र, आज तिनं मारलेली किंकाळी इतकी आर्त व जीवघेणी होती की, ती दशदिशांना कापत जाऊन तो आवाज दूरच्या महाकाय पर्वतांवर इतक्या जोरात आदळला होता की, त्याचे वेडेवाकडे पडसादही पुनःपुन्हा ऐकू येत होते.

त्या आवाजानं पीटर जेनकिन्स धावत बाहेर आला. त्याच्या अंगात नाइटड्रेस व पायांत स्लीपर्स होत्या. ॲलिसन अजूनही ओरडतच होती. जळणाऱ्या गाडीकडे तो पळत गेला आणि वेडेवाकडे हात हलवत तो आग विझवण्याचा निष्फळ प्रयत्न करू लागला. स्टील आयर्नसाइड स्वयंपाकघरातून आग विझवण्याचं नळकांडं घेऊनच बाहेर आला आणि तोही गाडीच्या दिशेनं धावला. ''अरे भल्या गृहस्था! मला जरा मदत कर –'' पीटर जेनकिन्सकडे संतापून पाहत तो ओरडला. मग त्यानं सर्व ताकद पणाला लावून गाडीचा दरवाजा उघडला.

त्यानं मॅगीला खेचून जमिनीवर ठेवले व तो तिच्या कपड्यांना लागलेली आग विझवू लागला.

तितक्यात मिसेस टॉड गाडी चालवत बंगल्यात पोहोचली. समोरचं दृश्य पाहून तिचा चेहरा पांढराफटक पडला होता. घरात जाऊन तिनं पटापट फोन फिरवले

आणि अग्निशामक दल, रुग्णवाहिका व पोलिसांना बंगल्यात ताबडतोब पोहोचण्याची विनंती केली.

मग ती बाहेर आली आणि रडणाऱ्या ॲलिसनच्या तिनं सरळ कानफटात ठेवून दिली. ॲलिसन हुंदके देत पीटर जेनकिन्सपाशी धावली. त्यानं तिला घट्ट जवळ घेतले.

मॅगीच्या शेजारी गुडघे टेकून मिसेस टॉड बसली. ''ती मेली आहे –'' स्टील कोरडेपणानं म्हणाला, ''मी तिला बाहेर खेचली, तेव्हा तिचे कपडे नुकतेच पेटायला लागले होते. तिला नक्कीच हृदयविकाराचा झटका आला असणार. तिनं आत्महत्या केली. आपल्या गाडीचा कुणी इतका सत्यानाश केलेला मी यापूर्वी पाहिला नव्हता.''

तितक्यात क्रिस्पिन व जेम्सही तिथे आले. दोघेही पायजम्यात होते.

पीटर जेनकिन्सनं दोघांनाही काय घडले, ते दबक्या आवाजात सांगितले. ॲलिसन अजूनही त्याच्या कुशीत थरथरत उभी होती. स्टील अर्धवट स्वत:शीच पुटपुटला, ''इतक्या दूरच्या ठिकाणी मदत पोहोचण्यासाठी अजून कित्येक तास वाट पाहावी लागेल.'' वारा सुसाट वेगानं वाहत होता. इतक्यात दुरून सायरनचा आवाज ऐकू आला.

आवाज हळूहळू जवळ येत गेला आणि लॉचढभ स्वयंसेवी अग्निशामक दलाची गाडी बंगल्यात शिरली. त्याच्या पाठोपाठच हॅमिशचीही गाडी आत आली.

''आम्हाला करण्यासारखं काहीच शिल्लक राहिलेलं नाही –'' अग्निशामक दलाचा प्रमुख म्हणाला. त्यानं हेल्मेट काढल्यावर लक्षात आले की, तो हॉटेल मॅनेजर मिस्टर जॉन्सन होता. त्यानं गाडीकडे पाहिले. बॉनेटमधून अजूनही धूर येत होता. गाडीच्या पुढच्या भागाचा जळून कोळसा झाला होता.

''कशालाही हात लावू नका!'' हॅमिश मॅक्बेथ जोरात ओरडला. ''न्यायवैद्यक पथकाला गाडीची पूर्ण तपासणी करावी लागेल.''

''त्याची आता काहीच गरज उरलेली नाही –'' क्रिस्पिन अतिउत्साहानं पुढे येत म्हणाला, ''आपल्याला सगळ्यांनाच ठाऊक आहे की, मॅगीनंच गाडीची विल्हेवाट लावलीये. इंजीनमध्ये काहीतरी गेलं होतं आणि त्याचमुळे इंजिनानं अचानक पेट घेतला. ते पाहून मॅगीला हृदयविकाराचा जोरदार झटका आला. तो झटका आला नसता, तर ती गाडीतून सहज बाहेर पडू शकली असती. गाडीचं दार लॉक झालेलं नव्हतं. तुम्ही पोलीस उगाचच साध्या गोष्टी किचकट करून ठेवता!''

''खरंच? मग आता तर त्या मला आणखीनच किचकट कराव्या लागतील!'' हॅमिश शांतपणे म्हणाला, ''रुग्णवाहिका येऊन गेल्यानंतर दुसऱ्या मिनिटाला मी तुमची जबानी घ्यायला सुरुवात करेन.''

सर्व जण खुनशी नजरेनं त्याच्याकडे पाहू लागले. हॅमिश आपल्या इन्स्पेक्टरपदाचा

फारच रुबाब दाखवतोय, असा विचार दु:खी मन:स्थितीत असतानाही ॲलिसनच्या मनात आला.

हॅमिश आपल्या लँडरोव्हरकडे परतला. केवळ काही तांत्रिक दोषामुळे गाडीनं पेट घेतला असावा, यावर त्याचा मुळीच विश्वास बसला नव्हता. डॉक्टर ब्रॉडीनं येताच क्षणी मृतदेहाची तपासणी सुरू केली होती. हॅमिशनं स्ट्रॅथबेनला फोन लावून संशयास्पद खुनाची नोंद केली होती.

रुग्णवाहिका बंगल्यात येताच हॅमिशनं शांतपणे बजावले, ''प्रेत आहे तिथेच राहू द्या.'' सर्व जण त्याच्याकडे चकित होऊन पाहू लागले : ॲलिसन, मिसेस टॉड, चारही पाहुणे, मिस्टर जॉन्सन, डॉक्टर आणि रुग्णवाहिकेतील सेवकवर्ग.

''तुला काय झालंय हॅमिश?'' डॉक्टर ब्रॉडीनं वैतागून विचारलं, ''हृदयविकाराचा झटका आल्यामुळे तिचा मृत्यू झालाय, ही गोष्ट अगदी स्पष्ट आहे. मला माहिती आहे की, गेल्या काही वर्षांत तू खून प्रकरणं यशस्वीपणे शोधून काढली आहेस. पण मित्रा, ते यश तुझ्या डोक्यात जाऊ देऊ नकोस.''

''मी संशयास्पद खून झाल्याचं स्ट्रॅथबेन पोलीस स्टेशनला कळवलंय.'' हॅमिश म्हणाला आणि वातावरण एकदम स्तब्ध होऊन गेलं. ''गाडीचं बॉनेट कोणी उघडलं?'' हॅमिशनं खडसावून विचारलं.

''आतमधली आग पूर्ण विझली आहे ना! हे पाहण्यासाठी आम्हीच ते उघडलं '' मिस्टर जॉन्सन म्हणाला.

''तुम्ही कशालाही हात लावायचा नाही.'' हॅमिशच्या आवाजात जरब होती. ''मिसेस टॉड, तू ॲलिसन व ह्या चारही पाहुण्यांना घेऊन घरात जा. मी येऊन तुमच्या जबान्या लिहून घेतो. स्ट्रॅथबेनहून पोलीस पथक येईपर्यंत आपल्याला वाट पाहावी लागेल.''

''तुझ्या वरिष्ठांकडे मला तुझी तक्रार करायची आहे,'' मिसेस टॉड चिडून म्हणाली, ''हा नैसर्गिक मृत्यू आहे, ही साधी गोष्ट तुला समजत नाही? जेव्हा माझा नवरा मेला होता, तेव्हाही तू माझ्या घरातली कपाटं उघडून विषाची बाटली सापडतेय का, हे शोधत बसला होतास.''

''तुझा नवरा खूप दारू प्यायला होता, हे जर तू मला त्या वेळेस सांगितलं असतंस तर मी तसं केलं नसतं!'' हॅमिश ठामपणे म्हणाला, ''सरकारी वकिलाच्या आदेशानुसार तेव्हा मी माझं कर्तव्य बजावत होतो.'' मिस्टर टॉडचा मृत्यू उलटी होऊन श्वास कोंडला गेल्यानं झाल्याचे निष्पन्न झाले होते आणि त्यामुळे त्याच्यावर विषप्रयोग झाल्याचा संशय व्यक्त करण्यात आला होता. अखेर त्यानं विषारी दारू प्यायल्याचे सिद्ध झाले होते. मिसेस टॉड मात्र आपला नवरा हृदयविकारानं वारल्याचे सर्वांना कायम सांगत राहिली.

मिसेस टॉड आत जाऊन न्याहारीची तयारी घुश्श्यात करू लागली. बाकीचे सर्व दिवाणखान्यात सुन्नपणे बसून राहिले. "मला एखादी स्वतंत्र खोली मिळू शकेल?" हॅमिशनं ॲलिसनला विचारलं.

"काय? हां – हां – अभ्यासिका... त्या बाजूला आहे."

"मला वाटतं, तूच प्रथम आत यावंस, मिस कर्र..." हॅमिश म्हणाला, "नाही – नाही, तू आत्ता येण्याची गरज नाही." पीटर जेनकिन्सही उठून तिच्याबरोबर येत असल्याचे पाहून तो म्हणाला.

हॅमिश अभ्यासिकेतल्या खुर्चीत बसला आणि त्यानं बाजूचे टेबल समोर ओढले. ॲलिसन आता रडायची थांबली होती. ती आजारी दिसत होती.

"मला फक्त एवढंच सांग की, आज सकाळी तू काय करत होतीस?" हॅमिशनं विचारलं.

"गाडी चालू होत असल्याचा आवाज मी ऐकला. नव्हे, गॅरेजचं दार उघडल्याचा आवाज माझ्या कानांवर पडला," ॲलिसन कापऱ्या आवाजात म्हणाली. "ती... मॅगी... आदल्या दिवशी माझ्याशी फारच प्रेमळपणे वागली होती. म्हणून तिच्याकडे गाडी चालवायची परवानगी मागावी, असं मला वाटलं. मी धावत खाली गेले आणि तिच्याजवळ पोहोचणार... इतक्यात गाडीनं पेट घेतला."

"त्याआधी जोरात आवाज झाला? म्हणजे स्फोट झाल्यासारखा?"

ॲलिसन मन एकाग्र करून आठवू लागली. "नाही!" अखेरीस ती म्हणाली. "एका क्षणी गाडीच्या काचेतून मला तिचा चेहरा स्पष्टपणे दिसला आणि दुसऱ्याच क्षणी आगीच्या ज्वाळांखेरीज दुसरं काहीच दिसत नव्हतं." ती पुन्हा रडण्याची चिन्हं दिसू लागली.

"मला वाटतं, आता आपण घरातल्या पाहुण्यांबद्दल बोलू!!" हॅमिश चट्कन म्हणाला, "त्या दिवशी रात्री तुझ्यासोबत पोलीस स्टेशनला आलेला तो उंच माणूस – पीटर जेनकिन्स – त्याच्याविषयी तुला काय ठाऊक आहे?"

"तो एका जाहिरात कंपनीत मोठ्या पदावर काम करतो –" ॲलिसन म्हणाली. "मला वाटतं, तो मॅगीला वीस वर्षांपासून ओळखत होता... का अठरा वर्षांपासून, असं तो म्हणाला होता. आठवत नाही मला; पण तो एकेकाळी तिच्या प्रेमात पडला होता आणि अचानक त्याच्या हाती तिचं पत्र पडलं होतं. मॅगीनं लग्न करायचं ठरवलं होतं, त्यासाठी तिनं ह्या चौघांची निवड केली होती. हे ऐकून तुला आश्चर्य वाटलेलं दिसत नाही?"

"तिचे अनेक आशिक होते, याचं मला फारसं आश्चर्य वाटलं नाही; पण पुरुषांना पटवण्याच्या तिच्या पद्धती ऐकून मात्र मी चकित झालो. ठीक आहे, पुढे सांग!"

''ती खूप बदलली असल्याचं त्यानं मला सांगितलं. आता तो काही तिच्या प्रेमात नव्हता, पण मी ऐकलं....''

ॲलिसननं जीभ चावली. पीटरनं मॅगीकडे पैसे मागितल्याचं आपण चोरून ऐकलं होतं, असं ती हॅमिशला सांगणार होती. पण गेल्या काही दिवसांत पीटरनं तिला खूप सांभाळून घेतलं होतं. आता पीटरचा बचाव करणं, तिचं कर्तव्य होतं.

''तू काय सांगणार होतीस?'' हॅमिशनं तिला खोदून विचारलं.

ॲलिसन गप्प बसून राहिली. त्यानं एक उसासा सोडला व म्हणाला, ''ठीक आहे, मी त्याबद्दल तुला नंतर विचारेन. मला आता इतरांविषयी सांग!''

''पिवळा पायजमा घातलेला बुटका पुरुष म्हणजे क्रिस्पिन विदरिंग्टन. लंडनच्या उत्तर भागातल्या फिंचले गावात त्याची मोठी शो-रूम आहे. तो गाड्या विक्रीचा व्यवसाय करतो. त्यानं आपल्या गाडीतून मला फिरवून आणलं होतं. मॅगीकडे मी त्याची शिफारस करावी, असं त्याला वाटत होतं.''

''पण त्यानं तुला असं का म्हणावं? कारण तुझ्या म्हणण्याप्रमाणे मॅगी तर तुझा कायम छळ करत असे.''

''त्याला वाटलं की, ज्या अर्थी मॅगीनं तिच्या मृत्युपत्रात मला तिच्या संपत्तीची वारस केलंय, त्या अर्थी मॅगीची मी लाडकी...'' बोलताना ॲलिसन एकदम गोंधळून हॅमिशकडे पाहू लागली. तिचा चेहरा आक्रसला.

''उगाच अपराधी वाटून घेऊ नकोस –'' हॅमिश चट्‌कन म्हणाला. ती पुन्हा रडायला सुरुवात करणार, या भीतीनं तो तिला सावरत पुढे म्हणाला, ''त्या बाईनं तुझ्या नावावर संपत्ती केली याचा अर्थ त्या कारणानं तू तिचा खून केलास, असा होऊ शकत नाही.''

''मला तसं नव्हतं म्हणायचं,'' ॲलिसन म्हणाली, ''पण त्याला कसं कळलं? म्हणजे मॅगीनं माझ्या नावावर मृत्युपत्र केलंय, हे त्याला कसं समजलं? आणि स्टील आयर्नसाइडलादेखील कसं कळलं?''

''कदाचित मॅगीनं त्यांना सांगितलं असेल.''

''तिनं तर फक्त त्यांना आमंत्रणाचं पत्र पाठवलं होतं!'' ॲलिसन म्हणाली. ''आणि ते आल्यावर पहिल्याच रात्री तिनं त्यांना सांगितलं की – चौघांपैकी ज्याच्याशी ती लग्न करेल, तो तिच्या सर्व मिळकतीचा वारस होईल. आपल्याला हृदयविकार आहे, हेही तिनं सांगितलं होतं.''

''म्हणजे तिनं तुझ्या नावावर मृत्युपत्र केलंय, हे त्यांना सांगितलं नव्हतं?''

''निदान मलातरी माहीत नाही. कदाचित पत्रांमध्ये तिनं तसा उल्लेख केला असू शकेल. मला ती म्हणाली होती की, तिचं लग्न झाल्यानंतर ती नवं मृत्युपत्र करेल आणि त्यातून माझं नाव काढून टाकेल. तिचं बोलणं त्यांनी चोरून ऐकलं

असावं. तिच्या बंगल्यात असं चोरून ऐकणं फार सोपं होतं. पण हॅमिश, तुला सांगते की – काल रात्री मी तुझ्याशी फार वाईट वागले, याबद्दल तिनं माझी माफी मागितली आणि मृत्युपत्रातून माझं नाव खोडणार नाही, असंही मला ती म्हणाली. सगळ्यांना आता वाटेल की, मीच हे केलं. पण हा तर खून असूच शकत नाही.''

''नसेलसुद्धा!! विदरिंग्टनबद्दल जरा सांग!''

''तो मॅगीचा प्रियकर होता, याव्यतिरिक्त मला त्याची काहीच माहिती नाही. तिचा तर तो एक व्यवसायच झाला होता.''

''पुरुषांकडून पैसे उकळण्याचा?''

''हो!''

''ठीक आहे. जेम्स फ्रेमचं काय?''

''तो लंडनमध्ये जुगारी अड्डा चालवतो. मॅगीकडे मी शब्द टाकावा, असं त्यानंही मला सुचवलं होतं. तो तसा निरुपद्रवी वाटला मला. त्याच्याशी मी फारसं बोलले नाही.''

''आणि स्टील आयर्नसाइड?''

''तो एक अपयशी पॉप गायक आहे. संगीतक्षेत्रात पुन्हा पाय रोवण्यासाठी आपल्याला पैशांची गरज आहे, असं तो मला म्हणाला. मला तो स्वभावानं चांगला वाटला. आणि हॅमिश, मला आत्ता आठवलं की – ह्या चौघांपैकी कुणीही आपल्याशी लग्न करायला तयार होईल याची मॅगीला खातरी होती; कारण ह्या सर्वांची माहिती काढण्यासाठी तिनं एका खासगी गुप्तहेराची नेमणूक केल्याचं तिनं मला सांगितलं होतं. चौघांनाही पैशांची फार निकड असल्याची खबर त्या गुप्तहेरानं तिला दिली होती.''

''छान! मी तिची कागदपत्रं चाळतो आणि त्या गुप्तहेराचं नाव मिळवण्याचा प्रयत्न करतो. तुझा मित्र पीटरला आत पाठवून दे.''

ॲलिसनच्या जागी पीटर जेनकिन्स आला. हॅमिश त्याला कुतूहलानं निरखू लागला. पण पहिल्या भेटीत जसा तो त्याला वाटला, तसाच तो आजही दिसत होता. प्रसन्न चेहऱ्याचा, थोडा स्त्रैण, बुजरा. हॅमिशकडे त्यानं नाराजीनं पाहिलं. ''तू निष्कारण गोंधळ वाढवतोयस,'' पीटर म्हणाला, ''आणि सगळ्यांना फुकटचे मानसिक क्लेश देतोयस. तुझे वरिष्ठ जितक्या लवकर इथे पोहोचतील, तितकं बरं होईल. झाला तो निव्वळ अपघात होता!!''

''असं तुला वाटतं. असो! आपण कामाला सुरुवात करू. संपूर्ण नाव....''

आपल्या शांत, संथ आवाजात पीटर एकेक गोष्ट सांगू लागला. वीस वर्षांपूर्वी तो मॅगीच्या प्रेमात आकंठ बुडाला होता, पण इथे येऊन मॅगीचं निराळंच रूप पाहिल्यावर त्याचं सर्व प्रेम आटून गेलं. तिनं त्याला दोन आठवडे इथे राहण्याचं

आमंत्रण दिलं होतं आणि त्यासाठी कंपनीतून रजा घेऊन तो आला होता. त्याला सुट्टी हवीच होती, म्हणून मग त्यानं इथेच राहायचं ठरवलं.

तो बोलत असताना हॅमिशचं विचारचक्र सुरू होतं. एका वेश्येसाठी हा इसम वीस वर्षं जीव लावून बसला होता? वयाबरोबर ह्याच्या बुद्धीची वाढ झाली नसावी. हा माणूस स्वत:ची कंपनी चालवतो, हे नवलच म्हणावं लागेल.

''तू तुझ्या कंपनीची सुरुवात कशी केलीस?'' पीटरचं बोलणं थांबल्यावर त्यानं विचारलं.

''आधी मी सॅंडफोर्ड अॅंड जोन्स कंपनीत नोकरी करत होतो.'' एका प्रसिद्ध कंपनीचं नाव घेत पीटर म्हणाला. ''मी तीस वर्षांचा असताना माझा काका वारला. तो श्रीमंत होता आणि त्यानं माझ्या नावावर खूप पैसे ठेवले होते, म्हणून मी स्वत:ची कंपनी काढायचा निर्णय घेतला. माझ्या कंपनीचं नाव जेनकिन्स असोसिएट्स.''

''कंपनी चांगली चाललीये?''

''उत्तम. उदाहरण द्यायचं झालं तर – बार्कर बेबी फूडची जाहिरात आम्ही करतो.''

''गेल्या वर्षी एका जॅपनीज कंपनीनं बार्करला खरेदी केलं होतं. तुझ्याकडे अजूनही त्यांचं काम आहे?''

''अर्थातच! सांगितलं ना मी आत्ता तुला?''

हॅमिश खुर्चीत मागे रेलून बसला. त्यानं पीटरला शांतपणे न्याहाळलं.

पीटरही त्याच्याकडे पाहत राहिला आणि मग अचानक खांदे उडवत तो बालिशपणे म्हणाला, ''मी खोटं बोलणार नाही. जाहिरातक्षेत्रात खूप मतलबी माणसं आहेत. माझा एक मित्र सुरुवातीपासून माझ्या कंपनीत भागीदार म्हणून काम करत होता. नुकतीच त्यानं कंपनी सोडली आणि जाताना त्यानं बार्करचं कामंही स्वत:बरोबर नेलं. मी सांगतो, ती जॅपनीज कंपनी त्याला नक्की बुडवणार.''

''आणि काल रात्री अन् आज सकाळी तू काय करत होतास?''

''मी गाढ झोपलो होतो. ॲलिसनची किंकाळी ऐकली आणि मी धावत बाहेर आलो.''

''आणि तू एखादा स्फोट किंवा मोठा आवाज ऐकलास?''

''नाही. अजिबात नाही. पण ॲलिसनची आरडाओरड ऐकण्याआधी तसा आवाज झाल्याची शक्यता मी नाकारत नाही. पण तो एक अपघात होता.''

''ठीक आहे, मिस्टर जेनकिन्स, सध्या एवढंच पुरे. मिस्टर विदरिंग्टनला आत पाठव.''

क्रिस्पिन आला आणि अतिशय खेळकर व मनमोकळेपणानं तो बोलू लागला. पण त्याच्या लगेच लक्षात आलं की, वातावरण गंभीर आहे. मग तो जरा गंभीर झाला.

त्याचे व मॅगीचे असलेले संबंध, काल रात्री व सकाळी तो कुठे होता आणि त्यानं काय केले, हे त्यानं न विचारताच सांगितले. घरचा पत्ताही सांगून टाकला. त्यानं यापूर्वीही पोलिसांकडे जबानी दिली असणार, हे त्यावरून हॅमिशनं ताडले. मग त्यानं अचानक फर्न बे मधल्या त्या गलिच्छ पबचं वर्णन करून आपल्यावर हल्ला कसा झाला, याची सविस्तर हकिगत हॅमिशला ऐकवली.

''मग त्याबद्दल तू लेखी तक्रार का नाही केलीस?'' हॅमिशनं विचारलं.

''काय उपयोग आहे?'' तो उर्मटपणे म्हणाला. ''तुम्ही सगळे गावचे लोक एकमेकांशी फितूर असता.''

''वाट्टेल ते बोलू नकोस!'' हॅमिश न चिडता म्हणाला, ''तुला मिसेस बेअर्डशी लग्न करायचं होतं?''

''तसं काही मी ठरवलं नव्हतं. मी गंमत म्हणून आलो होतो.''

''आणि तरीही तुला मिस कर्रची मदत घ्यावीशी वाटली?''

''ती येडपट मुलगी काही वाट्टेल ते सांगेल. हे बघ – हा जर खून असेल, तर तू तिच्यावरच जास्त लक्ष केंद्रित करायला हवंस.''

''म्हणजे, तू मिस कर्रकडे मदत मागितली नाहीस, असं तुला म्हणायचंय?''

''मी बोललेला प्रत्येक शब्द मला आठवत बसायला आवडत नाही.''

''ठीक आहे, मी नंतर तुझ्याशी बोलतो. आता मला मिस्टर फ्रेमची जबानी घ्यायची आहे.''

जेम्स फ्रेम आत आला आणि स्वतःच्या आधीच मऊ व मुलायम केसांना उगाचच पुनःपुन्हा हात लावून ते नीट करण्याचा प्रयत्न करू लागला. प्रत्येक वाक्याची सुरुवात 'तुला माहीत नाही का?' आणि 'मला असं म्हणायचंय,' अशी करत अखेर त्यानं काल रात्रभर आपण आपल्या खोलीत शांतपणे झोपलो होतो, हे लांबण लावत सांगून टाकलं.

तो मुद्दाम बावळटपणे वागत असावा, असं हॅमिशला वाटलं. स्वतःला गरीब व भाबड्या स्वभावाचा असल्याचे जरी तो दाखवत असला, तरी त्याच्या आत एक कोत्या वृत्तीचा बेरकी माणूस लपलाय – हे हॅमिशला अस्पष्टपणे जाणवत राहिलं. त्याच्या बोलण्यात संदिग्धता होती. बऱ्याच वर्षांपूर्वी आपण मॅगीला भेटलो होतो. आपण मधल्या काळात कधी अमुक काम केलं, कधी दुसरं काहीतरी केलं... आपलं घराणं श्रीमंत आहे – अशा प्रकारे तो बोलत राहिला. हॅमिश त्याला जोखत होता. कनिष्ठ मध्यमवर्गीय घरातला. अशुद्ध उच्चार. कदाचित थोडीफार भुरटेगिरी करण्यातला असावा.

''मी ऐकलं की, मिसेस बेअर्डचा भाव फार महागडा होता?'' हॅमिश म्हणाला.

''ती वेश्या नव्हती,'' जेम्स उसळून म्हणाला. ''आम्ही एकमेकांच्या प्रेमात

पडलो होतो. अर्थात मी तिच्या घराचं भाडं भरायचो किंवा थोडी इतरही आर्थिक मदत करत होतो. पण प्रेमात पडलेला तरुण मुलगा आपल्या प्रेयसीसाठी असं करतोच.''

''तुझ्या जुगारी अड्ड्याचं नाव काय?''

''द डायनॉसॉर. तो हाफ मून स्ट्रीटवर आहे – म्हणजे मे-फेअरला.''

''हो! हाफ मून स्ट्रीट मला ठाऊक आहे. हा अड्डा तुझ्या मालकीचा आहे?''

''तसं नाही म्हणता येणार. एका माणसासाठी मी तो चालवतो.''

''त्या माणसाचं नाव?''

''हॅरी फ्राय.''

''शँपेन हॅरी? म्हणजे, त्याची तुरुंगातून सुटका झाली?''

हॅमिशच्या बोलण्यानं जेम्स खट्टू झालेला दिसला.

हॅमिशनंही हॅरी फ्रायबद्दल बरंच काही ऐकलं होतं. तो एक चलाख भामटा होता. काही वर्षांपूर्वी त्यानं एका कर्नलला आपल्या जाळ्यात ओढले होते. कर्नल त्याच्या मधाळ बोलण्यावर व उमद्या स्वभावावर फिदा झाला होता. कर्नलची राजघराण्याशी जवळीक होती. राणीनं त्याला भेट म्हणून विंडसर येथे एक प्रशस्त बंगला दिला होता. कर्नल एका सार्वजनिक संस्थेच्या कार्यासाठी निधी उभारायला मध्य-पूर्व राष्ट्रात गेला असताना हॅरीनं त्याचा बंगला एका अरबाला प्रचंड किमतीत विकला आणि तो ती रक्कम घेऊन ब्राझीलला पोबारा करण्याच्या तयारीत असताना त्याला लंडन विमानतळावर अटक करण्यात आली होती.

परंतु आश्चर्य म्हणजे, त्याला फारकमी शिक्षा झाली होती. त्याचं व्यक्तिमत्त्व जबरदस्त होतं आणि त्याचा त्यानं कोर्टात प्रभावीपणे वापर केला होता. घर विकून मिळालेले सर्व पैसे त्यानं परत केले. खरं म्हणजे, हॅरीकडेही करोडोंची संपत्ती होती. लोकांना चलाखीनं ठकवणं, हा त्याच्या डाव्या हातचा खेळ होता.

अखेर हॅमिशनं जेम्सला बाहेर पाठवले आणि त्या जागी स्टील आयर्नसाइड येऊन बसला.

''खरं नाव?'' हॅमिशनं विचारलं.

''व्हिक्टर प्लमर!'' पॉप गायक घुश्श्यात म्हणाला. पण जेव्हा त्याला मॅगीशी असलेल्या जुन्या मैत्रीविषयी विचारलं, तेव्हा तो एकदम उल्हसित होऊन काव्यात्मक बोलू लागला. जणू एखादा कोवळा तरुण आपल्या पहिल्या प्रेमाचं वर्णन करत होता : त्याच्या आयुष्यात मॅगीचं आगमन, एका पार्टीत मॅगीशी झालेली पहिली भेट, मॅगीनं त्या पार्टीत त्याच्याकडे केलेलं दुर्लक्ष, दोघांनी एकत्र केलेले दूरदूरचे प्रवास, पंचतारांकित हॉटेल्स, त्याला अचानक मिळालेली प्रसिद्धी, दोघांचं एकमेकांच्या प्रेमात पडणं, बागेत फिरणं, दोघांनी विकत घेतलेला कुत्रा आणि भविष्याची रंगवलेली रंगीबेरंगी स्वप्नं.

''आणि मग ती तुला सोडून का गेली?'' हॅमिशनं विचारलं.

स्टीलचा चेहरा पडला. ''तिच्या आयुष्यात दुसरा पुरुष आला!'' तो कोरडेपणानं त्याच्या अनुनासिक उच्चारात म्हणाला.

''म्हणजे, दुसरा पॉप गायक?''

''नाही. सर बेंजामिन सिल्व्हर – राज्याच्या अन्न विभागाचा प्रमुख!!''

''तो अब्जाधीश?''

''हो!!''

''अच्छा, आलं लक्षात.''

''पण त्या वेळेस माझ्या मात्र लक्षात आलं नाही –'' स्टील म्हणाला, ''मॅगीच्या वागण्याची ती रीत होती. तिनं माझ्याकडून भरपूर पैसे उकळले; पण मी काही वेश्येसारखा तिला तिच्या कामाचा मोबदला देतोय, असं मला कधी वाटलंच नाही. मी तिच्या प्रेमात पडलो होतो आणि तीही माझ्या प्रेमात असल्याचा माझा समज होता. एक दिवस ती माझ्याकडे नक्की परतेल, असा मला विश्वास वाटत होता.''

''तुझं लग्न झालंय?''

''आम्ही विभक्त झालोय.''

''मग मिसेस बेअर्डशी तू लग्न कसा करू शकला असतास?''

''मी घटस्फोट मिळवला असता.''

हे सर्व पुरुष इतके दुर्बळ कसे, हेच हॅमिशला समजेना. त्यानं त्याला आणखी काही प्रश्न विचारले, मग मिसेस टॉडला आत बोलावून घेतले.

आज सकाळी मॅगीच्या मृत्यूनंतर जेव्हा ती नेहमीप्रमाणे बंगल्यात काम करायला आली, त्या वेळचा सर्व वृत्तान्त त्यानं तिला विचारून सविस्तर लिहून घेतला. मग तिची जबानी घेण्यास सुरुवात केली. आपल्याला काही मदत करता येईल का, हे पाहण्याऐवजी तिनं थेट घरात धाव घेऊन ९९९ नंबरला फोन का लावला? आपल्याआधी कोणी फोन केला असेल, असं तिला का वाटलं नाही?

''आता माझ्या नाही लक्षात येत –'' ती स्पष्टपणे म्हणाली, ''इतकं चट्कन सारंकाही घडलं... हे सगळे बिनकामाचे पुरुष आहेत. पोलिसांना फोन करावा, हे त्यांच्या लक्षात येणंदेखील कठीण आहे.''

''ठीक आहे. काल रात्री आणि आज सकाळी तू कुठे होतीस?''

''काल रात्री मी शाळेच्या हॉलमध्ये ग्रामीण स्त्री संस्थेच्या बैठकीला गेले होते. मग घरी जाऊन झोपले. सकाळी थोडा किराणामाल विकत घेतला आणि गाडी चालवत इथे आले.''

''मिसेस बेअर्ड गाडी घेऊन कुठे चालली होती, हे तुला ठाऊक होतं?''

''नव्हतं माहीत. एरवी ती नेहमी दुपारी गाडी घेऊन बाहेर पडत असे. पण

मिस्टर मॅक्बेथ, मी तुला एक गोष्ट सांगते की, एका निव्वळ अपघातावरून तू सर्वांना खूप त्रास देतोयस. त्या गरीब बिचाऱ्या मिस कर्रच्या मनावर खूप ताण आलाय.''

हॅमिशनं तिच्या बोलण्याकडे दुर्लक्ष करून प्रश्न विचारण्याचं काम शांतपणे सुरू ठेवलं.

दिवाणखान्यातल्या सोफ्यावर पीटर जेनकिन्सला चिकटून ॲलिसन बसली होती. त्यानं तिच्या खांद्यावर हात ठेवला होता.

''आणि तुझ्या मते, तो इन्स्पेक्टर फार चांगल्या व दयाळू स्वभावाचा आहे ना?'' पीटर तिला खोचकपणे म्हणाला. ''आपल्या सगळ्यांना त्रास दिल्याबद्दल मला तर त्याला चांगली अद्दल घडवावीशी वाटतेय.''

''त्यानं मलादेखील जराही दया-माया दाखवली नाही!'' ॲलिसन फणकारत म्हणाली. ''जर्मनीतील गुप्त पोलिसासारखा – गेस्टापोसारखा – बसलाय त्या खोलीत. काय झालंय त्याला, काही समजत नाही.''

''सत्तेचा माज आहे हा. हे गावठी पोलीस अशा संधीची वाटच बघत असतात.''

ॲलिसन मागे रेलली अन् डोळे बंद करून बसली. तिला हॅमिशबरोबर झालेली तिची अलीकडची भेट आठवली. ती आणि हॅमिश अगदी चांगले मित्र होते... तरी जणू कधी ओळखत नसल्यासारखा तो तिला प्रश्न विचारत होता. देवा! तिला तर त्या अभ्यासिकेबद्दल तिटकारा होता. शक्य असतं, तर तिनं खोलीचा वापर न्याहारी करण्यासाठी किंवा ग्रंथालय म्हणून केला असता. ज्यावर बसून तिला ते हस्तलिखित टाईप करायला लागलं होतं, त्या खुर्ची-टेबलाचा तर तिला खूप तिरस्कार वाटत होता.

ती अचानक पुढे झुकून ताठ बसली.

''काय झालं?'' पीटरनं विचारलं.

''हस्तलिखित...'' ॲलिसन म्हणाली, ''मॅगीचं पुस्तक! मला ते नेहमीच्या टेबलावर दिसलं नाही. मला ही गोष्ट हॅमिशला सांगितली पाहिजे.''

''काल रात्री ती त्या खोलीत होती,'' पीटर म्हणाला, ''तिनं कदाचित ते पुस्तक स्वत:च्या खोलीत नेलं असेल किंवा एखाद्या ड्रॉवरमध्ये ठेवलं असेल. पण तुला जर का त्या हलकट इन्स्पेक्टरला सांगावंसं वाटत असेल, तर जरूर सांग.''

हॅमिशचा वरिष्ठ अधिकारी कधी येतोय याची ते चारही पाहुणे फार आतुरतेनं वाट पाहत होते आणि जेव्हा हॅमिशचा बॉस डिटेक्टिव्ह चीफ इन्स्पेक्टर ब्लेअर तिथे येऊन पोहोचला; तेव्हा त्यानं पाहुण्यांची मुळीच निराशा केली नाही. हा तर सरळ-सरळ अपघात आहे, असं त्यानं जाहीर करून टाकलं. पोलीस पथकाला बोलावून आणखी काही शोध घेण्याची अजिबात गरज नाही, असं तो म्हणाला. गाडी टो

करून स्ट्रॅथबेनला नेली जाईल आणि तिथे तिची तपासणी होईल... गाडीचं वायरिंग सदोष असणार, असं तो छातीठोकपणे म्हणाला. सर्वांसमोर हॅमिशची मानहानी करता आली, म्हणून तो खूश होता. मिसेस टॉडनं त्याला कॉफी व बिस्किटे देऊन त्याचं उत्तम आदरातिथ्य केलं. त्याचे दोन मदतनीस – जिमी अँडरसन व हॅरी मॅक्नॅब – त्याच्या खुर्चीमागे उभे होते. मॅगी कशी बेदरकारपणे गाडी चालवायची, हे ॲलिसननं त्याला अतिशय आस्थापूर्वक सांगितल्यावर ब्लेअरचे पितृहृदय उचंबळून आले. हॅमिशनं सर्वांना फार त्रास दिला, हे समजताच त्यानं हॅमिशवर चांगलेच तोंडसुख घेतले. हॅमिशची तीच लायकी आहे... ॲलिसनची आता पक्की खातरी पटली. काही झालंतरी शेवटी हॅमिश हाही एक पहाडी माणूस होता आणि पहाडी माणसं ही पक्की लबाड, कपटी व कारस्थानी असतात.

पण अखेर ब्लेअरलाही आपण एक पोलीस खात्यातील व्यक्ती असल्याचे जाणवले असावे. त्यानं न्यायवैद्यक पथकाची तपासणी पूर्ण होईपर्यंत चौघांनाही बंगला सोडून बाहेर कुठेही न जाण्यास बजावले. मॅगीनं लिहिलेलं हस्तलिखित बंगल्यातून गायब झाल्याचे हॅमिशनं त्याला शांतपणे सांगितले. ''मसालेदार पुस्तक आहे का?'' तो चावटपणे म्हणाला, ''मलाही ते वाचायला आवडेल. जा, शोधून काढा. आणि मॅक्बेथ, तूही जरा काही चांगलं काम करता येत असेल, तर बघ!!''

हॅमिश खोलीतून बाहेर पडला. त्यानं मॅगीच्या टेबलाचे ड्रॉवर्स उघडले आणि मग तो चट्कन मॅगीच्या बेडरूममध्ये आला. खोलीतली टेबलं व कपाटं उघडून त्यानं शोध घेतला; पण त्याला हस्तलिखितही मिळाले नाही वा त्या खासगी गुप्तहेराचा रिपोर्टही सापडला नाही.

अखेर ब्लेअर निघून गेला आणि भयचकित झालेले पाहुणे व ॲलिसन जेवायला बसले.

जेम्स खिडकीबाहेर पाहून काहीतरी पुटपुटला, मग उठून खिडकीपाशी जाऊन एकटक बाहेर पाहत राहिला. ''आपल्यापैकी कुणीतरी स्ट्रॅथबेनला जाऊन यायला हवं –'' तो म्हणाला. ''हा गावचा इन्स्पेक्टर तर आपल्या मानगुटीवर बसलाय.''

सर्व जण त्याच्याभोवती गोळा झाले.

पाऊस आता जोरात कोसळू लागला होता, पण आपल्या शिकारी कुत्र्याला सोबतीला घेऊन हॅमिश मॅक्बेथ गॅरेजचा कोपरान्‌कोपरा अगदी ओणव्यानं वाकून धुंडाळत होता.

''ठीक आहे, त्याला त्याचं काम करू देत –'' पीटर जेनकिन्स उतावीळपणे म्हणाला. ''घरात बसून आपलं डोकं खाण्यापेक्षा तो बाहेर असलेलाच बरा.''

सर्व जण टेबलाकडे परतले, पण कोणालाच खाण्याची इच्छा नव्हती. अखेर तोंडानं चक्ऽऽ चक्ऽऽ आवाज करत मिसेस टॉडनं टेबलावरच्या अर्धवट रिकाम्या प्लेट्स नाराजीनं उचलल्या.

पावसामुळे जराही न बिथरता हॅमिशचे शोधकार्य सुरू होते. गॅरेज तपासून झाल्यावर तो बाहेरचं गवत बाजूला सारत शोध घेऊ लागला.

...आणि अचानक त्याला फाटकाच्या खांबापाशी एक काळपटलेला लोखंडी तुकडा सापडला. त्यानं तो काळजीपूर्वक न्याहाळला आणि मग खिशातून प्लॅस्टिकची पिशवी बाहेर काढून त्यात तो तुकडा ठेवला.

तो हळूहळू पुढे सरकत होता. पण टाऊझरनं कंटाळून आपले अंग इतक्या जोरात हलवले की, त्या पाण्याच्या फवाऱ्यानं हॅमिशची पाठ आणखीनच चिंब भिजली. हॅमिश आपलं काम अगदी थांबवण्याच्याच बेतात होता – इतक्यात त्याची नजर गॅरेजच्या बाहेरच्या बाजूला पडलेल्या लोकरीसारख्या एका जाड कापडाच्या छोट्या तुकड्याकडे गेली. त्यानं ते कापडही लोखंडी तुकड्यासोबत प्लॅस्टिकच्या बॅगेत ठेवले आणि त्यानं लगेच इयान चिशॉल्मला भेटायचे ठरवले.

"बंगल्यात फारच विचित्र घटना घडली ना?" इयान म्हणाला, "एक गोष्ट सांगू? ती गाडी अगदी कंडम झाली होती. मागे एकदा ती दुरुस्त केल्यापासून मी ती पुन्हा पाहिली नव्हती. पण त्या वेळेसही ती फार वाईट स्थितीत होती. त्यानंतर त्या छोकरीने, त्या ॲलिसननं कित्येक मैल ती चालवली असणार. तिनं असा पेट घेतला असला, तर त्यात फार मोठे नवल नाही."

"असेल कदाचित –" चिंब भिजल्यामुळे हॅमिश कुडकुडत होता आणि गॅरेजच्या कोपऱ्यात पेटत असलेल्या स्टोव्हसमोर उभा राहून ऊब घेण्याचा प्रयत्न करत होता. "पण इयान, जरा अशी कल्पना करा – म्हणजे कल्पना कर की, काही वस्तूंचा वापर करून एखादी गाडी पेटवता येऊ शकते का?" त्यानं प्लॅस्टिकच्या पिशवीतून काळपट लोखंडाचा तुकडा व जाड लोकरीचं कापड बाहेर काढलं.

इयाननं आपले पांढरे केस खाजवले. "बाप रे, मला वाटतं, तुला आणखी एका खुनाची केस मिळालेली दिसतेय!" तो म्हणाला, "मला जरा विचार करू देत. पण त्याबद्दल मला पैसे द्यावे लागतील."

"कमाल करतोस इयान! मी काही तुझा सल्ला घ्यायला आलेलो नाही; तू कायद्याची व सरकारचीच मदत अप्रत्यक्षपणे करतोयस आणि त्यामुळे एका खुनाला वाचा फुटणार आहे."

"म्हणजे ब्लेअरनं ज्याला अपघात ठरवलं, तो एक खून आहे?"

"हे तुझ्या कानांवर कसं आलं?"

"अँगी बर्नसाइडमुळे! तो मिसेस बेअर्डच्या बंगल्यात माळी आहे. तो तिथेच असतो. त्यानं ब्लेअरचं बोलणं ऐकलं. ब्लेअर म्हणत होता की, एका साध्या अपघाताला खून ठरवणाऱ्या हॅमिशचे आता मी तीन तेरा वाजवतो."

"अरेच्या, मी तर अँगीला विसरूनच गेलो होतो!" हॅमिश म्हणाला. "मला त्याच्याशी बोलायला हवं. ते जाऊ दे! इयान, जरा तू तुझ्या मेंदूचा वापर कर."

"जरा त्या कोपऱ्यात बघ. माझ्याकडे एक जुनाट रेनॉल्ट गाडी पडली आहे –" इयान म्हणाला. त्यानं त्या गाडीचं बॉनेट उघडलं आणि हॅमिशला जवळ बोलावलं. "आपण जरा तो तुझा लोखंडी तुकडा पुन्हा नीट बघू या!" इयान म्हणाला. हॅमिशनं पिशवीतून तो तुकडा काढून उंच धरला. "त्याला स्पर्श करू नकोस," हॅमिशनं इशारा केला.

"अरे, तो तर ज्वालाग्राही प्लग आहे." इयान म्हणाला, "हे बघ, तुला पाहायचं असेल, तर आत्ताच्या आत्ता आपण प्रयोग करून पाहू शकतो."

"आता समजा – जर एखाद्यानं अशा प्लगमधून मोठ्या विद्युत दाबाचं शिसं काढून ते दुसऱ्या प्लगला चिकटवलं आणि तो प्लग जर इंजिनावर ठेवून दिला, तर जेव्हा दुसराच कुणीतरी गाडीचं इंजीन सुरू करेल, तेव्हा प्लगमधून ठिणग्या उडतील आणि त्यातून ज्वाळा निघू लागतील. ह्या ज्वाळा पेट्रोलनं भिजवलेल्या त्या जाड लोकरी कापडांमधून येऊ लागतील, कारण प्लगसोबत ते कापडही इंजिनावरच ठेवलेलं असेल. हळूहळू पूर्ण गाडी पेट घेईल... पण तरीही तो खून ठरू शकणार नाही!"

"का नाही?"

"कारण इंजिनातून ज्वाळा निघत असतानाही, गाडीचा दरवाजा उघडून बाहेर पडायला तिच्यापाशी भरपूर वेळ होता. फक्त गाडी अचानक पेटलेली पाहून ती भेदरून गेली असणार."

"आणि तिला हृदयविकार आहे, हे जर एखाद्याला ठाऊक असेल... तर?"

"तसं असेल तर मित्रा, तुझ्या हातात आणखी एक खून प्रकरण आलंय, असं समज."

सहा

मी अतिशय विचारी माणूस आहे. जेव्हा मी समुद्रपक्ष्यांना
दगड मारून घायाळ करतो, तेव्हा माझ्या हल्ल्यातून एकही
पक्षी वाचणार नाही,याची मी खबरदारी घेतो.
– *ऑग्डन नॅश*

समजा – एखाद्या प्रामाणिक पोलीस इन्स्पेक्टरप्रमाणे जर मी आत्ता ब्लेअरला फोन करून घडलेली सर्व हकिगत सांगितली, तर तो मला सरळ मूर्खात काढेल आणि मग ती स्वत:च्याच डोक्यातील कल्पना आहे, असं सुपरिंटेंडेंटला सांगून सारं श्रेय हडप करेल. हॅमिश विचारात गढला होता. पण मी मुळीच महत्त्वाकांक्षी नाही, असं प्रिसिलाला आपण नेहमीच सांगत आलोय. तसं जर असेल, तर मला त्याची का खंत वाटावी? पण का कुणास ठाऊक – मला खंत वाटतेय.

तो पोलीस स्टेशनमध्ये गेला आणि तिथल्या टाईपरायटरसमोर बसून रिपोर्ट टाइप करू लागला. रिपोर्ट पूर्ण झाल्यावर तो गाडी घेऊन थेट लॉचढभ हॉटेलला पोहोचला. मॅनेजर जॉन्सन त्याला कायम 'बिनकामाचा फुकट्या' म्हणून हिणवत असे; पण त्याची पर्वा न करता त्यानं हॉटेलमधल्या मशिनमधून रिपोर्टच्या तीन झेरॉक्स प्रती निर्लज्जपणे काढल्या आणि मग तिथून बाहेर पडून त्यानं आपली गाडी स्ट्रॅथबेनच्या दिशेनं वळवली.

आपण करत असलेलं धाडस ह्या खेपेस बहुतेक आपल्यावरच उलटणार, अशी भीती त्याला गाडी चालवत असताना वाटू लागली. आपण टाऊझरला घरीच ठेवून आलो ते फार बरं झालं; नाहीतर आपली पुन्हा स्ट्रॅथबेनला बदली झालीय, असंच बिचाऱ्याला वाटलं असतं.

पोलीस मुख्यालयात जाऊन त्यानं रिपोर्टच्या तीन प्रती, प्लग आणि लोकरी

कापडाचा तुकडा ठेवलेली प्लॅस्टिक पिशवी तिथल्या ऑफिसरकडे सुपूर्द केली. रिपोर्टची एक प्रत डिटेक्टिव्ह चीफ इन्स्पेक्टर ब्लेअरला, दुसरी सुपरिंटेंडेंट पीटर डेव्हिएटकडे आणि तिसरी न्यायवैद्यक खात्याकडे जाणार होती. कार्यालयातून बाहेर पडेपर्यंत रात्र झाली होती.

लॉचढभला परतण्यापूर्वी व्हिस्की घेऊन थोडी मौज करावी, असे त्याच्या मनात आले. सबंध दिवसात त्यानं फारसे काहीच खाल्ले-प्यायले नव्हते. रिकाम्या पोटी दारू लवकरच चढते, म्हणून एखाददुसरा पेगच घ्यायचे त्यानं ठरवले.

थोड्याच वेळात तो 'द ग्लेन' नावाच्या एका जुनाट, अंधाऱ्या पबच्या बाहेर उभा होता. स्ट्रॅथबेनला असताना गस्तीसाठी तो अनेकदा पबची तपासणी करायला तिथे येत असे. आत शिरल्यावर एका छोट्या खोलीच्या टोकाशी बार होता. फरशीवर तपकिरी रंगाचे चकचकीत कार्पेट पसरलेले होते. बारमध्ये दोन खुर्च्या, ज्यूक बॉक्स आणि बारइतकाच जुना पियानो ठेवलेला होता. बारमध्ये बिअर, ओले कपडे व अस्वच्छ शरीरे यांचा एकत्रित कुबट वास पसरलेला होता.

"गुड इव्हिनिंग, हॅमिश!" बारमननं उत्साहात त्याचे स्वागत केले. हॅमिशची स्ट्रॅथबेनमधली सहकारी इन्स्पेक्टर पी. सी. मेरी ग्रॅहॅमबद्दल त्या वस्तीतल्या सर्वांनाच खूप राग होता. हॅमिश मात्र सर्वांचा लाडका होता. सर्व जण त्याच्या पहिल्या नावानं त्याला हाक मारत. "बऱ्याच दिवसांत तुझं दर्शन झालं नाही?"

"मी आता लॉचढभला असतो." हॅमिश म्हणाला, "मी थोडी व्हिस्की घेणार आहे."

"आजची व्हिस्की तुला आमच्या बारतर्फे!" बारमन म्हणाला, "तुझी फार आठवण येते. ती कजाग इन्स्पेक्टर बाई इथे येऊन आम्हाला सारखी त्रास देत राहते."

हॅमिशनं त्याचे आभार मानले आणि बारमध्ये जमलेल्या लोकांकडे वळून एक नजर टाकली. त्यांतल्या अनेकांनी त्याच्याशी हात मिळवत त्याची आस्थेनं विचारपूस केली. बहुतेक जण अगदी खालच्या स्तरातले होते. बेकारी भत्त्यावर त्यांची गुजराण होत असे आणि संध्याकाळ झाली की, त्यांची पावलं पबकडे वळत असत. ज्यूक बॉक्स बंद पडला होता. 'बेवडा मॅक्रिस्टल' या टोपण नावानं ओळखल्या जाणाऱ्या एका गावकऱ्यानं पियानो वाजवण्याचा प्रयत्न केला. तो म्हणे एकेकाळी उत्कृष्ट 'पियानिस्ट' होता आणि त्याचे पियानोवादनाचे कार्यक्रम आयोजित केले जात असत. पण अशा अफवांवर हॅमिशचा कधीच विश्वास बसायचा नाही. गावातला प्रत्येक जण पूर्वी कोणत्या ना कोणत्या महत्त्वाच्या – म्हणजे प्रोफेसरपासून जेट पायलटपर्यंत – पदांवर काम करायचा, असे तिथले गावकरी हॅमिशला नेहमी सांगत असत. पण जेव्हा बेवडा मॅक्रिस्टल अगदी

थोडीच दारू प्यायलेला असेल, तेव्हाच तो छान पियानो वाजवत असे. त्यानं काही लोकप्रिय स्कॉटिश गाण्यांच्या सुरावटी पियानोवर वाजवल्या.

"प्लीज हॅमिश!!" कोणीतरी ओरडला, "आम्हाला एखादं गाणं ऐकव!"

हॅमिश लाजून गोरामोरा झाला. ज्या दिवशी हॅमिशची स्ट्रॅथबेनहून लॉचढभला पुन्हा बदली करण्यात आली होती, त्या संध्याकाळी हॅमिश ग्लेनमध्ये येऊन चिक्कार दारू प्यायला होता आणि अनेक गाणी गाऊन त्यानं जमलेल्या लोकांचे मनोरंजन केले होते. त्यानं मानेनेच नकार दिला, पण लोकांनी त्याला अक्षरश: ढकलत पियानोसमोर नेऊन बसवले. मग तोही भीड चेपून मुक्तपणे गाऊ लागला.

पी. सी. मेरी ग्रॅहॅम पबचा दरवाजा हळूच उघडत आत शिरली. कायदाभंग करणाऱ्या एक-दोन बेवड्यांना इथे सहज अटक करता येईल, असा तिचा अंदाज होता... पण समोरचं दृश्य पाहून ती चकित झाली.

हॅमिश मॅक्बेथ पियानोच्या शेजारी उभा होता. पबमधल्या भडक निऑन दिव्यांच्या प्रकाशात त्याचे राठ, लांबडे केस चकाकत होते. तो 'माय लव्ह इज लाइक अ रेड, रेड रोझ' हे प्रसिद्ध गाणं गात होता. हॅमिशला निसर्गदत्त मधुर आवाजाची देणगी मिळाली होती. पण मेरीला हॅमिशच्या गोड गळ्याचं मुळीच कौतुक नव्हतं. हॅमिश पियानोवर रेलून गातोय, त्याच्या अवती-भवती आठ-दहा दारुडे बेधुंद नाचतायत आणि हॅमिशनं गणवेश घातलेला नाही – एवढंच तिच्या लक्षात आलं.

ती वळून पबच्या बाहेर आली आणि वेगानं धावत पोलीस मुख्यालयाच्या दिशेनं जाऊ लागली. ऑफिसच्या पायऱ्या चढत असताना ती अक्षरश: धापा टाकत होती. सुपरिंटेंडेंट पीटर डॅव्हिएट जिना उतरून खालीच येत होता. खरं म्हणजे, मेरीनं हॅमिशबद्दलची तक्रार तिथल्या डेस्क ऑफिसकडे करायला हवी होती; मग त्या सार्जंटनं ती सुपरिंटेंडेंटच्या कानावर घातली असती. पण मेरीला इतका धीर नव्हता. तिला हॅमिशला लवकरात लवकर गोत्यात आणायचे होते. डॅव्हिएट त्या वेळेस ब्लेअरला शोधत होता. हॅमिशचा रिपोर्ट त्याच्या ब्रीफकेसमध्ये होता. त्यानं न्यायवैद्यक विभागाला फोन केला होता, पण त्याला समजले की, ब्लेअरनं ते प्रकरण फारसे महत्त्वाचे नसल्याचे सांगितल्यामुळे त्यांनी गाडीची तपासणी अजून सुरू केली नव्हती.

मेरीनं सांगितलेली हकिगत ऐकून तो अवाक्‌च झाला. त्याच्या खात्यातला एक जबाबदार पोलीस इन्स्पेक्टर स्ट्रॅथबेनमधल्या एका गलिच्छ पबमध्ये दारू ढोसून नाच-गाणी करत होता!

"आपण माझ्या गाडीतून जाऊ या –" डॅव्हिएट म्हणाला. पोलीस खात्याच्या सार्वजनिक प्रतिमेबद्दल तो फार जागरूक असे. आपण तिथे पोहोचायच्या आधी

कोणत्या वृत्तपत्राचा वार्ताहर त्या पबमध्ये येऊ नये, अशी तो मनातल्या मनात प्रार्थना करत होता. दारू पिऊन झिंगलेल्या पोलीस इन्स्पेक्टरला रंगेहात पकडून त्याची बदनामी करायला सर्व पत्रकार टपलेले असतात, असा त्याचा पक्का समज होता.

त्यानं पबमध्ये प्रवेश केला, तेव्हा हॅमिश 'द रोवन ट्री' हे गाणं गात होता. डॅव्हिएट दरवाजातच थबकला. काळजाला भिडणारे हॅमिशचे स्वर त्याच्या कानी पडले. तिथे जमलेले अनेक दारुडे अक्षरश: ओक्साबोक्शी रडत होते.

टाळ्यांच्या गजरात हॅमिशनं गाणे संपवले. लोकांनी आणखी गाण्याचा आग्रह केला, पण त्यानं सर्वांना नम्रपणे नकार दिला. मग त्याचं लक्ष सुपरिंटेंडेंटकडे गेलं. त्याला पाहून तो हसत पुढे गेला. मात्र सुपरिंटेंडेंटच्या मागे उभ्या असलेल्या मेरी ग्रॅहॅमकडे त्याची नजर जाताच त्याच्या चेहऱ्यावरचं हसू झट्कन मावळलं.

"गुड इव्हिनिंग सर!" हॅमिश आवाजात नम्रता आणत म्हणाला, "मी लिहिलेला रिपोर्ट तुम्हाला मिळाला का?"

"हो, थँक्स!" डॅव्हिएट म्हणाला, "पण तो रिपोर्ट तू ब्लेअरकडे पाठवायला हवा होतास."

"मी त्यालाही एक प्रत पाठवली आहे," हॅमिश म्हणाला. "पण मी इथे आहे, हे तुम्हाला कसं कळलं?"

"पी. सी. ग्रॅहॅमला तुझ्या बेताल वागण्याची फार शरम वाटते आहे. तू खूप दारू प्यायलास, असं तिनं मला सांगितलं."

"तिला असं वाटण्याचं कारण – मला कळलं नाही?" हॅमिश हसत म्हणाला.

"कारण एकतर तू गणवेश घातलेला नाहीस आणि एका टुकार पबमध्ये गाणी गातोयस."

"हा पब!" हॅमिश ठामपणे म्हणाला, "माझ्या नेहमीच्या गस्तीतल्या मार्गावरचा आहे. पोलीस खात्याच्या प्रतिमेबद्दल तुम्ही अतिशय जागरूक असता, याची मला जाणीव आहे. पण जर तुम्ही गावकऱ्यांशी नेहमी खेळीमेळीनं वागलात, तर त्यांच्या अडचणींच्या वेळी ते प्रथम तुमच्याकडे मदतीसाठी धाव घेतील, अशी माझी खातरी आहे. मला वाटतं सर, माझ्या या मताशी तुम्ही नक्कीच सहमत व्हाल!"

"हो तर!!" सुपरिंटेंडेंट म्हणाला, "मी तर हेच नेहमी म्हणत असतो!"

"तुम्हाला हेही पटेल की, एखाद्याविरुद्ध तक्रार करण्याआधी वस्तुस्थिती काय आहे, याची पूर्ण खातरी करून घ्यायला हवी. पी. सी. ग्रॅहॅमनं मला प्रश्न विचारायला हवे होते. मग तिला समजलं असतं की, ड्युटीवर नसल्यामुळे मी गणवेश परिधान करायची गरज नव्हती आणि मी अजिबात जास्त दारू प्यायलेलो नाही."

"म्हणजे, ती तुझ्याशी बोललीच नाही?"

''एक शब्दही नाही.''

डॅव्हिएट झर्रकन मागे वळला. ''ऑफिसर, तू तुझ्या गस्तीला सुरुवात कर,'' तो पी. सी. ग्रॅहॅमला चढ्या आवाजात म्हणाला, ''आणि उद्या येऊन मला भेट.''

''छान झालं!!'' सुपरिंटेंडेंटच्या खांद्यावरून मान पुढे झुकवत तिथला एक जण म्हणाला. ''आधी त्या रोगट मेरीला इथून बाहेर काढा.''

बाहेर पडण्यापूर्वी पी. सी. ग्रॅहॅमनं हॅमिशकडे पाहून एक जळजळीत कटाक्ष टाकला.

''हॅमिश, माझ्या गाडीपाशी चल –'' मिस्टर डॅव्हियट म्हणाला, ''इथे उभं राहून बोलणं मला अशक्य आहे.''

हॅमिशनं हात हलवत सगळ्यांचा निरोप घेतला व तो बाहेर आला.

गाडीत बसल्यावर डॅव्हिएटनं ब्रीफकेस उघडून हॅमिशचा रिपोर्ट बाहेर काढला. ''तुझ्या म्हणण्याप्रमाणे त्या चौघांची माहिती काढण्यासाठी मिसेस बेअर्डनं खासगी गुप्तहेर नेमला होता?''

''हो!'' हॅमिश म्हणाला, ''पण त्याबद्दलचा पुरावा मला कुठेही आढळला नाही आणि तिनं लिहिलेलं हस्तलिखितही बंगल्यातून गायब झालंय!''

''आणि ह्या गोष्टींबद्दल ब्लेअरचं काय म्हणणं आहे?''

''त्याला ह्या गोष्टींमध्ये फारसा रस वाटलेला दिसत नाही!'' हॅमिश म्हणाला. पण त्याच वेळेस ब्लेअरच्या पाठीत सुरा खुपसताना आपल्याला इतका का आनंद होतोय, हे मात्र त्याला समजेना.

''छान काम केलंस तू! तू आता लॉचढभला जा; बाकीच्या गोष्टी माझ्यावर सोपव. ह्या केसची सर्व सूत्रं मला तुझ्याकडे सोपवता येत नाहीत, याला तूच जबाबदार आहेस. तू जाणून-बुजून स्वत:ची बढती टाळलेली आहेस. माझी त्याबद्दल काहीही तक्रार नाही. शिवाय, आज आपल्या खात्यातला इन्स्पेक्टर एखाद्या खेडेगावात जाऊन काम करायला कुठे तयार असतो? उलट मला तर वाटतं की, तू आता स्वत:कडे जरा नीट लक्ष द्यायला हवंस. उदाहरणार्थ – तू आता लग्नाचा गंभीरपणे विचार करायला हवास.''

''उलट, पोलीस इन्स्पेक्टर्स लग्न का करतात, हेच मला न उकललेलं कोडं आहे!'' हॅमिश म्हणाला, ''म्हणजे मला म्हणायचंय की, ते घरात असतातच कुठे? आणि बाहेर असताना तर त्यांचा गावगुंडांशीच सतत संबंध येत असतो.''

''एका चांगल्या, शहाण्या पत्नीची साथ फार मोलाची असते. आयुष्यात स्थैर्य मिळवण्याची हीच वेळ आहे. तू प्रिसिला हालबर्टन-स्मिथशी लग्न करशील, अशी माझ्या बायकोची भोळी समजूत आहे. पण मी तिला म्हटलं की, उत्तम संसार करणाऱ्या एका कणखर स्त्रीशी हॅमिशनं लग्न केलं पाहिजे.''

"पण मी एकटा अगदी मजेत आहे." हॅमिश स्वतःचं समर्थन करत म्हणाला.

"तुझ्याशी जास्त बोलण्यात काही अर्थ नाही. तू आपला लॉचढभला जाऊन कामाला लाग आणि चीफ इन्स्पेक्टर्सना जेव्हा गरज भासेल, तेव्हा त्याला मदत कर. तू माझा खूपच अपेक्षाभंग केला आहेस, मॅक्बेथ."

सुपरिंटेंडेंटनं आपल्या आडनावाचा उल्लेख केला म्हणजे तो आपल्यावर खरंच चिडलाय, हे हॅमिशच्या लक्षात आले.

परंतु, जाता-जाता डॅव्हिएटनं त्याला विचार करण्यासाठी भरपूर खाद्य दिले होते. उद्या ब्लेअर लॉचढभमध्ये हजर होईल आणि सर्वांना छळायला सुरुवात करेल – हॅमिशचा अपमान करायची तर तो एकही संधी सोडणार नाही... लॉचढभला परतताना हॅमिशचं विचारचक्र सुरू होतं. बढती घ्यायची, तर स्ट्रॅथबेनला कायमचं राहावं लागेल. जीवनात फारशी महत्त्वाकांक्षा न बाळगणारा माणूस स्वतःच्या आयुष्यात किती आनंदी व समाधानी असतो, याची ह्या लोकांना काय कल्पना असणार म्हणा!

प्रिसिलालाही त्या गोष्टीची कल्पना नाही... घरी पोहोचता-पोहोचता प्रिसिलाचा विचार त्याच्या मनात आला आणि आश्चर्य म्हणजे, पोलीस स्टेशनच्या फाटकाबाहेर उभी असलेली प्रिसिलाच त्याला समोर प्रत्यक्ष दिसली.

गाडीतून उडी मारत तो खाली उतरला. "तू परत केव्हा आलीस?"

"आजच!" प्रिसिला म्हणाली, "चहा पाजणार का?"

हॅमिश तिला घेऊन स्वयंपाकघरात आला. मागे एकदा जॉन हॅरिंग्टन नावाच्या एका खोट्या महत्त्वाकांक्षी व धंदेवाल्या तरुणाच्या प्रेमात प्रिसिला पडली होती. आज त्याला त्या घटनेची आठवण झाली, कारण त्या वेळेस लॉचढभला येऊन आठवडा झाल्यानंतर ही हॅमिशला भेटायला आली होती. आज मात्र ती गावात आल्या-आल्याच हॅमिशच्या भेटीला आली होती.

जॉन हॅरिंग्टनला अफरातफरीच्या व्यवहारावरून अटक झाली होती. प्रिसिला त्याला तुरुंगात जाऊन नियमित भेटत असेल का?

"तो हॅरिंग्टन तुला पुन्हा भेटला होता का गं?" चहाचे दोन कप घेऊन तिच्यासमोर बसत त्यानं विचारलं.

"नाही. त्याला जामीन मिळाला आणि तो हा देश सोडून बाहेर पळाला."

"पण ही बातमी माझ्या वाचनात नाही आली?" हॅमिश म्हणाला.

"इंग्लंडमधल्या आवृत्तीत प्रसिद्ध झाली. स्कॉटलंड आवृत्तीला ते फारसं महत्त्व देत नाहीत."

दरवाजावरची बेल वाजली. "तू दार उघडणार नाहीस?" प्रिसिलानं विचारलं.

हॅमिशनं नकारार्थी मान हलवली. ''पत्रकार मंडळी असणार. त्यांना जाऊन त्या ॲलिसनचं डोकं खाऊ देत. बरं, तू काय म्हणतेस? उन्हाळ्याची सुट्टी लागली का? घरचे काय म्हणताहेत?''

''घरातलं वातावरण फारसं चांगलं नाही. डॅडींचं ब्लडप्रेशर खूप वाढलंय. ब्रॉडीच्या मते, त्यांनी आपल्या खाण्यावर निर्बंध घालायला हवेत. पण असल्या निर्बंधांवर डॅडींचा मुळीच विश्वास नाही. ते कुणाचंच ऐकत नाहीत. ते कसल्यातरी चिंतेत असावेत. मम्मी त्याबद्दल विचारायला गेली, तर ते तिला उडवून लावतात.''

''तू थकलेली दिसतेयस?'' हॅमिश तिला न्याहाळत म्हणाला.

तिच्या सुंदर लंबवर्तुळाकार चेहऱ्यावर जरी थकल्याच्या खुणा दिसत नसल्या, तरी तिचे ओठ कोपऱ्यातून किंचित उतरले होते आणि तिचे डोळे दुःखी व उदास वाटत होते.

प्रिसिलानं खांदे उडवले. ''सांगितलं ना – घरातलं वातावरण बिघडलंय. म्हणून तर लगेच इथे आले, मित्राच्या ओढीने. आणि ती मॅगी बेअर्ड कशामुळे मेली? तुला तो खून वाटतोय म्हणून सर्वांनी म्हणे तुला मूर्खात काढलंय? मला त्याबद्दल जरा नीट सांग –''

त्यावर हॅमिशनं तिला सर्व हकिगत सविस्तरपणे सांगितली आणि अखेरीस तो म्हणाला, ''अर्थातच, तिचा खून झाला, असं आपण जाहीरपणे नाही म्हणू शकणार. कारण हृदयविकाराचा झटका आल्यानं ती मरण पावली. ज्यानं किंवा जिनं त्या गाडीत मुद्दाम बिघाड घडवून आणला हे जेव्हा सिद्ध होईल, तेव्हा त्या व्यक्तीवर सदोष मनुष्यवधाचा गुन्हा दाखल करावा लागेल. पण तिला हृदयविकार होता, हे सर्वांना ठाऊक होतं आणि म्हणून माझ्या मते, तो खून आहे.''

''म्हणजे, पहिला संशय ॲलिसनवर असणार, हे तर उघडच आहे!''

''हो! मॅगीच्या मृत्यूनंतर तिलाच सर्व संपत्ती मिळणार, असं दिसतंय. पैसा हेच कुठल्याही खुनाच्या किंवा सर्व विकारांच्या मागचं प्रमुख कारण असतं, पण मॅगीचे ते पाहुणेही अतिशय कडके व पैशाचे अत्यंत लोभी आहेत. जो कोणी आपल्याशी लग्न करेल, तो तिच्या इस्टेटीचा वारस होईल, असं मॅगीनं त्या चौघांना सांगितलं होतं आणि आपण फार काळ जगणार नाही याची तिला खातरी पटली होती. तसं असेल तर ज्या कुणी हे कृत्य केलं, त्यानं ती मृत्युपत्र बदलेपर्यंत वाट का पाहिली नाही? आणि ॲलिसन असं काही करेल, असं मलातरी मनातून वाटत नाही.''

''का नाही?''

''मॅगीचा खून करायचं स्वप्न तिनं नक्की पाहिलं असेल; पण प्रत्यक्षात ती

खून करू शकणार नाही. आणि तिनं खून केला असल्याची अगदी अत्यल्प शक्यता जरी गृहीत धरली, तरी तिनं विष पाजून मॅगीचा खून केला असता. हा खून कुणा पुरुषानं केलेला असावा. क्रिस्पिन विदरिंग्टनला तर गाडीच्या इंजिनाबद्दल इत्थंभूत माहिती असणार; इतरांविषयी नीट माहिती काढायला हवी.''

स्वयंपाकघराचा दरवाजा उघडला गेला आणि ॲलिसन कर्र आत आली. ''अरेच्चा!'' प्रिसिलाकडे पाहून ती चकित झाली होती. प्रिसिला निघण्यासाठी अर्धवट उठली, पण हॅमिशनं नजरेनेच केलेला इशारा पाहून खाली बसली आणि तिनं हॅमिशच्या खांद्यावर हात मुद्दाम ठेवला.

''हॅमिश!'' बाजूची खुर्ची ओढून हॅमिशच्या डोळ्यांत खोल पाहत ती उद्गारली. ''तुला काहीतरी करायलाच हवं. पत्रकारांनी मला जगणं मुश्कील करून टाकलंय. ते दरवाजाची बेल एकसारखी वाजवतात आणि लेटरबॉक्सचं झाकण उघडून जोरजोरात हाका मारतात. मी करू तरी काय?''

''तू मिसेस टॉडला बंगल्यात राहायला बोलाव!'' हॅमिश वैतागून म्हणाला. ''आणि तू तिला त्यांच्या अंगावर सोड. त्याआधी बंगल्याच्या फाटकाला कुलूप लाव. तुला गाडी घेऊन बाहेर पडायचं असेल, तरच फक्त फाटक उघड.''

''नाही, पण तू तिथे येऊन पत्रकारांना सुनवायला हवंस की – ते दुसऱ्याच्या खासगी जागेत अतिक्रमण करत आहेत.''

''मी तसं करू शकत नाही. स्कॉटलंडमध्ये अतिक्रमणविरोधी कायदा केलेला नाही आणि तुझ्या बंगल्यात तर चार-चार पुरुष आहेत. त्यांच्यापैकी एकालाही पत्रकारांना थोपवता येत नाही?''

''पीटरचा स्वभाव फार चांगला आहे. त्याच्याच गाडीमधून मी इथे आलेय. तो बाहेर थांबलाय. त्याला ठाऊक आहे की – पत्रकार इथेसुद्धा येऊन पोहोचतील, म्हणून त्यानं रस्त्यावर एका आडोशाला गाडी उभी केलीय. मग आम्ही लपत-छपत इथपर्यंत आलो!''

''आम्हाला काहीही बोलायचं नाही, असं तुम्ही पत्रकारांना निक्षून का सांगितलं नाही? जाऊ दे, तुम्हाला ते जमणारही नाही. तू मिसेस टॉडला बोलावून घे; ती त्यांची तोंडे बंद करेल.''

''पण तिला घरी ठेवून घेतलं, तर तिला जास्तीचे पैसे द्यावे लागतील.''

''तू तुझ्या सॉलिसिटर्सना उद्या सकाळी फोन कर,'' हॅमिश शांतपणे म्हणाला. ''आणि मॅगीच्या संपत्तीची तूच एकमेव वारस आहेस याची आधी खातरी करून घे. जर तूच वारस असशील; तर तुला जेवढ्या रकमेची गरज असेल, तेवढी रक्कम त्यांच्याकडे माग. गाडी विकत घेण्यासाठीही रोख पैसे तू मागू शकतेस.''

''काय? गाडी! वाऽऽ हॅमिश, तू खरंच हुशार आहेस!'' त्याच्या गळ्याभोवती

हात टाकत ॲलिसन म्हणाली. मागच्या वेळचं हॅमिशचं दुष्ट वागणं ती आता विसरून गेली.

"हो-हो!!" तिचे हात सोडवत तो म्हणाला, "आणि हे बघ ॲलिसन, पुढच्या वेळी इथे येताना आधी फोन करून येत जा. तू तर आता बघितलंसच, मी माझ्या मैत्रिणीशी गप्पा मारत असताना तू अचानक आलीस."

ॲलिसन लाजली. प्रिसिलानं तिच्याकडे एक थंड कटाक्ष टाकला व म्हणाली, "तू इतका वेळ इथे काय करतेयस, या विचारानं तुझा मित्र बाहेर अस्वस्थ झाला असेल."

"मी निघतेय!" ॲलिसन ताड्कन म्हणाली, "तू काही हॅमिशचा मालकीहक्क विकत घेतलेला नाहीस; समजलं ना?"

स्वयंपाकघराचा दरवाजा जोरात बंद करून ॲलिसन बाहेर निघून गेली.

"बाप रे, पैसा माणसावर किती विचित्र किमया करू शकतो ना?" हॅमिश म्हणाला. "ह्या बाईमध्ये बदल घडायला सुरुवात झाली आहे."

"मला ती मुलगी मुळीच आवडत नाही." प्रिसिला म्हणाली.

"ती लवकरच ताळ्यावर येईल. आता ती एका नव्या गाडीशी लग्न करणार आहे."

आपल्याला मॅगीच्या मृत्यूचं दुःख व्हायला हवं होतं, पण आपल्याला त्याचं काहीच कसं वाटत नाही... घरी परतत असताना ॲलिसन विचार करत होती. मॅगीनं आपल्या नावावर किती पैसे ठेवले असतील? काही हजार... आणि गाडीसुद्धा? छोटीशी, नाजुकशी सुंदर गाडी – माझी स्वतःची!

"आपण बंगल्यावर पोहोचल्यानंतर आधी तिची कागदपत्रं तपासू या!" पीटर मिश्किलपणे हसत म्हणाला. "तुझ्या मनात काय विचार चाललाय, तो मला कळतोय. तुला नवी गाडी हवी आहे ना?"

"बाप रे! पीटर, तू कधीकधी इतका मनकवड्यासारखा बोलतोस की, मला तुझी भीतीच वाटायला लागते." ॲलिसन दीर्घ श्वास घेत म्हणाली.

ॲलिसननं यापूर्वी मॅगीचे मृत्युपत्र शोधण्याचा कधीच प्रयत्न केला नव्हता. ते फार रुक्ष व अश्लील असणार, असाच तिचा समज होता. पण पीटर व ती बंगल्यात शिरल्या-शिरल्याच दोघेही थेट अभ्यासिकेत घुसून ते मृत्युपत्र शोधू लागले आणि काय आश्चर्य... पीटरला ते एका टेबलाच्या वरच्याच ड्रॉवरमध्ये सापडले!

ॲलिसन मृत्युपत्र वाचू लागली. त्यामध्ये तिला आपलं नाव कुठेच दिसेना! ती एकदम बिथरून गेली.

"काय झालं?" पीटरनं विचारलं, "तिनं तुझ्या नावावर काहीच पैसे ठेवले नाहीयेत का?"

“अं? हो... असंच दिसतंय; पण हे नवं मृत्युपत्र दिसतंय. त्याची ही एक प्रत असावी. घरी परत येत असताना इन्व्हर्नेसला थांबून तिनं हे नवं मृत्युपत्र करून घेतलेलं असावं. ऐक – ती म्हणतेय की... जर माझा अचानक मृत्यू झाला, तर माझी संपत्ती व माझा बंगला विकून येणारे पैसे; तसेच माझे लंडनच्या घराच्या विक्रीतून येणारी अशी सर्व रक्कम तुम्हा चौघांमध्ये समान प्रमाणात वाटावी. ‘माझ्यावर खरंखुरं प्रेम करणारे हेच माझे सच्चे प्रेमिक आहेत’, असं ती म्हणतेय!”

पीटरनं तिचं बोलणं लक्षपूर्वक ऐकलं. “निदान यावरून एक गोष्ट तर तुला नक्कीच मान्य होईल की, आमच्यापैकी कुणीही तिचा खून नक्कीच केलेला नाही.” तो म्हणाला.

हॅमिशनं सुचवल्याप्रमाणेच ॲलिसन वागली. तिनं सॉलिसीटर्सच्या कंपनीत फोन लावला. तिला उत्तर मिळालं की, कंपनीचा प्रतिनिधी मिस्टर ब्रॅडी हा तिला भेटण्यासाठी निघालेला आहे, तिच्या मागण्या तो पूर्ण करेल आणि मुख्य म्हणजे तिला जर गरज असेल, तर तो तिला रोख रक्कमसुद्धा देईल.

मिस्टर ब्रॅडीचं बंगल्यात आगमन झालं आणि त्यानं सर्वांसमक्ष मॅगीच्या मृत्युपत्राचं जाहीर वाचन केलं. सर्व जण थक्क झाले. मालमत्ता व गुंतवणूक याची एकूण किंमत दहा लाख पौंड भरत होती.

“म्हणून तर ते ॲलिसनला हवी तेवढी रक्कम द्यायला तयार झाले!” मिस्टर ब्रॅडी निघून गेल्यावर पीटर सगळ्यांदेखत म्हणाला.

मिसेस टॉड बंगल्यात रात्रीही राहायला तयार झाली. तिनं आठवड्याचे तीनशे पौंड जास्त मागितले. तिच्या मागणीवर ॲलिसननं डोळे मोठे केले, पण ती पैसे द्यायला तयार झाली. पत्रकारांचा दबावही ओसरला. मिसेस टॉडनं त्यांना सडकून दम भरला आणि बंगल्याच्या फाटकालाही मोठे कुलूप लावले.

हे सर्व घडत असताना हॅमिशला एका नव्या चीफ डिटेक्टिव्हशी जुळवून घ्यावे लागत होते. ब्लेअरच्या हातातून ती केस काढून घेण्यात आली होती; पण त्याचे सहकारी मॅक्नॅब व अँडरसनला मात्र लॉचढभलाच ठेवून घेतले होते. नव्या डिटेक्टिव्ह चीफ इन्स्पेक्टरचं नाव होतं – इयान डोनाटी. त्याचे आई-वडील इटलीतून स्थलांतरित होऊन पहाडी प्रदेशात स्थिरावले होते. तो सडपातळ होता, त्याचे डोळे काळेभोर होते आणि त्यांचा लयबद्ध पहाडी आवाज अगदी ऐकत राहावासा वाटे. स्कॉटिश माणसाला इटालियन व्यक्तीविषयी नेहमीच आदर वाटत असे.

डोनाटीनं हॅमिशचा रिपोर्ट बाहेर काढला आणि त्याला तो प्रश्न विचारू लागला. “मला असं वाटतं की, याआधी गावात घडलेली खुनांची दोन-तीन प्रकरणं

तू अतिशय यशस्वीपणे हाताळली आहेस. म्हणून तू आमच्याबरोबर मिसेस बेअर्डच्या बंगल्यात यावंस अन् आम्ही तिथल्या लोकांची जबानी घेत असताना तू सर्वांचं तटस्थपणे निरीक्षण करावंस.'' डोनाटी म्हणाला, ''न्यायवैद्यक पथक त्या गाडीची कसून तपासणी करण्यात मग्न आहे आणि तुझ्या मॅकेनिकनं सांगितलेल्या निकषांची खातरजमा करून घेत आहे.'' त्याची बोलण्याची पद्धत अत्यंत नम्र व आर्जवी होती.

बंगल्यात पोहोचण्यापूर्वी अँडरसननं हॅमिशला बाजूला घेतलं. ''तू त्या बिचाऱ्या ब्लेअरचा काटा का काढलास?'' त्यानं विचारलं. ''तो आपलं काम व्यवस्थित करत असे.''

''अरेच्चा! मला वाटलं की, तुझ्या मनात ब्लेअरबद्दल राग आहे!'' हॅमिश उद्गारला.

''डोनाटीपेक्षा तो खूप परवडला.''

हॅमिश हसला. ''तुझं डोकं फिरलंय. डोनाटी सभ्य आणि सुसंस्कृत वाटतो. शिवीगाळ करत नाही, दारूच्या आहारी गेलेला नाही आणि मुख्य म्हणजे, कामात चालढकल करत नाही.''

''ठीक आहे. त्यानं माज केला नाही म्हणजे मिळवलं! स्ट्रॅथबेनला त्याचं वडिलोपार्जित एक मोठं हॉटेल आहे.''

''आणि तुझ्या वडिलांनी तर बेकारभत्त्यावर अख्खं आयुष्य घालवलं. उगाच ढोंगीपणा करू नकोस, अँडरसन. डोनाटीकडून शिकण्यासारखं खूप आहे. त्याला मनापासून मदत कर.''

ॲलिसन, मिसेस टॉड व त्या चारही पाहुण्यांना डोनाटी आवडला नाही. त्याच्या बोलण्यातला संथ व कोरडेपणा आणि त्याची नजर रोखून प्रश्न विचारण्याची पद्धत घाबरवणारी होती. अत्यंत मोजक्या शब्दांत, सत्य परिस्थिती समोर मांडून डोनाटीनं चारही पाहुण्यांना उघडं पाडलं. चौघांनाही पैशांची खूप गरज असल्याची माहिती हाती आली असल्याचं त्यानं सांगितलं. चौघांपैकी कुणालाही मॅगी आवडत नव्हती, पण तरीही ते तिच्याशी लग्न करायला तयार होते. आपली सर्व माहिती पोलिसांना सांगितल्याबद्दल चौघांनीही खासगीत ॲलिसनला दोष दिला होता; पण खरी गोष्ट ही होती की, मिसेस टॉडनं ती माहिती पोलिसांना स्पष्टपणे सांगितली होती.

डोनाटीनं चौघांच्याही हातांचे ठसे घेतले व जबान्यांवर त्यांच्या सह्या घेतल्या आणि त्यांना घरी जाण्याची परवानगी दिली. फक्त त्यांच्याशी कुठे संपर्क साधायचा, हे त्यांना लिहून द्यायला सांगितले. आपण सुट्टी घेतली असून, आम्हाला इथेच राहायचे असल्याचे चौघांनीही त्याला सांगितले. त्यांना आता ॲलिसनला पटवायचे

आहे, ही गोष्ट हॅमिशच्या लगेच लक्षात आली आणि ॲलिसनशी सलगी दाखवण्यामागचा पीटरचा चाणाक्षपणाही त्याला जाणवला होता.

पण पीटर जेनकिन्सला मात्र ॲलिसनची खातरी वाटत नव्हती. पॉप गायक स्टील आयर्नसाइडवर ती फिदा आहे, असा त्याला संशय होता. आपण तिच्याशी चांगले वागलो म्हणून ती केवळ आपल्या जवळ येत होती आणि त्या वेळेस तिनं मृत्युपत्रही वाचले नव्हते.

दुसऱ्या दिवशी सकाळी जेव्हा आपल्याला सॉलिसीटरकडे घेऊन जाण्याची विनंती तिनं पीटर जेनकिन्सला केली, तेव्हा त्याचा जीव भांड्यात पडला. तो एका पायावर तयार झाला. ॲलिसन नवी गाडी विकत घ्यायला इतकी उतावीळ झाली होती की, सॉलिसीटरकडून चेक घेऊन तो बँकेत वटेपर्यंत वाट पाहायची तिची तयारी नव्हती. तेव्हा, मी डीलरला रोख पैसे देतो व चेक वटल्यानंतर तू माझे पैसे परत कर – असं पीटरनं तिला सांगताच पीटरच्या प्रेमानं ती गहिवरून गेली. ती दुपार ॲलिसननं इन्व्हर्नेसच्या औद्योगिक परिसरातील एका शो-रूममध्ये वेगवेगळ्या गाड्या चालवून पाहण्यात अगदी मजेत घालवली. आश्चर्य म्हणजे, अखेरीस तिनं एक लाल रंगाची छोटी व सर्वांत कमी किमतीची गाडी निवडली. तिच्या निर्णयामुळे पीटरही मनातून खूश झाला. त्यानं दुकानातल्या सेल्समनला सॉलिसीटर्सच्या ऑफिसात फोन करण्याची विनंती केली. सेल्समन ॲलिसनचा चेक घ्यायला राजी झाला आणि सॉलिसीटरकडून मिळालेला चेक वटल्यानंतर ॲलिसनचा चेक बँकेत भरायची त्यानं तयारी दर्शवली. पीटरचाही प्रश्न मिटला, कारण ॲलिसनला देण्यासाठी मुळात त्याच्याकडे पैसेच नव्हते!

त्या संध्याकाळी सारेकाही ॲलिसनच्या मनासारखे घडत गेले. सर्व जण तिच्याभोवती पिंगा घालत तिची स्तुती करत होते. आपल्या व्यक्तिमत्त्वाच्या प्रभावामुळे सगळे आपल्यावर कौतुकाचा वर्षाव करत आहेत, असा ॲलिसननं स्वत:चा गोड गैरसमज करून घेतला.

त्याच संध्याकाळी डोनाटी हॅमिशसोबत लॉचढभ पोलीस स्टेशनमध्ये बसला होता. डोनाटीच्या हुशारीची पहिली झलक हॅमिश अनुभवत होता. डोनाटीनं मधल्या काळात स्कॉटलंड यार्डला फोन लावून लंडनमधल्या सर्व खासगी गुप्तहेर एजन्सींची नावे मिळवली होती आणि त्यातून मॅगीनं निवडलेली एजन्सी बरोबर शोधून काढली होती. त्या एजन्सीनेही मॅगीला पाठवलेल्या रिपोर्टची प्रत स्ट्रॅथबेनच्या पोलीस कार्यालयात फॅक्स केली होती.

"आणि हा तो रिपोर्ट!!" डोनाटी नेहमीप्रमाणे मोजक्या शब्दांत म्हणाला. "मी तुला वाचून दाखवतो. क्रिस्पिन विदरिंग्टन फारच अडचणीत सापडलाय.

म्हणजे आर्थिक अडचणीत, असं म्हणायचंय मला. पूर्वीही तो एकदा असाच गोत्यात आला होता. गाड्यांच्या चोरी प्रकरणात फार वर्षांपूर्वी त्याला पोलिसांच्या चौकशीला सामोरं जावं लागलं होतं. त्या वेळी तो खूप पैसे कमवत होता. त्याच्याविरुद्ध काही पुरावे न मिळाल्यानं तो सुटला. माझ्या मते, त्यानंतर त्यानं गुन्हेगारी जीवन सोडून दिले असावे. पण कसबी विक्रेत्याचं कौशल्य त्याच्याकडे नसल्यामुळे अखेरीस वाममार्गानं मिळवलेला पैसा त्याला हळूहळू गमवावा लागला.

''जेम्स फ्रेम हे तसं साधं, शांत व्यक्तिमत्त्व आहे. मॅगी बेअर्डच्या गतकाळाचा जेव्हा मी शोध घेतला; तेव्हा असं लक्षात आलं की, त्या काळी लंडनमधील वेस्ट-एंडसारख्या धनिक वस्तीत तिचा वावर होता. अनेक श्रीमंत गुन्हेगारांशी ती संबंध ठेवून होती. जेम्स फ्रेमला गाड्यांबद्दल अगदी तांत्रिक अंगांपासून सर्व बाबतींतली माहिती आहे. एकेकाळी तो विदरिंग्टनबरोबर काम करत होता. त्याच्या नावावर एकाही गुन्ह्याची नोंद नाही. ड्रग्जचा साठा पकडण्यासाठी त्याच्या जुगारी अड्ड्यावर अनेकदा छापे घातले गेले, पण पोलिसांच्या हाती काहीच लागले नाही.

''पीटर जेनकिन्स कुटुंबवत्सल माणूस. वेस्ट मिनिस्टर व ऑक्सफर्डच्या ख्राईस्ट चर्च इथे शिक्षण. फारशी मान्यता नसलेल्या विद्यापीठाकडून पदवी मिळवली. मग अशी पदवीधर मुलं जे करतात, तेच त्यानंही केलं. कॉपी रायटर म्हणून जाहिरात कंपनीत तो दाखल झाला. मालकाची चमचेगिरी केली. वारसाहक्कानं भरपूर पैसे अचानक मिळाले. स्वत:ची कंपनी थाटली. सुरुवातीला चांगली कमाई केली. पण त्याचं श्रेय त्याच्या भागीदाराला जातं. अलीकडे भागीदार सोडून गेला आणि जाताना कंपनीची बहुतेक गिऱ्हाइकंही आपल्या सोबत घेऊन गेला. आता पैसे मिळाले नाहीत, तर कंपनीचा गाशा गुंडाळावा लागणार, अशी अवस्था. आता घरची इस्टेटही उरलेली नाही. एकुलता एक मुलगा. आई-वडील पूर्वीच वारले.

''स्टील आयर्नसाइड ऊर्फ व्हिक्टर प्लमर. कॉट्सवोल्डमधील एका खेड्यात जन्म. त्यामुळे बोलण्यात अजूनही ग्रामीण उच्चार. साठच्या दशकात फोफावलेली ड्रग्ज संस्कृती व व्यवस्थाविरोधी बंडकाळात अचानक प्रसिद्धीच्या झोतात आला. त्या काळी अतिशय देखणा दिसत असे. सत्तरीच्या काळातील समरगीतांमुळे त्याला पुन्हा लोकप्रियता लाभली. 'वुई विल चेंज द वर्ल्ड' हे त्यानं लिहिलेलं गाणं आजही लोकांच्या ओठांवर आहे. लिव्हरपूरमधल्या एका छचोर स्त्रीशी लग्न. दोन मुलं. त्यांना कधीही पैसे पाठवत नाही. एकेकाळी ड्रग्जचं व्यसन; परंतु हातून कधीही, कोणताही गुन्हा घडलेला नाही. त्याची प्रसिद्धी व देखणेपणावर भाळून मॅगी बेअर्डनं त्याच्याशी मैत्री जोडली होती.''

"नाहीतरी एखाद्या वेश्येच्या प्रेमात हे असलेच लोक पडू शकतात!" हॅमिश म्हणाला.

डोनाटीनं चकित होऊन हॅमिशकडे पाहिलं आणि मान खाली घालून येणारं हसू दाबण्याचा प्रयत्न केला. "हो, तुझ्या म्हणण्यात तथ्य आहे –" तो म्हणाला, "म्हणजे खून करायचा उद्देश असू शकणारी, एकटी ॲलिसन कर्रच मला दिसतेय."

डोक्यामागे हाताची घडी घालून हॅमिशनं छताकडे नजर लावली. "माझ्या मते, ते चौघेही एकेकाळी मॅगीच्या प्रेमात पडले होते. मॅगीनं लिहिलेलं हस्तलिखित ॲलिसननं टाईप केलं होतं, पण ते आता अचानक गायब झालंय. त्या संदर्भात ॲलिसन मला म्हणाली होती की, मॅगी ही इतर वेश्येप्रमाणे शय्यासोबतीचे पैसे कुणाकडूनही मागत नसे. चौघांनीही तिच्या प्रेमात असल्याच्या समजातून तिच्यावर पैसे उधळले होते. म्हणजे – ते तिला भेट म्हणून कपडे, दागिनं व पैसे देत असत. ते मनानं दुबळे होते, पण स्वत:बद्दल मात्र त्यांना प्रचंड अहंकार होता. कदाचित त्यांच्यापैकी एकानं आयुष्यभर तिच्यावर डूख धरला असेल आणि तिच्याकडे परतण्याच्या संधीची शांतपणे वाट पाहिली असेल. मॅगी अलीकडे फारच माजोरडेपणा करू लागली होती. कदाचित तिनं त्यांच्यापैकी एकाला फारच दुखावलं असेल किंवा मॅगीच्या नव्या मृत्युपत्राचाही कदाचित एकाला सुगावा लागलेला असू शकतो. पण मग त्यासाठी त्याला ॲलिसनचा काटा काढावा लागेल!"

"बरोबर बोललास. मला वाटतं, आपण ॲलिसनला धोक्याची सूचना द्यायला हवी; नाही का?"

ॲलिसन अगदी झोपण्याच्या तयारीत असताना दारावर टक्टक् करत मिसेस टॉड आत आली. "पोलिसांना तुला भेटायचंय." ती म्हणाली.

"आत्ता? भेटायलाच हवं का?" ॲलिसननं वैतागून विचारलं. तिनं मॅगीचा सॅटिनचा पांढरा शुभ्र गाउन घातला होता. तो गाउन पाहून मिसेस टॉडला धक्काच बसला. "मला कमाल वाटतेय तुझी! मेलेल्या स्त्रीचे तू कपडे घातलेस?"

"हा गाउन अगदी नवा कोरा होता," ॲलिसन उद्दामपणे म्हणाली. "तिनं पेटीतून तो बाहेरही काढला नव्हता."

"हे बघ, ह्या वेषात तू पोलिसांना भेटू शकत नाहीस." हाताची घडी घालून मिसेस टॉड ठामपणे म्हणाली.

ॲलिसनला ओरडून सांगावेसं वाटलं की, ह्या बंगल्याची आता मी मालकीण आहे आणि माझ्या मनात येईल ते कपडे मी घालणार... पण ती गुपचूप आत गेली आणि स्वत:चा एक जुना स्कर्ट व स्वेटर घालून बाहेर आली.

“हां, आता कशी अगदी नीट दिसतेस!” मिसेस टॉड म्हणाली. “चल, मी तुझ्याबरोबर येते. त्या मॅक्बेथला पाहिलं की, माझं डोकं फिरतं. त्याला सैन्यदलात नोकरी करण्यासाठी पाठवायला हवं, म्हणजे त्याचा सुस्तपणा तरी जाईल. मला आठवतंय, मी सेनादलात काम करत असताना...” पण ॲलिसननं कान बंद करून घेतले होते. मिसेस टॉडच्या भाषणबाजीचा तिला वीट आला होता. हिच्यापासून कशी सुटका करून घ्यायची? तिच्या पाठोपाठ जिना उतरताना ती विचार करत होती. एकच उपाय आहे – हा बंगलाच विकून टाकायचा, मग तिची ब्यादच उरणार नाही.

नवकोट्यधीश स्त्रीनं दिवाणखान्यात प्रवेश केला आणि तिला पाहताच दोघेही पोलीस एकदम उठून उभे राहिले.

“तू जाऊ शकतेस –” डोनाटी मिसेस टॉडला म्हणाला.

“नाही, मी इथेच थांबणार!” मिसेस टॉड हट्टानं म्हणाली.

“हे बघ, तुला सांगितलं तसं वागायचं. आलं लक्षात?” डोनाटीनं तिला झापले.

“ठीक आहे, मी स्वयंपाकघरातच थांबते. ॲलिसन, तुला काही हवं असलं, तर लगेच मला हाक मार –” मिसेस टॉड म्हणाली. त्यावर – मला आता हिनं ‘मिस कर्र’ म्हणायला हवं, असा विचार ॲलिसनच्या मनात आला. मिसेस टॉड सावकाश चालत स्वयंपाकघरात गेली.

डोनाटी म्हणाला, “आमची आता खातरी झाली आहे की, मिसेस बेअर्डच्या गाडीत कुणीतरी मुद्दाम बिघाड घडवून आणल्यामुळे तिचा मृत्यू झालेला आहे. तो सदोष मनुष्यवध होता.”

ॲलिसनच्या ओठांतून अस्पष्ट हुंकार निघाला. तिची नजर हॅमिश मॅक्बेथकडे गेली. हॅमिश... एखाद्या आदर्श पोलीस इन्स्पेक्टरसारखा हात मागे ठेवून अन् नजर ताठ समोर ठेवून निश्चलपणे उभा होता.

“जर तुझा ह्या गुन्ह्यात कोणताही सहभाग नसेल; तर आम्हाला अशी भीती वाटते की, तुझ्या आयुष्याला फार मोठा धोका निर्माण झालेला आहे.” डोनाटी कोरडेपणानं म्हणाला.

“मला? पण... का?”

“कारण तुझ्या मृत्यूमुळे ह्या चारही जणांचा खूप फायदा होणार आहे. अर्थात, त्या गुन्हेगारानं तुझ्याशी लग्न करण्यात यश मिळवलं, तर गोष्ट वेगळी!”

ॲलिसन रडू लागली. इतकी रडणारी बाई यापूर्वी आपण कधी पाहिली नव्हती, असे हॅमिशला वाटून गेले.

डोनाटीच्या चेहऱ्यावरची रेषाही बदलली नाही. “बंगल्याबाहेर एक पोलीस

तुझ्या संरक्षणासाठी कायम उभा असेल. तुला कसलाही संशय आला, तर तू लगेच त्याला सांगू शकतेस.''

ॲलिसननं डोळे चोळले. ''मला हॅमिश मिळू शकेल?'' तिनं कळकळीनं विचारलं.

''नाही. मला ह्या केससाठी हॅमिश हवा आहे. शिवाय, त्याला त्याची नेहमीचीही बरीच कामं आहेत. स्ट्रॅथबेनहून एक खास पोलीस तुझ्यासाठी मागवण्यात येईल. बरं, मला तुझ्याशी आणखीही काही बोलायचंय. मॅगीच्या हस्तलिखिताबद्दल मला थोडी माहिती हवी आहे. ह्या चौघांचा उल्लेख त्या पुस्तकात होता?''

ॲलिसन सर्व सविस्तर सांगू लागली. आपला आता काहीच उपयोग उरलेला नाही, असं हॅमिशला वाटू लागलं होतं. ही केस जर ब्लेअरच्या हातात असती; तर ब्लेअरची पाठ वळताच जे प्रश्न आपण ॲलिसन व इतरांना विचारले असते, तेच प्रश्न डोनाटी विचारत होता. ब्लेअरला आपल्याबद्दल जो तिरस्कार व मत्सर वाटत असे, ते आपल्यासाठी एक वरदानच ठरलं होतं – हे आज त्याला जाणवलं. डोनाटीनं एक हुशार इन्स्पेक्टर म्हणून ह्या केसमध्ये आपल्याला सदैव त्याच्या बरोबर ठेवलं आहे, पण तो आपल्याला महत्त्वाचं काहीच काम देत नाही... त्यानं सगळी सूत्रं धूर्तपणे स्वत:पाशीच ठेवली आहेत. मला त्याचा आता मत्सर वाटू लागलाय... हॅमिश मनातल्या मनात चिडून म्हणाला.

दोघेही निघून गेल्यावर ॲलिसन स्वयंपाकघरात जाऊन मिसेस टॉडला बिलगली आणि तिच्या खांद्यावर डोकं ठेवून हुंदके देत रडू लागली. ''अरेऽ अरेऽ'' मिसेस टॉड तिला धीर देत म्हणाली, ''रडू नकोस. चल, आपण वर जाऊ या. तू झोपेपर्यंत मी तुझ्याबरोबर थांबते. पाहिलंस ना आता तू? सगळे पुरुष मेले सारखेच!''

काही वेळापूर्वी ॲलिसनला मिसेस टॉड नकोशी झाली होती, तिच्यापासून सुटका करून घेण्याचा ती मार्ग शोधत होती; आता तिचा राग निवळला होता. मिसेस टॉडच्या उबदार मायेनं ती सुखावली होती.

पण दिवे विझवून मिसेस टॉड निघून जाताच ती भीतीनं थरथर कापू लागली. त्यांच्यापैकी कोण आपल्या जीवावर उठला असेल? केवळ मला मिळालेल्या पैशांसाठी? आयुष्यात पैशाला किती महत्त्व आहे! तिला झोप येईना. बाहेर सोसाट्याचा वारा सुटला होता. वाऱ्याचा आवाज तिला एका शोकगीतासारखा वाटला. खोलीत हीटर सुरू असतानाही ती थंडीनं कापत होती.

...आणि मग तिला दरवाजाच्या बाहेर पावलांचा आवाज ऐकू आला. तिनं

बाजूचा नाइटलँपही विझवला. दरवाजाचं हँडल वळू लागलं. ओरडण्यासाठी तिनं तोंड उघडलं; पण दार चट्कन उघडलं अन् आत शिरणाऱ्या पीटर जेनकिन्सला तिनं ओळखलं. "काय हवंय तुला?" ॲलिसननं जोरात विचारले.

तो येऊन पलंगाच्या टोकावर बसून तिच्याकडे पाहू लागला. "मला झोप लागत नव्हती..." तो म्हणाला, "त्या डिटेक्टिव्हनं मला अगदी एखाद्या गुन्हेगारासारखी वागणूक दिली!" पीटरनं नाइट ड्रेस घातला होता आणि त्याचे केस विस्कटलेले होते. आपल्याला पीटरची भीती वाटत नाही, हे ॲलिसनला जाणवलं.

"मी प्रचंड घाबरलेय," ॲलिसन म्हणाली, "माझीही झोप उडालीये."

त्यानं तिचा हात हातात घेतला. "थोडावेळ मी तुझ्याबरोबर बसतो."

"थँक यू!" ॲलिसन ओशाळत म्हणाली.

दोघेही गप्प झाले. एकमेकांकडे पाहत राहिले. मग पीटर हळूच खाली वाकला व त्यानं ॲलिसनच्या ओठांचे चुंबन घेतले. तिनं त्याच्या गळ्याभोवती हात टाकले आणि पुढच्याच क्षणी तो तिच्या बाजूला झोपला होता... दोघेही एकमेकांच्या चुंबनालिंगनात बुडून गेले होते.

त्यांचे प्रणयाराधन लवकरच आटोपले असले, तरी दोघांच्या चेहऱ्यावर समाधान पसरलेले दिसत होते. हेच ते स्वर्गीय सुख... ॲलिसन मनात म्हणाली अन् पीटरच्या बाहुपाशात कधी झोपी गेली, हे तिलाच कळले नाही.

सात

मी तुम्हाला 'बाईसाहेब' म्हणू शकत नाही; तुम्हाला
'रखेल' म्हणायची माझी मलाच लाज वाटते. म्हणून तुम्हाला
कोणत्या नावानं हाक मारायची, हेच मला समजत नाही;
पण तरीही मी तुमचे आभार मानते.
– *राणी एलिझाबेथ*

दुसऱ्या दिवशी हॅमिशच्या लक्षात आले की, डोनाटीचं अतिकौतुक करण्याच्या नादात त्यानं मॅगीच्या खून प्रकरणाचा साकल्यानं विचार करणं थांबवलं आहे. पूर्वी तो लोकांकडून मिळालेल्या माहितीवर आणि स्वत:च्या अंत:प्रेरणेवर विसंबून राहत असे. शेवटी त्यानं ठरवलं की, स्वत: बंगल्यात जाऊन आपल्या दृष्टीस आणखी काय पडतं, याचा बारकाईनं शोध घ्यायचा.

बंगल्याबाहेर रस्त्यावरच त्यानं गाडी उभी केली. समुद्र शांत असला, तरी हवा मात्र दमट झाली होती. तो चालत स्वयंपाकघराच्या दरवाजापाशी आला आणि तिथेच थबकला. आतून तावातावात सुरू असलेलं संभाषण त्याच्या कानी पडलं. बाजूच्या खिडकीजवळ जात त्यानं हळूच आत डोकावून पाहिलं. मिसेस टॉड व पी. सी. मेरी ग्रॅहॅम स्वयंपाकघराच्या टेबलापाशी बसून जोरजोरात बोलत होत्या.

त्यानं मनातल्या मनात शिव्या हासडल्या. स्ट्रॅथबेनचे अधिकारी ॲलिसनच्या संरक्षणार्थ पुरुष पोलिसाऐवजी स्त्री पोलीस पाठवणार याचा अंदाज त्याला आधीच यायला हवा होता, असं त्याला वाटलं.

तो आपल्या गाडीकडे परतला आणि गाडी चालवत एका टेलिफोन बूथपाशी आला. गाडीतून उतरत त्यानं बूथमधून मॅगीच्या बंगल्यात फोन लावला आणि ॲलिसन आहे का, विचारलं. "कोण आहे?" मिसेस टॉडनं संशयानं विचारलं.

"इयान चिशॉल्म –" आवाज बदलत हॅमिश म्हणाला.

ॲलिसननं फोन उचलताच तो चट्कन म्हणाला, "मी हॅमिश बोलतोय. मी तुझ्या बंगल्याबाहेरच्या रस्त्याच्या टोकाला असलेल्या फोन बूथमधून बोलतोय. तू इथे येऊन मला भेटशील का?"

"मी नाही येऊ शकत हॅमिश," ॲलिसन भाव खात म्हणाली, "मी कामात आहे."

"फार महत्त्वाचं काम आहे," हॅमिश म्हणाला, "मी तुझा फार वेळ घेणार नाही... आणि तू कुठे जातेयस, ते कुणालाही सांगू नकोस."

"ठीक आहे –" ॲलिसन म्हणाली व तिनं रिसिव्हर ठेवला.

दहा मिनिटांनी ॲलिसनची नवी कोरी लाल रंगाची गाडी समोरून येताना हॅमिशला दिसली.

ती गाडी पार्क करेपर्यंत तो थांबून राहिला. मग गाडीचं दार उघडत तो तिच्या शेजारच्या सीटवर जाऊन बसला.

"पी. सी. मेरी ग्रॅहॅम बंगल्याच्या आत बसून काय करतेय?" हॅमिशनं तिला विचारलं. "तिनं बंगल्याबाहेर पहारा देत उभं राहायला हवं."

"काय घडलं, ते मी तुला सांगते. त्या बाईनं घरात आल्या-आल्या चहा मिळू शकेल का, अशी विनंती केली; पण मिसेस टॉडनं तिला उडवून लावलं अन् तुझं काम बंगल्याबाहेर राखण करण्याचं आहे, असं त्या बाईला सुनावलं. ती बाहेर गेली व बंगल्याबाहेर जोरजोरात इकडून-तिकडे कवायत केल्यासारखी चालू लागली. मिसेस टॉडची स्वयंपाकघरात काहीतरी धुसफूस चालू होती. ती थोडी कावल्यासारखी झाली होती. तिचं लक्ष त्या मेरीकडे होतंच. थोड्या वेळानं ती मला म्हणाली, 'ती बाई आत येऊन बसली, तर मला अधिक धीर येईल.' तिनं तिला आत बोलावलं आणि थोड्याच वेळात जुनी मैत्री असल्यासारख्या त्या एकमेकांशी बोलू लागल्या."

"आणि हे कशामुळे घडलं, असं तुला वाटतं?"

"तुला अगदी जाणून घ्यायचंच आहे का, तर सांगते. मिसेस टॉडनं तिच्याशी संभाषण करायची सुरुवातच अशी केली की, एका स्त्री पोलिसाला इथे आलेली पाहून तिला खूप बरं वाटलं. कारण त्या मूर्ख मॅक्बेथचीच इथे नेमणूक होणार, असं तिला वाटलं होतं. त्यावर मेरी म्हणाली की, तो मॅक्बेथ म्हणजे एक नंबरचा कामचुकार माणूस आहे... आणि मग दोघींनी मिळून तुला शिव्या द्यायला सुरुवात केली. पण तू मला इथे का बोलावून घेतलंस?"

"त्या पुस्तकाबद्दल विचारायचं होतं. डोनाटीनं जेव्हा तुला त्या पुस्तकात त्या चौघांचा उल्लेख आहे का – असं विचारलं, तेव्हा तू 'नाही' असं उत्तर दिलंस; पण मग तुझ्या उत्तरानं तूच बावरल्यासारखी वाटलीस."

''त्या वेळेस मला आणखी एक गोष्ट आठवली होती,'' ॲलिसन म्हणाली. ''मला ती डोनाटीला सांगावीशी वाटली नाही. मला मीच दुष्ट आणि मूर्ख वाटले, कारण त्या 'चौघांचाही पुस्तकात भरपूर उल्लेख आहे,' असं मी त्यांना आत्तापर्यंत भासवलंय.''

''अच्छा! आणि त्या पुस्तकातल्या व्यक्तींबद्दल बोलताना तू म्हणालीस की, मॅगीला पूर्वी एक खूप जवळची मैत्रीण होती; पण तिचं नाव तुला आत्ता नीट आठवत नाही. मग तू म्हणालीस की, ग्लेनिस असं काहीतरी तिचं नाव होतं.''

''त्याची एक गंमतच झाली. काल रात्री मला ते अचानक आठवलं.'' आणि असं बोलून ती कमालीची लाजली. हॅमिशच्या भुवया उचलल्या गेल्या. ॲलिसननं स्कर्ट व हिरव्या रंगाचा सिल्कचा पातळ ब्लाउज घातला होता आणि कमरेभोवती सोनेरी फासा असलेल्या हिरव्या रंगाचाच चामड्याचा पट्टा लावला होता. शिवाय तिनं डोळ्यांचा मेकअपही केला होता, ओठांना लिपस्टिक लावली होती. याचा अर्थ 'त्याला' खूश ठेवण्यासाठी तिची ही धडपड चालली होती. म्हणजे पीटर जेनकिन्स तिला पटवण्यात पूर्ण यशस्वी झाला होता, याचा अंदाज हॅमिशला चट्‌कन आला.

''मला अचानक ते नाव त्या वेळी आठवलं –'' ॲलिसन म्हणाली, ''तिचं नाव ग्लेनिस इव्हान्स.''

''आणि ती राहते कुठे?''

''ते मला ठाऊक नाही.''

''हरकत नाही. मी तिला शोधून काढेन. आता जितक्या लवकर ती खुनी व्यक्ती सापडेल, तितकं तुझ्या दृष्टीनं चांगलं आहे ॲलिसन. कारण त्या चौघांनीही आपल्याशी लग्न कर म्हणून तुझ्या मागे नक्कीच लकडा लावला असणार.''

''कदाचित त्यांच्यापैकी काही जणांना मी खरोखरच आवडतही असेन!'' ॲलिसन खोचकपणे म्हणाली.

''हो! पण माझ्या मते, तू त्यांच्याशी गोड बोलून त्यांच्यापैकी कुणाला मॅगीबद्दल आकस होता का, हे तुला शोधायला हवं!'' असं म्हणत हॅमिशनं प्रथमच तिच्या नजरेत नजर गुंतवून अतिशय मधाळ नजरेनं तिच्याकडे पाहिलं. ''हे आपल्या दोघांतलं गुपित असेल.''

''हो, हो – नक्की!'' ॲलिसन एकदम भारावून गेली. क्षणभर तिला पीटरचाही विसर पडला.

हॅमिशनं डोनाटीला फोन करून ग्लेनिसचं नाव त्याच्या कानावर घातलं. पण नंतर त्याच्यातली पहाडी माणसाची कुतूहल वृत्ती चाळवली गेली. त्या स्त्रीला ताबडतोब जाऊन भेटावेसे त्याला वाटू लागले. तो तडक पोस्ट ऑफिसमध्ये गेला आणि त्यानं लंडनची फोन डिरेक्टरी मागवली. इव्हान्स नावाच्या अनेक व्यक्ती

त्यात होत्या. पण अचानक त्याला हवे असलेले नाव सापडले – ग्लेनिस इव्हान्स, हॅरॉल्ड म्यूज, लंडन (पश्चिम) -१.

पोलीस स्टेशनमध्ये येऊन त्यानं फोन लावला. पलीकडून एक माजोरडा आवाज आला आणि त्या व्यक्तीनं आपण ग्लेनिस इव्हान्स असल्याचे सांगितले.

''सदरलँडच्या लॉचढभ पोलीस स्टेशनमधून मी इन्स्पेक्टर हॅमिश मॅक्बेथ बोलतोय –'' हॅमिशनं सुरुवात केली.

''मग तू पुढे बोलूच नकोस,'' ग्लेनिस म्हणाली, ''आज सकाळपासून दोन-तीन मूर्ख इन्स्पेक्टर्स व डिटेक्टिव्हनी मला फार सतावलंय.''

हॅमिशच्या चट्‌कन लक्षात आलं की, डोनाटीनं स्कॉटलंड यार्डला फोन करून तिथल्या लोकांना लगेच कामाला लावलेलं असणार.

''तुझ्यासारख्या सभ्य स्त्रीला असा त्रास दिल्याबद्दल त्यांच्या वतीनं आधी मी तुझी माफी मागतो,'' हॅमिश म्हणाला, ''पण मनापासून सांगू? मला ह्या प्रकरणात अगदी वैयक्तिक आस्था आहे. मला मिसेस बेअर्डचा स्वभाव फार आवडत असे आणि ज्या कुणी नराधमानं तिचा खून केला, त्याला पकडण्यासाठी काहीही करण्याची माझी तयारी आहे.''

''काय म्हणालास! हृदयविकाराचा झटका येऊन मॅगी मृत्यू पावली, असं त्या मूर्ख पोलिसानं मला सांगितलं.''

''तिचा मृत्यू हृदयविकाराच्या झटक्यानेच झाला; पण तिला हृदयविकाराचा झटका येईल, अशी परिस्थिती निर्माण करण्यात आली. तिच्या गाडीत कुणीतरी स्फोटजन्य वस्तू ठेवली आणि तिनं गाडीची चावी फिरवताच गाडीनं अचानक पेट घेतला. त्या धक्क्यानं तिला हृदयविकाराचा झटका आला. त्या वेळी तिच्या घरात चार पाहुणे होते – क्रिस्पिन विदरिंग्टन, जेम्स फ्रेम, पीटर जेनकिन्स व स्टील आयर्नसाइड आणि तिची भाची ॲलिसन कर्र.''

''तिला कुणी नातेवाईक आहे, हे मला ठाऊक नव्हतं!'' त्यानंतर बराच वेळ पलीकडून काही आवाज आला नाही. ''ठीक आहे!'' ग्लेनिस अखेर म्हणाली, ''तू जर इथे येऊन मला भेटलास, तर मी तुला काही मदत करू शकते का, ते पाहता येईल.''

''ते शक्य होईल, असं मला वाटत नाही...'' हॅमिश सावधपणे म्हणाला.

''तर मग राहू देत.''

''मी येतो!'' हॅमिश चट्‌कन म्हणाला, ''आज रात्रीची गाडी पकडून उद्या सकाळी मी पोहोचतो.''

तिनं घराचा पत्ता व घरी यायचा मार्ग सांगून फोन ठेवला.

ही केस जर ब्लेअरच्या हातात असती, तर तो कुणाला काहीही न सांगता

लंडनला गुपचूप जाऊन आला असता. पण डोनाटीशी तसं वागणं कठीण होतं.

डोनाटी लॉचढभ हॉटेलमध्ये राहत होता. हॅमिश तिथे पोहोचला.

डोनाटीनं हॅमिशचं बोलणं शांतपणे ऐकून घेतलं आणि तो तितक्याच निर्विकारपणे हॅमिशला म्हणाला, ''तू तुझी अधिकारकक्षा ओलांडलीस. ही गोष्ट खरी आहे की, स्कॉटलंड यार्डनं एका अकार्यक्षम इन्स्पेक्टरला पाठवल्यामुळे तिला मनस्ताप सहन करावा लागला. पण यापुढे माझी परवानगी घेतल्याशिवाय असे निर्णय घेत जाऊ नकोस.''

''हो!!''

''नुसतं हो?''

''होय साहेब!'' हॅमिशनं डोनाटीकडे चमकून पाहिले.

''ठीक आहे. मला वाटतं, तू तिला जाऊन भेटावंस. आपण आपले अहंकार बाजूला ठेवू. जर त्या स्त्रीकडून तुला काही उपयुक्त माहिती मिळाली, तर तुझी लंडनवारी वसूल होऊन जाईल. तू जाऊ शकतोस.''

आणि हॅमिश तिथून बाहेर पडला. ब्लेअरनं त्याला मुळीच परवानगी दिली नसती; उलट त्याला शिव्यांची लाखोली वाहिली असती.

पण मग तरीही त्याला ब्लेअरची पुन:पुन्हा का आठवण येत होती?

ॲलिसननं आता हॅमिशला शक्य होईल, तितकी मदत करायचे ठरवले. असुरक्षितता हाच तिच्यासमोरील एकमेव प्रश्न होता. बाकीची सगळी सुखं तिच्या पायी लोळण घेत होती. गुन्हेगार न सापडल्यामुळे मनाला स्वस्थता लाभत नव्हती. संध्याकाळच्या अचानक सरकणाऱ्या सावल्यांकडे लक्ष जाताच किंवा जिन्यावर पडलेल्या पावलांचा आवाज कानांवर पडताच तिच्या मनाचा थरकाप होत असे. मॅगीच्या बंगल्यातील बहुतेक बेडरूम्स ह्या पहिल्या मजल्यावर होत्या. त्यामुळे ॲलिसन राहत असलेल्या मजल्यावरच पीटर जेनकिन्स, मिसेस टॉड व जेम्स फ्रेमच्याही बेडरूम्स होत्या. स्टील आयर्नसाइड व क्रिस्पिन विदरिंग्टन मात्र तळमजल्यावर झोपत असत. मॅगीच्या मृत्यूनंतर सर्व जण मोठ्या हॉलमध्ये पूर्वीसारखे जेवायला न बसता जेवण्यासाठी स्वयंपाकघरातच एकत्र जमत. हॅमिशला मदत करावीशी वाटण्याचं दुसरं कारण म्हणजे, जरी ती हळूहळू पीटर जेनकिन्सच्या प्रेमात गुरफटू लागली असली तरी तिच्या मनाची बेचैनी कमी होत नव्हती आणि मन गुंतवण्यासाठी तिला काहीतरी काम हवं होतं. मॅगीच्या अंत्ययात्रा समारंभाची सर्व व्यवस्था तिनं मिसेस टॉडवर सोपवून टाकली होती.

ॲलिसनला आता पोलीस कॉन्स्टेबल मेरी ग्रॅहॅमच्या प्रश्नांनाही उत्तरं द्यावी लागत होती. सकाळी अचानक तू कुठे गायब झाली होतीस – या तिच्या प्रश्नावर

तिनं मनाची बेचैनी घालवण्यासाठी आपण गाडीमधून जरा फेरफटका मारून आल्याचे मेरीला सांगितले होते. यापुढे आपली परवानगी घेतल्याशिवाय घराबाहेर पडायचे नाही, असे त्यावर मेरीनं तिला बजावले होते. आपण बंगल्याची मालकीण आहोत का नोकर, हेच ॲलिसनला समजेना. मिसेस टॉडनेही मेरीची री ओढत ॲलिसनला बऱ्याच सूचना केल्या होत्या. ॲलिसनला पुन्हा एकदा मिसेस टॉडचा प्रचंड राग आला होता आणि मिसेस टॉडमुळेच मेरीचा उद्धटपणा वाढल्याचा तिचा समज झाला होता.

ॲलिसन हॉलमध्ये पेपर व पेन्सिल घेऊन बसली आणि मॅगीच्या आयुष्यात आलेले पुरुष व त्यांची माहिती याबद्दल ती टाचणं तयार करू लागली. अभ्यासिकेपेक्षा हॉलमध्ये बसल्यास आपल्याला शांतपणे आपलं काम करता येईल, असं तिला वाटलं होतं.

पण तिनं लिहायला सुरुवात करताच स्टील तिथे येऊन टपकला.

"बाहेर फिरायला जावंसं वाटतंय का तुला?" त्यानं विचारलं.

ॲलिसननं त्याच्याकडे मान वर करून पाहिलं. नीट दाढी करून जर ह्यानं अंगात चांगले कपडे घातले, तर हा इसम अजूनही देखणा दिसू शकतो – असा विचार तिच्या मनात आला. पण शर्टाची बटणं उघडी ठेवून केसाळ छातीचं प्रदर्शन करण्याची त्याला वाईट खोड होती.

"तुला कुठे जावंसं वाटतंय?" तिनं विचारलं.

"डोंगरावरच्या मोकळ्या हवेत."

"ठीक आहे –" ॲलिसन म्हणाली.

मेरी ग्रॅहॅमच्या प्रश्नाला न घाबरता आपण कुठे जातोय, हे तिनं मेरीला सांगितलं.

दोघे जण गॅरेजच्या बाजूनं बंगल्याच्या मागच्या बागेचे फाटक उघडून बाहेर पडले आणि डोंगराकडे जाणाऱ्या एका चिंचोळ्या रस्त्यावरून चालू लागले. समुद्रावरून वाहत येणाऱ्या वाऱ्यांचा उबदार स्पर्श अंगाला होत होता. डोंगरमाथ्यावर पोहोचल्यानंतर दोघेही विश्रांती घेत सभोवतालचं दृश्य निरखू लागले. ॲटलांटिक महासागरावरून प्रचंड मोठे काळे ढग खाली उतरू लागले होते आणि खाली खवळलेल्या समुद्रावरून त्या ढगांच्या सावल्या संथपणे पुढे सरकत होत्या.

"तू मला थोडे पैसे उधार देऊ शकशील का?" स्टीलनं अचानक विचारले.

"मला माझ्या वकिलांचा सल्ला घ्यावा लागेल. पैसे अजून माझ्या ताब्यात आलेले नाहीत."

"तू विचारलंस, तर ते तुला आगाऊ रक्कम देऊ शकतील –" स्टील म्हणाला. "त्यांनी तुला गाडी विकत घ्यायला पैसे दिलेच ना?"

"हे बघ – ते पैसे आता 'माझे' आहेत."

"हे बघ!" तो तिला पटवण्याचा प्रयत्न करत म्हणाला. "मी एक सुंदर गाणं लिहिलंय आणि त्याला तितकीच सुंदर चालही दिलीय. मला त्या गाण्याची रेकॉर्ड काढायची आहे. मी तुझं कर्ज व्याजासहित फेडेन."

"ठीक आहे. मी विचार करून सांगते." ॲलिसन म्हणाली, "समोरचा देखावा किती सुंदर आहे."

"मरू दे तो देखावा!" तो खिन्नपणे म्हणाला.

"मॅगीच्या मृत्यूमुळे तू खूप बेचैन झाला असशील ना?" तिनं मुद्दाम विषय बदलत म्हटले. मॅगीचा विषय काढल्यावर त्याच्या मनातून पैशांचा विचार जाईल, अशी तिला खातरी होती.

"मला धक्का बसला, पण मी बेचैन झालो नाही –" स्टील म्हणाला, "कारण तिच्यामध्ये खूपच बदल झाला होता. पूर्वी तिचा स्वभाव खूप खेळकर व प्रेमळ होता. बाप रे! मी केवढे पैसे उधळले होते तिच्यावर. पण तिनं ते पैसे नीट साठवले, असं तू म्हणू शकशील. नशिबानं ते पैसे आता तुझ्या ओंजळीत पडलेत आणि जेनकिन्सच्या नादाला लागून तू त्या पैशांची पुरती विल्हेवाट लावणार."

"हे अजिबात खरं नाहीऽऽ" ॲलिसनचा चेहरा रागानं लाल होऊ लागला.

"नाही कसं? बंगल्यामध्ये दिवसभर तुम्हा दोघांचाच धिंगाणा सुरू असतो!"

"तुला एक छदामही मिळणार नाहीऽऽ कदापि नाहीऽ" मागे वळून ती धावत डोंगर उतरू लागली. ती धावत असताना स्टीलचा आवाज पाठीमागून येत होता, "नीट विचार कर – फक्त तुझा काटा काढायचा अवकाश... मग मॅगीच्या संपत्तीवर आम्ही सहज डल्ला मारू शकतो!"

ॲलिसन घरात शिरली. डोनाटी स्वयंपाकघरात बसून मेरी ग्रॅहॅमची खरडपट्टी काढत होता. तो तिला सांगत होता की, ॲलिसनच्या सुरक्षेसाठी तिची बंगल्यावर नेमणूक केली आहे; स्वयंपाकघरात बसून कॉफी ढोसण्यासाठी नव्हे.

हॉटेलमध्ये परतण्यापूर्वी त्यानं ॲलिसनची पुन्हा एकदा प्रदीर्घ मुलाखत घेतली.

ॲलिसन हॉलमध्ये आली आणि तिला पाहताच जेम्स फ्रेम उठून उभा राहिला. "पीटर कुठे आहे?" ॲलिसननं त्याला विचारलं.

"सिगरेट आणण्यासाठी तो गावात गेला असणार," जेम्स म्हणाला, "मी तुझीच वाट बघत बसलो होतो. मला तुझ्याशी थोडं बोलायचंय...."

"कशाबद्दल?" खरंतर तो काय बोलणार, हे तिला कळून चुकलं होतं.

"मला पैशांची गरज होती. तू जर मला काही हजार...."

"नाहीऽऽ" ॲलिसन म्हणाली, "मी का म्हणून तुला देऊ?"

"कारण मला वाटतं की, काही वर्षांपूर्वी मॅगीनं माझ्याकडून उकळलेल्या

पैशांपैकी निदान काही रक्कम तरी तू मला द्यावीस.'' तो फारच लाळघोटेपणा करू लागला. ''तुझ्यासाठी ही रक्कम फारच मामुली आहे.''

''तू काय बोलतोस, हे मला समजत नाही?'' ॲलिसन निक्षून म्हणाली, ''तू निघून जा इथून. अंत्ययात्रेचा समारंभ संपल्यानंतर तुम्ही सर्वांनीच हा बंगला सोडावा, असंच आता मला वाटतंय. हे घर आता माझं आहे आणि मला वाटेल तेव्हा मी तुम्हाला घराबाहेर काढू शकते.''

''हा सरळ-सरळ अन्याय आहे. मी रजा घेतलीय... मला सुट्टीची गरज होती.''

''नाही. सद्यःपरिस्थितीत तुम्ही इथे राहावं, असं मला वाटत नाही.''

''माझी भूक खूप मोठी आहे.''

''मी तुला अखेरचं सांगते –'' ॲलिसन म्हणाली. इतक्यात क्रिस्पिन विदरिंग्टन तिथे आला. ''अंत्ययात्रेचा समारंभ संपल्यावर तुमच्यापैकी कुणालाही बंगल्यात राहता येणार नाही – आणि मी सांगते तसंच तुम्हाला वागावं लागेल.''

ती तरातरा चालत जेवणाच्या खोलीत आली आणि क्षणभर तशीच उभी राहिली. आपल्याला एक वेगळंच आंतरिक बळ प्राप्त झालंय, असं तिला वाटलं. इतका आत्मविश्वास तिनं यापूर्वी कधीच अनुभवला नव्हता.

आपल्यामागे कुणीतरी उभं असल्याचं तिला जाणवलं. ती गर्रकन मागे वळली. क्रिस्पिन विदरिंग्टन तिच्या मागोमाग आला होता. त्याच्या चेहऱ्यावर मिश्कल हास्य उमटलेलं होतं, पण त्याची नजर मात्र तिच्यावर रोखलेली होती.

''म्हणजे नशीब फिरलेलं दिसतंय आमचं – होय ना?'' तो म्हणाला, ''तू आता आमच्यापैकी कुणालाच पैसे देणार नाहीस. सगळे देणार त्या पीटरला. कारण तो झोपतो ना तुझ्याबरोबर! आम्ही इथे का आलो आहोत, असं वाटलं तुला? फक्त पैशांसाठी... मॅगीच्या पैशांसाठी! तुला काय वाटलं, आम्ही त्या रांडेसाठी इतकी वर्षं झुरत होतो? तिनं फसवलं होतं आम्हाला. आम्हाला लुटलंय तिनं. तेच पैसे वसूल करायला आम्ही आलो आहोत. आणि ते पैसे तुझ्यासारख्या नेभळट व पुळचट बाईच्या हातात पडावेत, यासारखा दैवदुर्विलास नसेल. तुला सावधानतेचा एकच इशारा देतो – शहाणी असशील, तर अजून काही दिवस तरी घराबाहेर एकटी पडू नकोस.''

''मिसेस टॉडऽऽ'' ॲलिसन जोरात किंचाळली.

दुसऱ्याच क्षणी मिसेस टॉड व मेरी ग्रॅहॅम तिथे अवतरल्या. त्या जणू दरवाजाला कान लावून आधीपासूनच आतलं संभाषण ऐकत होत्या.

''ह्यानं मला आत्ता धमकी दिली!'' ॲलिसन भीतीनं थरथरत होती. ''प्लीज... मिसेस टॉड, मॅगीचा अंत्यविधी उरकल्यावर ह्या सर्वांना घरी जायला सांग.'' तिला हुंदका आवरेना. मेरी ग्रॅहॅमनं आपली डायरी उघडली आणि ती क्रिस्पिनची उलटतपासणी

घेऊ लागली. मिसेस टॉडनं ॲलिसनला जवळ घेतलं. "तू काळजी करू नकोस. जा, आपल्या खोलीत जाऊन विश्रांती घे. सगळं तुझ्या मनासारखं होईल."

ॲलिसनची पावलं जड झाली होती. ती कशीबशी खोलीबाहेर पडली.

पण ती आपल्या खोलीत गेलीच नाही, ती गॅरेजपाशी आली. गाडी चालवत दूर भटकल्याशिवाय तिचं मन थाऱ्यावर येणं शक्य नव्हतं.

भावनेच्या आवेगात तिनं गाडी सुरू करून बंगल्याबाहेर आणली. आपण कुठे जातोय, याचं तिला भान नव्हतं. डोळ्यांतल्या अश्रूंमुळे तिला समोरचं अस्पष्ट दिसत होतं. एका निमुळत्या, लांबलचक आडव्या सुळक्याच्या कडेनं रस्ता नागमोडी वळणं घेत पुढे सरकत होता. ॲलिसनच्या अचानक लक्षात आलं की, आपण फारच वेगात गाडी चालवतोय... आणि समोर एक धोकादायक वळण येतंय! वळणापाशी येताच तिनं करकचून ब्रेक्स दाबले. पण काहीच परिणाम झाला नाही. गाडी त्याच वेगात खर्रकन वळली. स्टिअरिंगवरचे तिचे हात घामानं थबथबले होते. समोर दुसरं वळण आलं. ती किंचाळली. गाडी पहिल्या गिअरवर आणत तिनं सर्व शक्तिनिशी हँडब्रेक जोरात खेचला. गाडी रस्त्यावरून लडबडत वर उचलली गेली आणि बाजूच्या सुळक्यावर फेकली गेली. गाडीची पुढची दोन चाकं सुळक्याची कडा ओलांडून हवेत लटकत राहिली.

ॲलिसन सुन्न होऊन बसून राहिली. तिचं शरीर बधिर झालं होतं. सुळक्याच्या खालून खवळलेल्या समुद्राच्या गर्जना धडकी भरवत होत्या. गर्भगळित झालेल्या ॲलिसननं सीटबेल्ट हळूहळू काढला, पण तिच्या त्या तेवढ्याशा हालचालीनेही गाडी डगडगली. तिनं मान तिरकी करत मागे पाहिलं. गाडी छोटी असल्यामुळे तिला दोनच दारं होती. त्यामुळे मागच्या सीटवर सरकून बाहेर पडता येणे शक्यच नव्हते. मागची खिडकीही छोटी होती. त्यातून निसटायचा प्रयत्न करणं म्हणजे मृत्यूला आमंत्रण देणंच होतं.

ती पुन्हा तशीच बसून राहिली. आपण युगानुयुगं इथे बसून आहोत, असं तिला वाटून गेलं. गाडीच्या टपावरून कर्कशपणे केकाटणाऱ्या सीगल्सचा आवाज भयाण वाटत होता. वारा आता प्रचंड वेगानं वाहू लागल्याचं तिला अस्पष्टपणे जाणवलं. आपण आणखी काही वेळ असंच बसून राहिलो, तर गाडीबरोबर आपल्यालाही जलसमाधी घ्यावी लागणार – हे तिला कळून चुकलं.

मोठ्यानं प्रार्थना म्हणत तिनं दरवाजाचे हँडल गच्च पकडून खालच्या दिशेला दाबले. दरवाजा जोरात उघडला गेला. खाली समुद्र होता, पण थोड्या मागच्या बाजूस गवताळ जमीन होती.

किंचाळी मारत तिनं स्वत:ला मागच्या बाजूस गवताळ जमिनीवर झोकून दिलं. ती गवताच्या झुडपात पालथी पडली होती आणि तिचे पाय कड्यावरून

खाली लोंबत होते. दुसऱ्याच क्षणी प्रचंड आवाज करत तिची गाडी सुळक्यावरून कलंडत खाली समुद्रात कोसळली.

गवताच्या झुडपांना घट्ट पकडून ती पोटावर जोर देत पुढे सरकू लागली. एक गाडी वर येत असल्याचा आवाज तिनं ऐकला. गाडीचा दरवाजा उघडला गेला. पण ती पुढे सरकत-सरकत रस्त्याच्या कडेला आली... मग तिनं वर पाहिलं.

पीटर जेनकिन्स कमरेवर हात ठेवून तिच्याकडे पाहत उभा होता.

''काय चाललंय तुझं?'' त्यानं विचारलं, ''नाटकं करतेयस?''

ग्लेनिस इव्हान्सच्या छोट्याशा टुमदार बंगल्यासमोर हॅमिश उभा होता. अगदी सारखे दिसणारे बरेच बंगले एका ओळीत उभे होते. इंग्रज लोकांना अशा बंगल्यांचं का आकर्षण वाटावं, हे हॅमिशला समजत नव्हतं. पूर्वी इथे असलेल्या घोड्यांच्या पागांचं रूपांतर बंगल्यांमध्ये केलं होतं आणि सर्व बंगल्यांची तोंडं उत्तर दिशेला होती. बंगल्याबाहेर पसरलेल्या वाळू व खडींचे रस्ते हे तर जणू खास कुत्र्यांच्या मलमूत्र विसर्जनासाठीच बनवले होते! सर्व श्वानमालक आपापल्या पाळीव जनावरांना त्या विधीसाठी तिथे घेऊन येत.

ग्लेनिस इव्हान्सचा बंगला पांढऱ्या रंगाचा होता आणि बंगल्याच्या बाहेरच्या भिंतींवर वेलींचं जाळं पसरलेलं होतं. ग्लेनिस ही एक उर्मट व फटकळ बाई असणार, असा हॅमिशचा अंदाज होता आणि तो ग्लेनिसच्या बाबतीत मुळीच खोटा ठरला नाही. ती उंच, सडपातळ होती आणि तिनं लोकरीच्या जाड कपडाचा स्कर्ट व ब्लाउज घातला होता. गळ्यात मोत्यांची माळ होती. ज्या वेश्यांनी तरुणपणी कमावलेले पैसे छानछौकीत उधळून टाकले होते, त्या आज देशोधडीला लागल्या होत्या; पण मॅगी व ग्लेनिससारख्या बायकांनी मिळवलेल्या पैशांची हुशारीनं गुंतवणूक केल्यामुळे त्या आज प्रतिष्ठित मध्यमवर्गीय स्त्रियांसारखं जीवन जगत होत्या, असं हॅमिशचं मत होतं.

ह्या बाईवर खोटी छाप पाडायचा प्रयत्न करण्यात काहीच अर्थ नाही, हे लक्षात आल्यामुळे त्यानं तिला थेट प्रश्न विचारायला सुरुवात केली. तिचा जराही अपमान होणार नाही, याची तो बोलताना काळजी घेत होता आणि प्रत्येक वेळेस तो तिला आदरानं 'मॅडम' असं संबोधत होता.

हॅमिशनं दाखवलेल्या सौजन्यानं ग्लेनिस हळूहळू पाघळली आणि आपल्या जुन्या दिवसांबद्दल मोकळेपणानं बोलू लागली. एखाद्या प्रसिद्ध नटीचं आत्मकथन ऐकावं, तसंच हॅमिशला वाटलं. ते कॅसिनोज, खासगी विमानं, पंचतारांकित हॉटेलं, उत्कृष्ट उपाहारगृहं – अशा अनेक गोष्टींबद्दल बोलली. त्या मखमली

स्वप्नांचा जणू ती पुन्हा अनुभव घेत होती. हॅमिशनं तिचं संभाषण त्याला हव्या असलेल्या चौघांकडे हळूच वळवलं.

"त्या सगळ्याला आता खूप वर्षं झाली आहेत," ग्लेनिसनं उसासा सोडला. "तरीपण मी आठवण्याचा प्रयत्न करून पाहते... क्रिस्पिन विदरिंग्टन." तिचा चेहरा किंचित काळवंडला. "मला तो आठवतोय. त्या वेळी मी आणि मॅगी एकाच फ्लॅटमध्ये राहत होतो. पण एकदा त्यानं तो फ्लॅट त्याचा स्वत:चा आहे, असं म्हणत आम्हाला तिथून हुसकावण्याचा प्रयत्न केला होता. आपण त्या फ्लॅटचं भाडं भरतोय असं जरी तो म्हणत असला, तरी जागेची कागदपत्रं मॅगीच्या नावावर होती. खरी गोष्ट अशी होती की – मॅगीनं त्या फालतू, बुटक्या जेम्स फ्रेमला जवळ करून त्याला बाजूला केल्यामुळे क्रिस्पिन दुखावला गेला होता. आता त्या जेम्स फ्रेममध्ये मॅगीनं काय पाहिलं, कुणास ठाऊक! पण हळूहळू ती त्याला कंटाळली आणि तो देश सोडून परागंदा झाला तोपर्यंत तर तिला त्याचा वीट आला होता. आपण दिवाळखोर झाल्याचं त्यानं मॅगीला पत्रातून नंतर कळवलं होतं. ते पत्र वाचून आम्ही पोट धरून हसलो होतो. मॅगी म्हणाली की, त्याच्या दिवाळखोरीला ती मुळीच जबाबदार नाही. ती भेटली नसती, तरी तो कर्जबाजारी झालाच असता. नंतर स्टील आयर्नसाइड. मला त्याच्याबद्दल विशेष माहिती नाही. त्या वेळी लॉर्ड बेअरिंग्जसोबत मी केन्सला राहत होते. पण त्या दोघांबद्दलच्या बातम्या पेपरात झळकत असत. ते दोघे म्हणे, लग्न करणार होते. पण दोघांचे स्वभाव मिळते-जुळते नव्हते. तरीही मला वाटतं की, तिनं त्याच्याबरोबर खूप मजा केली. पीटर जेनकिन्स मात्र तिच्या प्रेमात बुडून गेला होता. तो तिच्यावर कविता रचायचा आणि ती खोलीत आली की, हाच लाजून जायचा. तिला ते आवडायचं. मी तिची त्यावरून खूप मस्करी करायचे. 'आला – मॅगीचा तरुण कोवळा आशिक आला!' असं मी म्हणत असे. पण मॅगीची त्या अरब शेखशी ओळख झाली अन् तिनं पीटरला दूर केले. पण नंतर मॅगी त्या अरबाला 'रानटी माणूस' म्हणत शिव्या घालत असे. तिला त्या शेखकडून तिच्या अपेक्षेइतके पैसे मिळाले नाहीत.

"एक मिनिट थांब हं – माझ्याकडे काही फोटो असतील."

ती जिना चढून वर अदृश्य झाली. हॅमिश शांतपणे तिची वाट पाहत राहिला. एखाद्या व्हिक्टोरियन काळातल्या कादंबरीमधली स्खलनशील नायिकाच जणू! त्याच्या मनात विचार आला. ग्लेनिसला तिच्या भूतकाळाबद्दल जराही पश्चात्ताप वाटत नव्हता, उलट ती त्याबद्दल अभिमानानं बोलत होती. तिचंही बरोबरच होतं. आयुष्यात ती यशस्वी झाली, असंच म्हणायला हवं होतं. निदान तिनं भौतिक सुबत्ता तर नक्कीच प्राप्त केली होती, असं हॅमिशला वाटलं.

ती एक छोटीशी पेटी घेऊन खाली आली आणि त्याच्यासमोर बसून त्यातले

फोटो चाळू लागली. ''हा बघ – क्रिस्पिनबरोबर आम्ही दोघ्या उभ्या आहोत.'' ती अखेर म्हणाली.

हॅमिशनं फोटो नीट पाहिला. त्या वेळेस क्रिस्पिन अतिशय देखणा दिसत होता. तो सफेद रोल्स राइल्सशेजारी मॅगी व ग्लेनिसच्या मधोमध उभा होता. सोनेरी केसांची मॅगी अगदी सडपातळ व रेखीव दिसत होती, तर ग्लेनिसचे केस तपकिरी होते आणि ती गोरीपान, मादक दिसत होती. क्रिस्पिन व मॅगीची जोडी फार छान दिसत होती. दुसऱ्या एका फोटोत जलसा संपवून बाहेर पडणाऱ्या स्टील आयर्नसाइडसोबत मॅगी होती. दाढी न राखलेला तरुण स्टील खूपच बारीक होता.

''तिच्या नवऱ्यांचं काय झालं?'' हॅमिशनं अचानक प्रश्न केला.

''बेअर्ड लग्नानंतर फार वर्षं जगला नाही. तो शेअर ब्रोकर होता. त्यानं तिला शेअर मार्केट शिकवलं.''

''तो कशानं मेला?''

''हृदयविकाराच्या झटक्यानं. तो तिच्यापेक्षा वयानं खूप मोठा होता. दुसरा म्हणजे, बॅलफोर हा माझ्या मते पक्का ठक होता. त्यानं बँकेत मोठा अपहार केला आणि त्याला तुरुंगात टाकलं गेलं. मॅगीनं त्याच्यापासून घटस्फोट घेतला.''

''बॅलफोरचं पहिलं नाव काय होतं? आणि तो राहायचा कुठे?''

''त्याचं नाव होतं जिमी आणि तो केन्सिंग्टनमधल्या एल्व्हास्टन प्लेसमध्ये राहायचा. पण त्याचा फोन नंबर मला आठवत नाही आणि त्याचा तुला काही उपयोगही होणार नाही, कारण बऱ्याच वर्षांपूर्वीच त्यानं आपली जागा कुणाला तरी भाड्यानं दिली होती.''

''आणि तू मिसेस बेअर्डला शेवटची कधी भेटली होतीस?''

''वर्षापूर्वी. आमची मैत्री तुटली नव्हती. मी तिला चांगलंच फैलावर घेतलं होतं. दोन कवडीच्या एका वेटरच्या नादाला लागून तिनं तिची अशी अवस्था करून घेतली होती. आधी खाण्यावर नियंत्रण ठेव, संतुलित आहार घे – मी तिला बजावलं. तुला बघून मी तर क्षणभर घाबरलेच! तिनं आपल्या कुल्ल्यांवर थाप मारली. माझ्याकडे बघ आणि माझ्यासारखी हो – मी म्हणाले. पुरुषांचा उपयोग फक्त एकाच गोष्टीकरता असतो –''

''संभोगासाठी?''

''नाही रे राजा, फक्त पैशांसाठी...'' ती खळखळून हसत म्हणाली.

''हा वेटर कोण?'' हॅमिशनं विचारलं.

ग्लेननं एक मोठा उसासा सोडत, वेटरबद्दल तिला जेवढी माहिती होती, तेवढी तिनं हॅमिशला सांगितली. आपल्याला त्याचं नाव किंवा तो कुठे काम करत होता, याबद्दल काहीच ठाऊक नसल्याचं तिनं सांगितलं. ''पण मॅगी मात्र त्या प्रकरणात

अगदीच एखाद्या नवशिक्यासारखी वागली अन् तिनं स्वत:ची फसवणूक करून घेतली.''

हॅमिशनं तिला आणखी काही प्रश्न विचारले आणि अजून थोडे फोटो पाहून तो तिथून बाहेर पडला. केसच्या दृष्टीनं आपल्याला काहीच फायदा झाला नसल्याचे त्याच्या लक्षात आले होते.

आपण ग्लेनिसबरोबर तासन्‌तास बोलत होतो, असा त्याचा समज झाला होता. पण तो अकरा वाजता तिच्या घरी पोहोचला होता आणि आत्ता घड्याळात बाराच वाजले होते. दुपारची गाडी पकडून त्यानं इन्व्हर्नेसला जायचं ठरवलं.

आगगाडीच्या प्रवासात त्यानं मॅगीच्या केसचा पुन:पुन्हा उलट-सुलट विचार केला. प्रिसिलाशी जर बोलता आलं तर आपले विचार अधिक स्पष्ट होतील, असं त्याला वाटलं. प्रिसिलाशी बोलल्यानंतर त्याला अनेकदा असा अनुभव आला होता.

पण पोलीस स्टेशनवर त्याची कोणीही वाट पाहत बसलेलं नव्हतं. फक्त ॲलिसननं लिहिलेली एक चिठ्ठी त्याला मिळाली. चिठ्ठीत तिनं आपण आज रात्री मिसेस टॉडच्या घरी राहायला आल्याचे लिहिले होते आणि कितीही उशीर झालातरी आपल्याला येऊन भेटण्याची तिनं त्याला विनंती केली होती.

हॅमिशनं उसासा सोडला. तिला भेटून वेळ वाया गेला नाही म्हणजे मिळवलं, असा विचार त्याच्या मनात आला.

मिसेस टॉडच्या घराबाहेर एक पुरुष पोलीस कॉन्स्टेबल पहारा देत उभा होता. मेरी ग्रॅहॅमची पाळी संपलेली असावी. त्यानं हॅमिशला सांगितलं की, ॲलिसनच्या मते, तिच्या गाडीचे ब्रेक्स कुणीतरी हेतूपूर्वक निकामी केले होते आणि ती गाडीतून कशीबशी निसटल्यावर तिची गाडी समुद्रात पडली होती; पण सध्या समुद्रात वादळ आल्यानं तिची गाडी पाण्यातून बाहेर काढणं शक्य नव्हतं.

हॅमिशनं दारावर टक्ऽऽ टक्ऽऽ केलं व मिसेस टॉडनं दरवाजा उघडला. ''मीच तिला माझ्या घरी राहायचं सुचवलं. त्या खुन्यांबरोबर बंगल्यात राहण्यापेक्षा ती इथे जास्त सुरक्षित आहे!'' ती म्हणाली, ''तिला तुझ्याशी काय बोलायचंय, हे मला समजत नाही; कारण तिनं डोनाटीला सर्व सांगून टाकलंय.''

मिसेस टॉड त्याला आत घेऊन गेली. खोलीत जुनं फर्निचर असले तरी खोली स्वच्छ होती आणि सर्व सामान नीट लावून ठेवलेले होते. मिसेस टॉडचे सैनिकी गणवेशातले अनेक फोटो दिसत होते. त्या वेळेस तिचा दरारा जबरदस्त असणार, असा विचार हॅमिशच्या मनात आला. ॲलिसन जिना उतरून खाली आली आणि मिसेस टॉड चहा करण्यासाठी स्वयंपाकघरात गेली.

ॲलिसन पूर्णपणे उद्‌ध्वस्त व खचलेली दिसत होती. मृत्यूच्या जबड्यातून तिनं स्वत:ची सुटका कशी करून घेतली याची सविस्तर हकिगत सांगत तिनं

स्टील, क्रिस्पिन व जेम्स यांनी आपल्यामागे पैशांसाठी तगादा लावल्याची तक्रार हॅमिशपाशी केली. ती सांगत असताना हॅमिशला ग्लेनिसचं बोलणं आठवत होतं. एकेकाळी ते चौघंही मॅगीच्या प्रेमात पडल्याची त्याला आता खातरी पटली होती; पण आपले पैसे उकळून आपल्याला लाथाडल्यामुळे त्यांनी मॅगीला माफ केलेलं नसणार, हेही त्याला आता तितकंच पटलं होतं.

"हे कृत्य पीटरचं नक्कीच नसणार; नाही का?" ॲलिसन अडखळत म्हणाली, "म्हणजे मला म्हणायचंय की, तो त्या वेळेस तर सिगरेट आणायला गावात गेला होता."

"मला वाटतं, गाडीचे ब्रेक्स त्यापूर्वीही निकामी केलेले असू शकतात. पण मला सांग की, त्या आधी तू गाडी शेवटची कधी बाहेर काढली होतीस? म्हणजे त्या अपघातापूर्वी?"

"दोन दिवस आधी!"

"म्हणजे, गाडी दोन दिवस गॅरेजमध्येच पडून होती. त्या काळात कुणीही तिथे गेलेलं असेल."

"आत्ता पीटर माझ्या सोबतीला हवा होता –" ॲलिसन काकुळतीनं म्हणाली.

"पण तुला स्वत:च्या घरात जाण्यापासून कोणीच रोखू शकत नाही!"

"मला तसं नाही म्हणायचंय!" ॲलिसन म्हणाली, "आम्ही शरीरानं जवळ आलो आहोत."

"मग?"

ॲलिसननं निराश होऊन मान हलवली. "एखादी मुलगी जर एखाद्या पुरुषाशी शय्यासोबत करायला सहज तयार झाली, तर त्या पुरुषाला त्या मुलीबद्दल आदर वाटत नाही."

"जुन्या काळी असा विचार करायची पद्धत होती. गेल्या खेपेस जेव्हा मी तुला पाहिलं होतं, तेव्हा पीटरबरोबरच्या अनुभवानंतर तू खूप उत्तेजित व आनंदित झाल्यासारखी मला वाटली होतीस."

"पुरे!" ॲलिसननं हातानंच थोपवत त्याला बोलणं बंद करायला लावलं. "तुम्हा पुरुषांना ते कधीच समजणार नाही."

त्या रात्री जागून हॅमिशनं डोनाटीसाठी रिपोर्ट टाइप केला. आपण उगाचच ह्या केसमध्ये स्वत:ला गुंतवतोय, असं त्याला वाटलं. डोनाटी ही केस हाताळायला समर्थ होता. स्कॉटलंड यार्डची मदत घेऊन तो ह्या सर्वांच्या पार्श्वभूमीची कसून चौकशी करू शकतो.

उद्या सकाळी उठल्यावर सर्वप्रथम हा रिपोर्ट डोनाटीला जाऊन द्यायचा, असं त्यानं ठरवलं. मग गावात जाऊन आपल्याला नेमून दिलेली नेहमीची कामं करायची

आणि आपल्याला सांगितलं जाईल तेवढंच ह्या प्रकरणात लक्ष द्यायचं, ह्या निर्णयाप्रत आल्यावर त्याचं मन शांत झालं. ब्लेअरच्या बेअक्कलपणामुळे व तुसडेपणामुळेच त्याला पूर्वीची प्रकरणं मुद्दाम ईर्षेनं हाताळावीशी वाटली होती.

त्यानं तो रिपोर्ट फाइलमध्ये नीट ठेवून दिला आणि दिवा विझवण्यासाठी हात लांब केला. तेवढ्यात दारावर जोरजोरात थापा पडल्या.

हॅमिशनं दरवाजा उघडला. समोर डिटेक्टिव्ह जिमी अँडरसन उभा होता. पावसामुळे त्याचे केस चिंब ओले झाले होते अन् चेहरा त्रासिक दिसत होता.

"हॅमिश, चल लवकर –" तो म्हणाला, "आणखी एक खून झालाय!"

"ॲलिसन?"

"नाही, तो पॉप गायक स्टील आयर्नसाइड!"

आठ

“हत्या म्हणजे व्यक्तिस्वातंत्र्याच्या
गळचेपीचे दुसरे रूप!”
– *जॉर्ज बर्नार्ड शॉ*

स्टील आयर्नसाइडचा निष्प्राण देह बिछान्यावर आडवा पडलेला होता. खोलीभर रक्ताची थारोळी साठलेली होती. त्याच्या मानेवर धारदार सुऱ्यानं खोल घाव घातलेला दिसत होता आणि तो लखलखता सुराही तिथेच जमिनीवर पडलेला होता.

न्यायवैद्यक पथकातील माणसे हाताचे ठसे शोधण्यात गुंतली होती आणि आणखीही काही वस्तू वा पुरावा मिळतोय का, याचा शोध घेत होती.

डोनाटी वळून खोलीबाहेर पडला. जाताना त्यानं हॅमिशला आणि त्याचे दोन सहायक अँडरसन व मॅक्नॅब यांना आपल्या पाठोपाठ यायचा इशारा केला.

“उरलेले तीन पाहुणे कुठे आहेत?” हॅमिशनं विचारलं. डोनाटी जिन्याच्या पायरीवरच थांबला. “तिघेही जबानी घेण्याची वाट पाहत हॉलमध्ये बसलेत. मिसेस टॉड मिस कर्लला घेऊन घरून निघालीय.”

“स्वयंपाकघरातला मांस कापायचा सुरा?” मॅक्नॅब म्हणाला. “म्हणजे, हे काम मिसेस टॉडचंच असणार.”

“आमच्या माहितीप्रमाणे ती तिच्या घरीच होती,” डोनाटी म्हणाला. “तिच्या गाडीचं इंजीनही थंडगार होतं. स्टीलचा खून झालाय, हे प्रथम पीटर जेनकिन्सच्या लक्षात आलं. तो त्या वेळी जागाच होता. स्टीलच्या खोलीतून त्याला कुणीतरी जोरजोरात ठोसे लगावत असल्यासारखा आवाज आला, म्हणून तो तिथे गेला. स्टीलच्या खुनानंतर काही मिनिटांतच तो तिथे पोहोचला असणार. आम्ही पोहोचलो, तेव्हाही स्टीलचं शरीर गरम लागत होतं.”

तो जिना उतरून खाली आला. बाकीचेही त्याच्या पाठोपाठ खाली उतरले.

हॉलमध्ये तिघेही एकत्र बसले होते. सर्वांचे चेहरे पांढरेफटक पडले होते आणि त्यांच्या चेहऱ्यावर कमालीचा ताण जाणवत होता. धक्का बसल्यानं क्रिस्पिन विदरिंग्टनचा चेहरा काळवंडलेला दिसत होता, जेम्स फ्रेम हात पोटाशी गच्च आवळून भीतीनं थरथरत होता, तर पीटर जेनकिन्स शांतपणे व्हिस्की पीत होता.

डोनाटीनं पीटरपासून सुरुवात केली. ''जरा पुन्हा एकदा नीट सांग – कुणीतरी बुक्के मारत असल्यासारखा आवाज ऐकल्याचं तू म्हणालास, त्या वेळेस किती वाजले होते?''

''मी माझ्या गजराच्या घड्याळात पाहिलं,'' पीटर म्हणाला. ''रात्रीचा एक वाजून गेला होता. मी वरच्या मजल्यावर होतो आणि स्टील असतो... होता... तळमजल्यावर. मग दरवाजा धाड्कन लावल्याचा आवाज मी ऐकला. खाली जाऊन पाहावं, असं मी ठरवलं. आधी मी क्रिस्पिनच्या खोलीत डोकावलो. त्याच्या खोलीतला दिवा लावला नाही, पण पॅसेजमधून येणाऱ्या अंधूक प्रकाशात मी क्रिस्पिनची झोपलेली आकृती ओळखली. मग मी स्टीलच्या खोलीचा दरवाजा ढकलला.'' त्यानं आवंढा गिळला. ''तोही बिछान्यावर आडवा पडलेला होता. पण मला काहीतरी वेगळं जाणवलं. का जाणवलं, कुणास ठाऊक! म्हणून मी दिवा लावला आणि पाहतो तर... म्हणजे माझा...''

''ठीक आहे,'' डोनाटी म्हणाला. ''सावर स्वत:ला. मला सांग की, नक्की तुला खाली जाऊन पाहावंसं का वाटलं – विचित्र आवाज आल्यामुळे? तुला नेमका कसला संशय आला?''

''ह्या प्रश्नाचं उत्तर मी देतो,'' क्रिस्पिन किंचित उपहासानं म्हणाला, ''त्याला वाटलं की, ॲलिसन घरी परत आली आहे आणि आमच्यापैकी कुणाबरोबर तरी झोपलीये. आपल्या हातातून ती अब्जाधीश बाई निसटलीये, या कल्पनेनं तो वेडापिसा झाला.''

''हा म्हणतोय ते खरं आहे?'' डोनाटीनं विचारलं.

''मुळीच नाही,'' संतापानं पीटरचा आवाज चिरकला. ''मला ते नीट स्पष्ट करून नाही सांगता येणार... पण येणाऱ्या आवाजामधला काहीतरी विचित्रपणा मला जाणवत होता. मग दरवाजा जोरात बंद झाल्याचा आवाज मात्र मी नक्कीच ऐकला आणि त्या वेळी मला वाटलं की, ॲलिसन आपला विचार बदलून घरी परत आली असावी.''

डोनाटीनं उसासा सोडला. ''खून ॲलिसनचा झालेला नाही, हे तुम्ही तुमचं सुदैव समजा; नाहीतर तुम्हालाच संशयित म्हणून पकडावं लागलं असतं. पी. सी. ग्रॅहॅमकडून मला माहिती मिळाली आहे की, तुम्ही दोघांनी – मिस्टर फ्रेम व मिस

विदरिंग्टन – तिच्याकडे पैशांची मागणी केली होती. जर ती मेली, तर मॅगीच्या संपत्तीचे तुम्ही वारस ठरणार होता आणि मिस कर्रची गाडी जेव्हा समुद्रातून बाहेर काढली जाईल, तेव्हा तिच्या गाडीचे ब्रेक्स निकामी केले गेले होते का, हेही सिद्ध होईल.''

खोलीत एकदम शांतता पसरली होती.

दरवाजा उघडला गेला आणि मिसेस टॉडला घट्ट बिलगलेल्या ॲलिसननं आत प्रवेश केला. ॲलिसन जणू झोपेत चालत होती. पीटर उठून तिच्याजवळ जाऊ लागला, पण ती अंग आक्रसून घेत बाजूला सरकली.

''आधी मला सांगा,'' हाताची घडी घालत मिसेस टॉड म्हणाली, ''स्वयंपाकघरातला माझा मटण कापायचा सुरा तुमच्यापैकी कोण वापरत होता?''

हॅमिशला तिच्या प्रश्नावर हसावे की रडावे, तेच कळेना.

''म्हणजे तो सुरा तुझा होता तर?'' डोनाटी म्हणाला, ''इथे बस मिसेस टॉड. मी तुला नंतर बोलावतो. मी अभ्यासिकेत जातोय आणि तिथे एकेकाची जबानी घेणार आहे. मॅक्नॅब, तू इथेच थांब. अँडरसन, तू तुझी डायरी घेऊन माझ्याबरोबर चल!'' हॅमिशकडे वळून तो सावकाश म्हणाला, ''मॅक्बेथ, तुला इथे थांबायची गरज नाही. उद्या पत्रकारांच्या झुंडी इथे येऊन पोहोचतील. मॅगीच्या अंत्ययात्रेच्या वेळीही ते इथेच असतील. त्या वेळेस मला तुझी गरज भासेल.''

हॅमिश बंगल्याबाहेर पडला. डोनाटी असं वागणार याची त्यानं आधीच कल्पना केली होती. तो हुशार व सक्षम होता आणि आता प्रकरण अधिकच चिघळलं होतं. पण गाडीतून घरी परतताना मात्र तो आतल्या आत रागानं खवळू लागला. लॉचढभ ही त्याची कर्मभूमी होती. खुनी शोधून काढणं, ही त्याची जबाबदारी होती. डोनाटीच्या कार्यक्षमतेमुळे तो उगाचच नको इतका भारावून गेला होता. शिवाय, डोनाटीही आत्ता अगदी ब्लेअरसारखाच वागला होता. त्यानंही त्याला केसच्या कामातून वगळलं होतं. तर मग, डोनाटी इथे आलेला नाहीच, असं आपण समजायला हवं. समजायचं की – केस ब्लेअरच्याच ताब्यात आहे. ब्लेअरकडे जर ही केस सोपवली गेली असती, तर हॅमिश तू कसा वागला असतास?

माणसानं नेहमी साधा-सोपा विचार करावा... तो स्वत:शीच म्हणाला.

पोलीस स्टेशनमध्ये जाऊन त्यानं स्वत:साठी चहा बनवला आणि चहाचा कप घेऊन तो स्वयंपाकघरातल्या टेबलापाशी बसला. अचानक त्याला सिगरेट ओढायची तलफ आली. सिगरेट सोडून आता बरीच वर्षं झाली असली, तरी सिगरेटची तलफ येण्यापासून आपण स्वत:ची कधी सुटका करू शकणार नाही, असा विचार त्याच्या मनात आला.

बाहेरच्या ऑफिसात जाऊन तो पेन व कागद घेऊन आला आणि स्वयंपाकघरातल्या टेबलापाशी बसून पुन:पुन्हा टाचणं काढू लागला.

मॅगीच्या मृत्यूपासून त्यानं विचार करण्यास सुरुवात केली. मॅगीच्या गाडीनं झट्‌कन पेट घ्यावा, अशा हेतूनं कुणीतरी गाडीत बिघाड घडवून आणला होता. त्यासाठी त्या व्यक्तीनं स्पार्किंग प्लग्ज व फेल्ट मॅट विकत आणली होती. हुशार डोनाटीनं ते शोधून काढण्यासाठी सदरलँडमधल्या प्रत्येक गॅरेजशी संपर्क साधला होता. स्ट्रॅथबेनला एकाच वेळी दोन डिटेक्टिव्ह चीफ इन्स्पेक्टर्सची नेमणूक होणं, हे थोडं विचित्रच वाटत होतं. याचा अर्थ असा होत होता की, डोनाटीला नुकतीच बढती मिळाली होती; त्यामुळे आपली आता बहुतेक पदावनती होणार, ही काळजी ब्लेअरला भेडसावत असणार. कारण स्ट्रॅथबेन पोलीस कार्यालयात डिटेक्टिव्ह चीफ इन्स्पेक्टरसाठी फक्त एकच जागा नियुक्त केली होती. ते जाऊ दे; आत्ता डोनाटीचा विचार नको. गॅरेजेस... आणखी एखादं गॅरेज कुठेतरी नक्की असणार. रॉस आणि क्रॉमर्टी कौंटीमधल्या डिंगवॉलमध्ये एक गॅरेज आहे. गाडीसाठी लागणारे सुटे भाग तिथे विकत मिळतात. पण तिथे जाण्यात काही अर्थ नाही. सदरलँडच्या आसपासच्या कौंटी व गावातही डोनाटीनं नक्की शोध घेतला असणार. मग आणखी काय शक्यता असू शकेल?

भंगार बाजार. त्यानं हातातलं पेन खाली ठेवलं. ब्रोराला जुन्या गाड्या भंगारात विकल्या जातात. एखाद्याला ते प्लग्ज व मॅट स्वस्तात विकत घ्यावीशी वाटली असेल, तर ती व्यक्ती नक्कीच ब्रोराच्या बाजारात जाण्याची शक्यता आहे. पण लंडनच्या त्या चार पाहुण्यांना हा बाजार ठाऊक असू शकेल?

पेन उचलून तो पुन्हा टाचणं काढू लागला. हळूहळू तो डुलक्या देऊ लागला. त्यानं टेबलावर डोकं टेकवलं. फक्त पाच मिनिटं झोपायचं अन्....

तो एकदम दचकून जागा झाला. स्वयंपाकघराच्या खिडकीतून सूर्यकिरणं आत आली होती. जागरणामुळे त्याचं डोकं जड झालं होतं. अंघोळ, दाढी उरकून तो कोंबड्यांना दाणे देण्यासाठी बाहेर आला आणि मग लँडरोव्हरमध्ये बसून तो ब्रोराच्या दिशेनं निघाला. मॅगीच्या अंत्ययात्रेचा समारंभ सकाळी दहा वाजता ठरला होता. त्याआधी त्याला परतायचं होतं. पण जेव्हा तो भंगार बाजारात पोहोचला, तेव्हा तिथे एकच मॅकॅनिक कामावर आलेला होता आणि तोही तिथे नुकताच नोकरीला लागलेला होता! आपला बॉस त्याच्या मित्रांना भेटायला गॉल्स्पिला गेल्याचं त्यानं हॅमिशला सांगितलं. बॉस संध्याकाळी परतणार होता. हॅमिशनं एका फोनबूथपाशी गाडी थांबवली व त्यानं प्रिसिलाला फोन केला.

''हे बघ!'' तो प्रिसिलाला म्हणाला. ''माझं एक महत्त्वाचं काम आहे. तू अंत्ययात्रेला जाणार आहेस ना?''

''हो,'' प्रिसिला म्हणाली. ''डॅडी जाऊ शकत नाहीत. त्यांची तब्येत दिवसेंदिवस

अधिकच बिघडत चाललीये. आजाराचं कारणही समजत नाही. बरं, काम काय आहे?''

''तुझ्याकडे अजून तो पोलारॉईड कॅमेरा आहे?''

''हो! कुठेतरी ठेवलेला असणार.''

''अंत्ययात्रेला जाताना तो कॅमेरा बरोबर नं आणि ते चार पाहुणे, मिसेस टॉड अन् ॲलिसनचे फोटो काढ.''

''काहीतरी वेड्यासारखं बोलू नकोस, हॅमिश!'' हॅमिशचं बोलणं ऐकून तिला धक्काच बसला होता. ''तिथे भरपूर पत्रकार आलेले असणार आणि त्यांना मी एक विकृत स्त्री वाटेन.''

''पण ते फार महत्त्वाचं आहे,'' हॅमिश तिला विनवत म्हणाला, ''ॲलिसनला किंवा दुसरं कोणी विचारलं तर सांग की, पहाडी प्रदेशातली ही फार जुनी परंपरा आहे... नाहीतर तुला जे सुचेल, ते सांग. प्लीज, प्रिसिलाऽऽ''

''ठीक आहे,'' प्रिसिला नाराजीनं म्हणाली, ''पण जर मी अडचणीत सापडले तर मी तुला दोषी ठरवील!''

आत्तापर्यंत जोरात वाहणारा वारा अचानक थांबला होता अन् भरपूर पावसाला सुरुवात झाली होती. मॅगीची शवपेटिका खास खणलेल्या खड्ड्यात ठेवली जात होती. लॉचढभमधल्या प्रथेप्रमाणे सर्व नागरिक तिथे जमले होते. पण हॅमिशच्या लक्षात आलं की, पत्रकारांची संख्या गावकऱ्यांपेक्षा जास्त आहे. टेलिव्हिजनचे कॅमेरे अंत्ययात्रेचे चित्रीकरण होते. वार्ताहरांच्या कॅमेऱ्यांमधून फोटो टिपले जात होते आणि सापडेल त्या माणसाकडून काही खबर मिळतेय का, याचा अंदाज पत्रकार घेत होते.

त्यानंतरच्या भोजनाचा कार्यक्रम गावातल्या सार्वजनिक हॉलमध्ये आयोजित केलेला होता. पाद्र्याची बायको, मिसेस वेलिंग्टन व मिसेस टॉडनं घरूनच मटण बनवून आणलं होतं. ॲलिसन अतिशय उदास व थकलेली दिसत होती. जणू तिच्या संपूर्ण देहावर भीतीची गडद छाया पसरलेली होती.

प्रिसिला सावधपणे फोटो काढत होती; पण तिच्याभोवती पत्रकारांची एवढी दाटी झाली होते की, तिच्याकडे कुणाचं लक्षही गेलं नाही.

भोजनसमारंभाच्या वेळी तिनं हळूच ते फोटो हॅमिशच्या हातात ठेवले. ''हे बघ – हे मॅगी व स्टील प्रकरण जेव्हा मिटेल, तेव्हा आपण निवांतपणे कुठेतरी बाहेर जाऊन गप्पा मारू या –'' हॅमिश तिला म्हणाला, ''तू खूपच काळजीत असल्यासारखी दिसतेयस?''

''मला डॅडींची चिंता सतावतेय,'' प्रिसिला म्हणाली, ''मलाही तुझ्याशी गप्पा मारायला आवडेल. घरातलं वातावरण खूपच बिघडलंय. अंत्ययात्रेला डॅडींना

अचानक आलेलं तू पाहिलंस ना? त्यांना यायची काही गरज होती का? नशीब, ते जेवायला थांबले नाहीत. इथे तर व्हिस्कीची नदी वाहतेय...! आणि तुला सांगते, डॅडी हल्ली खूप प्यायला लागले आहेत. हा फोटो बघ – ॲलिसन आणि मिसेस टॉडच्या शेजारी ते उभे आहेत. बघ, त्यांचा चेहरा किती सुजल्यासारखा दिसतोय – सगळं अंग सुजायला लागलंय. पण काही झालं, तरी ते डॉक्टर ब्रॉडीच्या दवाखान्यात पाऊल ठेवणार नाहीत!''

आपण ब्रोराच्या भंगार बाजारात जातोय, हे डोनाटीला सांगावं की नाही – हे हॅमिशला समजेना. सांगितलं तर तो ब्रोराच्या पोलीस स्टेशनला जाऊन फोन करून माहिती मिळवेल आणि आपल्याला बाजूला ठेवेल. पण तरीही तो डोनाटीपाशी जाऊन म्हणाला, ''सर, केससंबंधी माझ्या डोक्यात काही कल्पना आल्या आहेत आणि मला त्या तुम्हाला सांगायच्या आहेत.''

डोनाटीनं त्याच्याकडे त्रासून पाहिलं. ''आत्ता तुझ्याशी बोलायला माझ्याकडे वेळ नाही,'' तो म्हणाला, ''पत्रकारांचे कान टवकारलेले असणार. वादळ थांबलंय आणि ॲलिसनची गाडी समुद्रातून बाहेर काढायची कामगिरी आत्ताच आपल्याकडे आहे. तू इथेच थांब. तुझ्याकडे काही कामं सोपवायची आहेत. मी आलोच –''

हॅमिशनं डोनाटीच्या ऑर्डर्स दिवसभर अगदी निमूटपणे पाळल्या. त्याला पी. सी. ग्रॅहॅमसोबत बंगल्यावर राखण ठेवायला सांगितलं, तरी तो चिडला नाही. बंगल्याच्या एका कोपऱ्यात तो, तर दुसऱ्या बाजूला मेरी ग्रॅहॅम उभी होती आणि ती अधून-मधून त्याच्याकडे पाहून जळजळीत कटाक्ष टाकत होती. घड्याळात सहा वाजलेले पाहून तो सरळ आपल्या गाडीपाशी जाऊ लागला.

''कुठे निघालास? तुझी ड्युटी अजून संपलेली नाही.'' मागून मेरी ग्रॅहॅम ओरडली.

पण हॅमिशनं वळूनदेखील पाहिले नाही.

धरणाच्या बाजूनं त्यानं गाडी वळवली आणि त्याला समोर मॅगीच्या बंगल्याचा माळी अँगस बर्नसाइड दिसला. त्यानं गाडी थांबवली.

अँगस त्याच्याजवळ आला. ''हे काय चाललंय हॅमिश? पोलिसांनी मला भंडावून सोडलंय.''

''अँगी, मला एक गोष्ट सांगशील?'' हॅमिश त्याच्या खांद्यावर हात ठेवत म्हणाला. ''तू बंगल्यात काम करत असताना, मिस कर्र व मिसेस बेअर्ड सोडून तू कुणाला त्या गॅरेजमध्ये जाताना पाहिलं होतंस?''

''तो गोरा-गोरा, माजोरडा माणूस!''

''सगळेच गोरे आणि माजोरडे आहेत,'' हॅमिश शांतपणे म्हणाला. ''पण त्यातला नेमका कोण?''

"तो स्वत:ला जरा जास्त हुशार समजणारा विदरिंग्टन. मिसेस बेअर्ड मरायच्या आधी दोन दिवस मी त्याला गॅरेजमध्ये शिरताना पाहिलं. मी त्याला विचारलंदेखील की तू इथे काय करतोयस? तर, तो माझ्याच अंगावर खेकसला – 'बागेत जाऊन तुझे काम करत बस,' असं मला म्हणाला. दळभद्री इंग्रज लेकाचा! ह्यांना कायम आपल्या सरहद्दीच्या बाहेर ठेवायला हवं."

हॅमिशनं त्याचे आभार मानले व ब्रोराच्या दिशेनं गाडी वळवली. उन्हाळा अगदी भरात आला होता आणि ह्या काळात स्कॉटलंडमध्ये फार उशिरापर्यंत काळोख होतच नसे. तो भंगार बाजारात पोहोचला, तेव्हा अस्ताला चाललेला सूर्यही झगमगीत दिसत होता. जुनाट, खराब झालेल्या गाड्या सर्वत्र विखुरलेल्या दिसत होत्या. आता कालबाह्य झालेल्या गाड्यांच्या तुटलेल्या दारं-खिडक्यांमधून तर गवत उगवलेलं होतं. भंगार बाजाराला एक प्रकारे कबरस्तानाची रया आली होती.

दूर एक कुत्रा केकाटत होता. गंजलेल्या मोटारींमधून आणि वाढलेल्या गवतांमधून वारा शीळ घालत वाहत होता. पाऊस मात्र थांबला होता. चिखलामधून वाट काढत हॅमिश एका झोपडीवजा पत्र्याच्या शेडपाशी आला.

आजूबाजूला दिसणाऱ्या गाड्यांकडे पाहताना हॅमिशच्या मनात विचार आला की, मॅगीच्या खून प्रकरणात गाड्यांना खूप महत्त्व आहे. क्रिस्पिनला गाड्यांची खूपच माहिती होती. जेम्स फ्रेमही एकेकाळी त्याचा सहायक होता. उरलेल्या दोघांनाही गाडीच्या इंजिनाची जुजबी माहिती तर नक्कीच होती. ॲलिसनला गाडी चालवायचं वेड होतं. ॲलिसनचं वागणंही विचित्रच होतं. आता तिला पीटर जेनकिन्सचा तिटकारा वाटू लागला. खरं म्हणजे, त्याच्या आधारावर ती थोडीफार तरी तगू शकते.

पत्र्याच्या शेडमध्ये कुणीच नव्हतं. उसासा सोडत तो बाहेर ठेवलेल्या एका खुर्चीत बसला. तो खूप थकला होता. बिचारी प्रिसिला... वडिलांची काळजी तिला पोखरतेय... पण त्याबाबतीत हॅमिश तिला मदत करू शकत नव्हता. त्याच्याबद्दल कर्नलच्या मनात राग होता. खुर्चीत बसल्या-बसल्या हॅमिशचे डोळे मिटू लागले. तितक्यात त्यानं गाडीचा आवाज ऐकला व तो उठून उभा राहिला.

गाडी शेडच्या जवळ येऊन थांबली आणि दुकानाचा मालक गाडीतून खाली उतरला. पन्नाशीचा वाटणारा तो गृहस्थ मध्यम उंचीचा होता.

"काय पाहिजे तुला?" हॅमिशकडे पाहून तो म्हणाला, "इथे चोरलेली एकही गाडी नाही."

"मीही इथे चोरलेल्या गाडीचा शोध घ्यायला आलेलो नाही," हॅमिश म्हणाला, "मी तुला काही व्यक्तींचे फोटो दाखवणार आहे. तुझ्याकडून दोन स्पार्किंग प्लग्ज व फेल्ट मॅट्स विकत घ्यायला ह्यांपैकी कुणी इथे आलं होतं का, हे तू मला सांगायचंस."

त्यानं त्या मालकाकडे अविश्वासानं पाहिलं. हा माणूस आपल्या उपयोगी पडेल याची त्याला फारशी आशा वाटली नाही.

"कमाल आहे!" तो मालक शब्द सावकाश उच्चारत म्हणाला. "ह्या दोन्ही गोष्टी विकत घ्यायला कुणीतरी माझ्यापाशी आलं होतं, असं मला आठवतंय."

हॅमिशनं त्याच्यासमोर फोटो धरले.

फोटो घेऊन तो माणूस शेडमध्ये गेला. त्यानं दिवा लावला आणि कमालीच्या संथपणे खिशातून चष्मा काढून डोळ्यांवर चढवला आणि बराच वेळ ते फोटो तो निरखत राहिला.

"आहे ना," तो म्हणाला, "तुला हवी आहे ती ही व्यक्ती!"

हॅमिशनं खाली पाहिले.

"बाप रे!" हॅमिश म्हणाला, "तुझी खातरी आहे? हे बघ, तुला पक्की खातरी असली पाहिजे. जर हीच ती व्यक्ती असेल; तर तिनं असं का करावं, हे आता माझ्यासमोर पडलेलं फार मोठं कोडं आहे."

"माझी पक्की खातरी आहे," तो ठामपणे म्हणाला, "इथे येणारी प्रत्येक व्यक्ती अगदी माझ्या स्मरणात पक्की राहते. ह्या व्यक्तीनं माझ्याकडून दोन स्पार्किंग प्लग्ज व फेल्ट मॅट विकत घेतली – रेनॉल्ट गाडीसाठी!"

हॅमिशनं खिशातून एक फॉर्म काढला आणि त्यावर त्या दुकानाच्या मालकाची जबानी लिहून घेतली, फॉर्मवर त्याची सही घेतली. हॅमिश गाडी चालवत घरी परतत असताना सूर्य क्षितिजरेषेखाली बुडत चालला होता आणि संधिप्रकाशानं दाही दिशा उजळल्या होत्या. काही वेळानं त्यानं गाडी रस्त्याच्या बाजूला उभी केली अन् तो विचारात गढून गेला. 'का?? त्या व्यक्तीनं असं का केलं असेल?' हा एकच प्रश्न त्याला सतावत होता.

आणि तासाभरानं जणू विखुरलेले बारीक-बारीक तुकडे आपोआप एकत्र जुळले गेले आणि त्यामधून एक स्पष्ट चित्र त्याच्या डोळ्यांसमोर उभं राहिलं. फक्त त्या चित्रामध्ये एक कोपरा मात्र अजून रिकामा होता. स्टील आयर्नसाइडचा खून करण्यामागे काय हेतू असू शकेल, याचा त्याला उलगडा झाला नव्हता.

घरी जाण्यापूर्वी तो डॉक्टर ब्रॉडी व चर्चचा पाद्री मिस्टर वेलिंग्टन यांना जाऊन भेटला. मग पोलीस स्टेशनला येऊन त्यानं एक-दोन फोन लावले आणि तो थेट बंगल्यात गेला. पी. सी. मेरी ग्रॅहॅम अजून बंगल्याबाहेर आपली ड्युटी बजावत उभी होती. "डोनाटी तुझी चांगली खरडपट्टी काढणार आहे," हॅमिशला पाहून ती म्हणाली, "आणि मी मजा बघणार आहे."

हॅमिश तिच्याकडे दुर्लक्ष करत आत गेला. मिसेस टॉड स्वयंपाकघरात आपल्या कामामध्ये गर्क होती. "सगळे जण हॉलमध्ये बसलेत –" ती म्हणाली.

हॅमिश हॉलमध्ये आला. सोफ्यावर क्रिस्पिन, पीटर व जेम्स बसले होते. ॲलिसन खुर्चीत अवघडून बसली होती. डोनाटी चौघांच्या मध्यभागी एका दणकट खुर्चीत बसला होता. मॅक्नॅब व अँडरसन खिडकीपाशी उभे होते.

डोनाटीनं हॅमिशकडे पाहिलं आणि त्याच्या कपाळावर आठ्या उमटल्या. ''मॅक्बेथ, मी तुझ्याशी नंतर बोलतो –'' तो म्हणाला, ''बंगल्याबाहेर उभा राहा आणि आत एकही पत्रकार येणार नाही याची दक्षता घे!''

''पण –'' हॅमिशनं बोलायचा प्रयत्न केला.

''काय सांगितलं तुला? बाहेर जाऊन उभा राहा.''

पी. सी. ग्रॅहॅम भिंतीच्या बाहेर उभी राहून ऐकण्याचा प्रयत्न करत होती. हॅमिश बाहेर गेलाच नाही. तो स्वयंपाकघरात आला अन् खुर्ची ओढून शांतपणे बसला.

मिसेस टॉडकडे पाहत तो सहजपणे म्हणाला, ''अंत्यविधीचा समारंभ फारच छान झाला. मिसेस बेअर्डसारख्या कर्तृत्ववान स्त्रीला अगदी योग्य आदरांजली वाहिली गेली.''

मिसेस टॉडनं त्यावर काहीही प्रतिक्रिया दिली नाही. पण दात-ओठ खाऊन ती जोरजोरात भांडी घासू लागली.

''ती फारच चांगली बाई होती...'' हॅमिशनं आपलं बोलणं सुरू ठेवलं.

मिसेस टॉड गर्रकन मागे वळली. ''मॅगी बेअर्ड वेश्या होती!'' ती संतापानं म्हणाली.

हॅमिशनं एक छोटा उसासा सोडला अन् तो शांतपणे म्हणाला, ''आणि तू तर प्रभूनं पाठवलेली एक खास दूत आहेस!''

तिनं आपले हात ॲप्रनला पुसले आणि ती येऊन हॅमिशच्या समोरच्या खुर्चीत बसली. हॅमिश डोक्यामागे हात धरून सीलिंगकडे पाहत बसला. ''तुझ्या घरी मी तुझे सैनिकी पोशाखातले फोटो पाहिले. युद्धाच्या काळात तू सैन्यात होतीस आणि गाडीच्या इंजिन्सबद्दल तुला बरीच माहिती असणार. तू एका कर्नलची ड्रायव्हर म्हणूनही काम केलेलं आहेस – रॉयल आर्टिलरीचा कर्नल विल्सन. गावातल्या लोकांनी मला सांगितलं. तूच मॅगीचं ते हस्तलिखित जाळून टाकलंस. आधी ते वाचलंस अन् मग जाळलंस. त्या पुस्तकात गरमागरम मसाला होता, असं मला ॲलिसन सांगत होती. ते पुस्तक वाचून तू चवताळून उठलीस.

''तुझा नवरा चिक्कार दारू प्यायला लागला आणि त्याला विरोध करण्यासाठी तू मद्यविरोधी संघटनेत काम करू लागलीस. तू तुझ्या नवऱ्याला कधीही मन:स्वास्थ्य लाभू दिले नाहीस आणि तो दारूच्या आहारी जाऊन मरण पावला. त्याच्या मृत्यू दाखल्यामध्ये 'हृदयविकारानं मृत्यू' अशी नोंद करण्यास तू डॉ.

ब्रॉडीला सांगितलेस. कारण आपल्या नवऱ्याचा मृत्यू दारू पिऊन झाला अशी जर जाहीर नोंद झाली, तर तुझ्या इभ्रतीला धक्का पोहोचला असता. डॉक्टर ब्रॉडीनं नकार दिला; पण त्यानं तुला जी आणखी एक गोष्ट सांगितली, ती ऐकून तू हादरून गेलीस. तुझ्या नवऱ्याला गुप्तरोग होता, असं डॉ. ब्रॉडीनं तुला सांगितलं. आपल्याला बायकोपासून लैंगिक सुख कधीही न मिळाल्यामुळे आपण ॲबर्डिनला वेश्यांकडे जायचो, अशी तुझ्या नवऱ्यानं ब्रॉडीपाशी कबुली दिल्याचं ब्रॉडीनं मला सांगितलं. त्यानंतर मला आपल्या गावची मेरी मॅक्टाव्हिशची आठवण झाली. तिला एक अनौरस मूल झालं होतं. मिसेस वेलिंग्टननं मला सांगितलं की, तू त्या मेरीचं जीणं इतकं हैराण करून टाकलंस की – बिचारीला गाव सोडून जावं लागलं. त्याबद्दल जेव्हा आपल्या ख्रिस्ती पुरोहितानं तुला अमानुष व पाशवी म्हटलं, तेव्हा आपण प्रभूचं कार्य करत असल्याचं उत्तर तू त्याला दिलं होतंस.

''आता आपण ॲलिसन कर्ककडे येऊ.

''ती अतिशय शांत, लाजाळू व तुझ्या मनासारखी वागणारी मुलगी होती. पण तुझे कान इतके तीक्ष्ण आहेत की, ह्या बंगल्यात घडणारी प्रत्येक गोष्ट तुझ्या कानांपर्यंत येते. तू ॲलिसनच्या बेडरूमबाहेर कान लावून उभी राहिली होतीस आणि ती पीटर जेनकिन्सबरोबर झोपली, हे तुझ्या लक्षात आलं. तू एक खून केला होतास. हो, मी त्याला खूनच म्हणतो. कारण मॅगी बेअर्डला हृदयविकार आहे, ही गोष्ट तुला माहीत होती. त्यानंतर तू ॲलिसनच्या गाडीचे ब्रेक्स निकामी केलेस. तुझ्या मते, ॲलिसन ही आता कलंकित स्त्री झाली होती, त्यामुळे तिला जगण्याचा अधिकार उरला नव्हता. पण त्यापूर्वी पीटरबद्दल तिचं मत तू कलुषित करण्याचा प्रयत्न केला होतास, पण ॲलिसन त्याला बधली नव्हती. मात्र 'एखादी मुलगी जर एखाद्या पुरुषाबरोबर शय्यासोबत करायला सहज तयार झाली, तर त्या पुरुषाला त्या मुलीबद्दल आदर उरत नाही.'' हे मूर्खपणाचं तत्त्वज्ञान तिच्या गळी उतरवण्यात मात्र तू यशस्वी झाली होतीस. म्हणून बहुधा ॲलिसनच्या शिक्षेत थोडी सूट देण्याचा दयाळू विचार तुझ्या मनात आला असावा. मग तू घेतलेला पुढचा बळी म्हणजे तो पॉप गायक. त्या वेळेस घरून इथे येताना गाडीचा वापर न करता तू सायकलवरून इथे आलीस किंवा चालत आली असावीस.''

''यातली एकही गोष्ट तू सिद्ध करू शकणार नाहीस,'' मिसेस टॉड म्हणाली.

''मी नक्कीच करू शकतो,'' हॅमिश खुर्चीतच ताठ बसला आणि थंड परंतु रोखलेल्या नजरेनं मिसेस टॉडकडे पाहू लागला. ''तू ब्रोराच्या भंगार बाजारात गेलीस आणि तिथल्या एका दुकानातून तू दोन स्पार्किंग प्लग्ज व फेल्ट मॅट विकत

घेतलीस. दुकानाच्या मालकानं तुला तुझ्या फोटोवरून ओळखले.''

मिसेस टॉड उठून ओट्यापाशी गेली व पुन्हा भांडी घासू लागली.

''मी तुला आणखी एक गोष्ट सांगतो –'' हॅमिश म्हणाला, ''तुझ्यात व मॅगी बेअर्डमध्ये खूप साम्य आहे.''

मिसेस टॉडनं भांडी घासणं थांबवलं. ''शक्यच नाहीऽ!'' ती आवेगानं म्हणाली.

''हो, तुम्हा दोघींमध्ये मला एक वेगळंच साम्य आढळलं. मॅगी बेअर्ड आधी जेव्हा जाड व बेढब होती आणि जेव्हा ती स्वत:ला गावची पुढारी समजून सर्वांशी आक्रमकपणे वागत असे; तेव्हा मला मात्र जाणवायचं की, तिच्या आत एक लोभस, छचोर व नखरेल स्त्री दडलेली आहे आणि कोशातून बाहेर पडणाऱ्या फुलपाखरासारखी योग्य संधीची वाट पाहत सज्ज होऊन बसली आहे. मिसेस टॉड, तुझ्याही प्रेमळ व वात्सल्याच्या बुरख्याआड मला तशीच एक वेगळीच स्त्री दबा धरून बसलेली दिसतेय : एक कठोर, दुराग्रही, कडवट व खुनशी स्त्री.''

''हे देवा!'' मिसेस टॉड शांतपणे म्हणाली व तिनं ओट्याखालच्या खणात हात घातला.

त्यानंतर जे घडलं, त्याचं वर्णन डिटेक्टिव्ह जिमी अँडरसनकडून काही वेळानंतर सर्वांना समजलं. तो म्हणाला की, त्या क्षणी त्याला आयुष्यातला सर्वांत मोठा धक्का बसला. अँडरसन, मॅक्नॅब व डोनाटी हॉलमधल्या कोचावर बसले होते. हॅमिश स्वयंपाकघरातून सूर मारत, विजेच्या वेगानं ते बसलेल्या कोचावरून मागच्या बाजूला येऊन अचानक आदळला. पाठोपाठ हातात चमकणारी सुरी घेऊन मिसेस टॉड सुसाट वेगानं तिथे आली. पण दुसऱ्याच क्षणी तिघांनी तिला चपळाईनं घट्ट धरून ठेवले आणि पी. सी. ग्रॅहॅमनं तिचा हात पिरगाळून तिच्या हातातली सुरी स्वत:च्या ताब्यात घेतली.

मिसेस टॉडनं धडपड करत, शिव्या देत तिथून निसटण्याचा निष्फळ प्रयत्न केला आणि कोचामागून हॅमिश मॅक्बेथची उंच आकृती उभी राहिलेली दिसताच तिचे डोळे आग ओकू लागले.

तिला हातकड्या घातल्या जात असतानाच हॅमिशनं तिच्यावर खुनाचा प्रयत्न केल्याचा आरोप ठेवला. मग तो तिला म्हणाला, ''पण स्टील आयर्नसाइडचा का खून केलास?''

''गलिच्छ माणूस!'' मिसेस टॉडच्या तोंडून थुंकल्यासारखे शब्द बाहेर पडले. ''दिवसभर तो आपल्या शर्टाची बटणं उघडी ठेवून केसाळ छातीचं किळसवाणं प्रदर्शन करत राहायचा आणि हो – अजून एक गोष्ट सांगते. तिचं हस्तलिखित मी जाळून टाकलं. पुरुष ओंगाळवाणे असतात, हे मला ठाऊक होतं; पण सगळी पुरुष-जमात म्हणजे चिखलात लोळणारी डुक्करं आहेत, हे मात्र ते पुस्तक

वाचल्यानंतर मला समजलं.'' ती किंचाळून म्हणाली. तिला बंगल्याबाहेर नेईपर्यंत ती तशीच ओरडत, शिव्या देत राहिली.

''तिला वेड लागलंय!'' ॲलिसन पुटपुटली.

''हो!'' हॅमिश थकून म्हणाला. ''भुंकणारी वेडी आणि इतक्या वर्षांत तिची ही विकृती माझ्या लक्षातच आली नव्हती.''

''हो ना!'' जेम्स अँडरसन खोट्या आविर्भावात म्हणाला, ''आपण आपल्या नोकरांकडे कधी त्या नजरेनं पाहतच नाही. ॲलिसन, मी काय म्हणतो – तू सर्वांसाठी व्हिस्की मागव ना! अखेर पडदा पडला... देवाचे आभार!''

''हो! हो!!'' ॲलिसन उत्साहानं म्हणाली. तिचा चेहरा हळूहळू खुलू लागला होता. ''सारंकाही संपलं आहे आणि मी आता सुरक्षित आहे.'' तिनं हॅमिशच्या अंगावर स्वतःला झोकून दिलं. ''थँक यू हॅमिश, थँक यू सो मच!''

हॅमिशनं पलीकडे बसलेल्या पीटर जेनकिन्सकडे पाहिलं आणि त्याला नजरेनंच इशारा केला. पीटर जवळ येताच हॅमिशनं तिला पीटरच्या बाहुपाशात अलगद ढकललं. ''चला, माझी निघायची वेळ झाली –'' तो म्हणाला.

त्यानं बाजूच्या रस्त्यावर आपली लँडरोव्हर पार्क केली होती. पत्रकार तात्पुरते नाहीसे झाले असले, तरी आता कोणत्याही क्षणी पुन्हा हजर होणार होते. पी. सी. ग्रॅहॅम दुर्मुखलेल्या चेहऱ्यानं बंगल्याबाहेर ड्युटीवर उभी होती. हॅमिशला पाहताच तिचे ओठ मुडपले गेले आणि तिच्या नजरेत खुन्नस दिसू लागली.

''रागावलीस की तू फारच सुंदर दिसतेस!'' तो म्हणाला, त्यानं झट्कन तिला जवळ घेतले आणि ओठांवर ओठ टेकवत एक दीर्घ चुंबन घेतले. मग हलकेच शीळ घालत तो बाहेर जाऊ लागला.

पाठून तिचा आवाज आला. ''अरे हॅमिश! मला माहीत नव्हतं... तू इतका चांगल्या स्वभावाचा... मला स्वप्नातदेखील कधी... हॅमिश, डार्लिंग...!''

हॅमिशनं बावचळून मागे पाहिलं... तो धावत आपल्या गाडीत बसला आणि वेगमर्यादेचं भान न बाळगता त्यानं सुसाट गाडी हाणली.

पोलीस स्टेशनला आल्यावर त्यानं आधी टाऊझरला खाऊ घातलं, मग स्वतःच्या जेवणाची तयारी करू लागला. तितक्यात दरवाजावरची बेल वाजली.

''आता मला कुणालाही भेटायचं नाहीऽऽ'' बाहेर पत्रकार आलेले असणार, असं समजून तो जोरात ओरडला.

''मी – डोनाटी!'' बाहेरून आवाज आला.

हॅमिशनं दार उघडलं.

डोनाटी आत येऊन ऑफिसमध्ये शिरला. ''मॅक्बेथ, मला तू काढलेल्या नोट्स हव्या होत्या. तू अंदाजानेच बाण मारलास ना?''

“नाही, माझ्याकडे पुरावा आहे!” हॅमिशनं खिशात हात घालून भंगार बाजारातल्या दुकानदाराची जबानी लिहिलेला कागद व फोटो बाहेर काढले. मग मिसेस टॉडचा पूर्वेतिहास त्यानं डोनाटीला थोडक्यात कथन केला.

“मी म्हणेन की, तू तसं चांगलं काम केलंस...!” डोनाटीच्या कौतुकातही नाराजी दिसत होती. “पण जर तू मला विश्वासात घेतलं असतंस, तर आम्ही हे फार आधीच शोधून काढलं असतं.”

“पण आज संध्याकाळीच माझ्या हातात पुरावा आला!” हॅमिश म्हणाला.

“असं तू म्हणतोस. असो!! तू तयार केलेली टाचणं आधी टाइप कर आणि उद्या सकाळपर्यंत हे स्टेटमेंट व फोटो घेऊन लॉचढभ हॉटेलमध्ये ये. उद्या दुपारी मी निघणार आहे.”

“ठीक आहे.” हॅमिश म्हणाला.

“नुसतं ठीक आहे?”

“ठीक आहे, सर!” हॅमिश म्हणाला. त्याचा तोंडावर अपमान करावा, असं हॅमिशला वाटलं, पण त्यानं मनावर संयम ठेवला. कारण तो स्ट्रॅथबेनला आपल्या विरुद्ध प्रतिकूल वातावरण निर्माण करेल अन् आपली रवानगी पुन्हा स्ट्रॅथबेनला होईल, अशी त्याला भीती वाटली.

डोनाटी गेल्यावर त्यानं रिपोर्ट टाइप केला आणि सर्वकाही एका लिफाफ्यात ठेवून दिलं.

दुसऱ्या दिवशी सकाळी डोनाटीनं कुठलीही प्रतिक्रिया न देता त्या लिफाफ्याकडे निर्विकारपणे पाहिलं. “आम्ही आता स्ट्रॅथबेनला जायला निघालो आहोत,” डोनाटी म्हणाला, “उद्या ॲलिसनची गाडी पाण्यातून बाहेर काढली जाईल. पाणबुड्यांना बोलावलंय. पण त्या कामगिरीची जबाबदारी मी अँडरसनवर सोपवलीय. तुला त्यात ढवळाढवळ करायची गरज नाही. तू तुझी नेहमीची कामं करत बस.”

जिमी अँडरसननं हॅमिशकडे पाहून एक सहानुभूतीपूर्वक कटाक्ष टाकला.

हॅमिश हॉटेलमधून बाहेर पडला व धरणाच्या बाजूनं चालू लागला. वातावरण प्रसन्न व उबदार होतं. खुनांचा छडा लागल्यामुळे गाव आता भयमुक्त झालं होतं. मिसेस टॉड कितीतरी वर्षं गावात राहत होती; पण ती अशी वेडी-विकृत असेल, असं कुणालाच वाटलं नव्हतं. विक्षिप्त वाटणाऱ्या तशा अनेक व्यक्ती गावात राहत होत्या, पण त्यांची मुद्दाम दखल घ्यावीशी कुणालाच वाटली नव्हती. मिसेस टॉड सोडून असे आणखी चार धर्मांध माथेफिरू तर लॉचढभमध्येच सापडले असते, पण प्रभूचा कोप होईल, या भीतीनं रविवारी सकाळी आपले सर्व दैनंदिन व्यवहार बंद करून चर्चमध्ये गर्दी करणाऱ्या अशा जुन्या व बुरसटलेल्या

विचारांचा पगडा असलेल्या या पहाडी मुलुखात चार-पाच धर्मांध अतिरेकी असणं, ही तशी नगण्य संख्या होती.

हॅमिश घराचं फाटक उघडून थेट मागच्या बागेत आला आणि तिथे ठेवलेल्या आरामखुर्चीत मस्त पाय सोडून बसला. दुसऱ्या सेकंदाला त्याला शांत झोप लागली होती.

इन्स्पेक्टर हॅमिश मॅक्बेथ आपल्या गावाच्या सेवेत पुन्हा रुजू झाल्याचीच ही खूण होती.

नऊ

श्रीमंतांना गरिबी ही असंगत व अनाकलनीय कल्पना वाटते. ज्यांना रात्रीच्या जेवणाची भ्रांत आहे, असे लोक आमचं दार का ठोठावत नाहीत, ही गोष्ट समजण्यापलीकडची आहे.

– *वॉल्टर बॅगहॉट*

निर्घृण खुनांच्या भेडसावणाऱ्या सावल्या लॉचढभमधून पसार होताच गावातल्या हवामानातही सुखद बदल जाणवू लागला आणि लांबलचक, रखरखीत व कंटाळवाण्या दिवसांच्या जागी आता निळ्याभोर आकाशाखाली धुक्यात लपेटलेल्या पर्वतरांगांचं विलोभनीय दृश्य दिसू लागलं. डोंगरांच्या पायथ्याशी जांभुळक्या फुलांचे ताटवे फुलले आणि जंगली रासबेरी गोळा करण्यासाठी मुलांची एकच झुंबड उडाली. सूर्यप्रकाशात न्हाऊन निघालेलं गाव हळूहळू सुस्तावत गेलं आणि त्याचबरोबर कालचक्रही जणूकाही काळापुरतं ठप्प होऊन गेलं.

हॅमिश खुशीत होता. खून प्रकरण संपून आता दोन आठवडे उलटले होते आणि हॅमिशच्या डोक्यातूनही त्यासंबंधीचे विचार निघून गेले होते. क्रिस्पिन व जेम्स बंगला सोडून गेल्याचं त्याच्या कानावर आलं होतं, पण पीटर जेनकिन्स मात्र अजून तिथेच राहत होता. याचा अर्थ, त्याच्या तिथे राहण्याला ॲलिसनची मान्यता होती. पीटरच्या गाडीतून गावात फिरताना त्यानं ॲलिसनला ओझरते पाहिले होते. खरं म्हणजे, ॲलिसननं नवी गाडी घेतलेली असेल, असा त्याचा अंदाज होता; पण गाडी चालवण्याचं वेड आता तिच्या डोक्यातून बहुधा गेलेलं दिसत होतं.

...आणि अशा त्या निर्मम शांततेत डिटेक्टिव्ह चीफ इन्स्पेक्टर ब्लेअरचं अचानक आगमन झालं. हॅमिश बागकाम करत असताना ब्लेअर त्याच्यासमोर येऊन उभा राहिला.

ब्लेअरच्या शिव्या ऐकायची मानसिक तयारी तो करत असताना ब्लेअरनं अतिशय मृदू आवाजात बोलून त्याला चकित केले. ''थोडी व्हिस्की प्यायला माझ्याबरोबर हॉटेलात चलतोस?''

''नक्कीच!'' हॅमिश आश्चर्यानं म्हणाला. ''जरा हात-पाय धुऊन एका मिनिटात आलोच.''

तो घरात गेला आणि हात-पाय धुऊन त्यानं गणवेश चढवला. ब्लेअर उगाचच वेळ घालवण्यासाठी स्ट्रॅथबेनहून इथे आलेला नसणार. एखाद्या नव्या केससंबंधी बोलायला तो आला असणार, असा त्यानं अंदाज बांधला.

दोघेही चालत हॉटेलपर्यंत गेले, पण वाटेत ब्लेअर कामासंबंधी काहीच बोलला नाही. बारमधल्या एका कोपऱ्यातल्या टेबलावर दोघे जण बसताच हॅमिश म्हणाला, ''बोल, कोणती नवी केस आली आहे?''

''काय? छे-छे, नवी केस वगैरे काही नाही. मस्त वातावरण आहे – म्हटलं, तुझ्याशी थोड्या गप्पा मारू.''

''कशाबद्दल?'' हॅमिशनं संशयानं विचारलं.

''तो नालायक डोनाटी!''

''अच्छा, तो?'' हॅमिश म्हणाला, ''त्यानं काय केलं?''

''मला अँडरसन व मॅक्नॅबकडून समजलं की, खुनाचा छडा तू लावलास?''

''पण डोनाटीच्या रिपोर्टमध्ये माझा उल्लेख असेलच की!'' हॅमिश म्हणाला.

''तुझ्याबद्दल एक शब्ददेखील नाही.''

''वाटलंच मला. कारण वर्तमानपत्रातदेखील सर्व श्रेय त्यालाच दिल्याचं मी वाचलं होतं.'' हॅमिश म्हणाला, ''पण डोनाटीसारखा माणूस असा वागेल, असं मला वाटलं नव्हतं.''

ब्लेअर थंड नजरेनं त्याच्याकडे बराच वेळ पाहत राहिला.

त्या नजरेनं हॅमिश अस्वस्थ झाला. ''आता त्याची वृत्ती मला कळून चुकली.''

''माझ्याकडे त्यानं लिहिलेला रिपोर्ट आहे. त्यात तो म्हणतो की, त्यानंच एका ऑफिसरला काही फोटो घेऊन चौकशी करण्यासाठी भंगार बाजारात पाठवले, त्यामुळेच मिसेस टॉड दोषी असल्याचा पुरावा त्यानं मिळवला. अँडरसन व मॅक्नॅबनं मला अखेर सांगितल्यावर ही गोष्ट सुपरिंटेंडेंटच्या कानावर घालणं, हे मला माझं कर्तव्य वाटलं.''

हॅमिश हसला. ''माझी स्तुती करणं तुला जड गेलं असेल?''

''हे बघ, मी तसा सरळ मनाचा माणूस आहे –'' ब्लेअर म्हणाला. ''पण डोनाटीनं मिळवलेल्या यशामुळे सुपरिंटेंडेंटनं त्याची बदली ग्लासगोला करायचं आधीच ठरवलं होतं, कारण तिथे जायला तो फार उत्सुक होता. सुपरिंटेंडेंटच्या

मते, आता इतक्या उशिरा डोनाटीवर आरोप करून उगाचच कल्लोळ माजला असता. अशा तऱ्हेनं तो हलकट माणूस काल ग्लासगोला रवाना झाला. स्ट्रॅथबेनला असताना मात्र त्यानं माझं जीणं हैराण केलं होतं. त्याला जेव्हा डिटेक्टिव्ह चीफ इन्स्पेक्टरची बढती दिली गेली, तेव्हा माझी पदावनती होणार, हे मला कळून चुकलं होतं.''

''अरे, मग ही तर चांगली गोष्ट झाली की –'' हॅमिश म्हणाला, ''परस्पर काटा निघाला! बरं, मला तू हे सांगितल्याबद्दल थँक्स!''

''मला आणखी एका गोष्टीचं वाईट वाटतंय. त्या दिवशी मी त्या नालायक मेरी ग्रॅहॅमच्या सांगण्यावरून तुझी मिस्टर डॅव्हिएटकडे उगाचच तक्रार केली. तू खरोखरच तिला बदडलंस, अशी माझी समजूत झाली होती.''

ब्लेअर फारच लाडीगोडीत बोलत होता. इतकी वर्षं तर तो आपला द्वेष करत आला होता; मग आजच त्याला ही उपरती का व्हावी? हॅमिशला काही कळेना.

''तर मी काय म्हणत होतो... आणखी थोडी व्हिस्की, हॅमिश?''

''हो, काहीच हरकत नाही!''

ब्लेअर स्वत: उठून काउंटरपाशी गेला आणि व्हिस्कीचे दोन ग्लास घेऊन आला. त्याच्या ह्या औदार्यामुळे हॅमिशचा संशय अधिकच बळावला.

''हे बघ, तू वेगळ्याच कारणासाठी इथे आलेला दिसतोयस. कारण ह्या सर्व गोष्टी तू मला फोनवरूनही सांगू शकला असतास...'' हॅमिश म्हणाला, ''तुला नक्की काय हवंय?''

''ठीक आहे, सांगतो –'' ब्लेअर खुर्ची पुढे ओढत म्हणाला. ''तू तर जणू काही खून प्रकरणांना आमंत्रणच देत असतोस. जर पुन्हा एखादी अशीच केस इथे घडलीच तर ते प्रकरण माझ्याकडे सोपवावं, अशी शिफारस तू कृपा करून स्ट्रॅथबेन ऑफिसला करावीस, अशी माझी इच्छा आहे.''

''अच्छा!'' हॅमिशनं खुर्चीवर मागे रेलत ब्लेअरकडे रोखून पाहिलं. ''पण मी हे असं का करावं? निदान डोनीटनं मला ह्या प्रकरणात प्रत्यक्ष काम करायची बरीच संधी दिली; तू तर आजपर्यंत मला तुझ्या नजरेसमोरही उभं राहू दिलेलं नाहीस.''

''बरोबर आहे तुझं म्हणणं...'' ब्लेअर अपराधी स्वरात म्हणाला, ''पण लक्षात घे की, तू एका छोट्याशा खेड्यात काम करणारा एक साधा इन्स्पेक्टर आहेस. ठीक आहे, पुढच्या वेळेपासून मी तुला माझ्याबरोबर ठेवेन. आणखी एखादा पेग?''

''अजून मी हा ग्लास प्यायलादेखील सुरुवात केली नाही! पण मला सांग, तुझ्या बोलण्यामागचा खरा हेतू काय आहे?'' हॅमिशनं त्याच्याकडे विचारपूर्वक पाहिलं. मग तो मिश्कील हसला. ''डोनाटी तर गेला... पण आता दुसऱ्या कुणा चुणचुणीत, हुशार माणसानं भराभर शिडी चढायला सुरुवात केलेली दिसतेय? कोण आहे तो?''

"तो हरामखोर फित्रॉक... बारीक चेहऱ्याचा, हाडकुळा!" ब्लेअर चिडून म्हणाला, "पक्का लाळघोट्या आहे. हो सर, करतो सर... मिस्टर डॅव्हिएट, ही बघा तुमच्या पत्नीसाठी मी माझ्या बागेतून सुंदर फुलं आणली आहेत... अशी बॉसची खुशमस्करी सतत करायची सवय."

"अरेच्या! मलातर वाटत होतं की, तुझ्यासारखा चमचा जगात दुसरा कोणी नसेल!" हॅमिश म्हणाला. त्याच्या बोलण्यावर ब्लेअर उसळण्याच्याच बेतात होता, पण तेवढ्यात हॅमिश पट्कन म्हणाला, "ठीक आहे. मी पुढच्या खेपेस नक्की तुलाच बोलावून घेईन. पण देव करो अन् पुन्हा तशी वेळ न येवो; नाहीतर या गावाचं 'लॉचढभ' हे नाव बदलून 'खुनी गाव' असं ठेवावं लागेल!"

ब्लेअर निघून गेल्यावर हॅमिश पोलीस स्टेशनला परतला. भर दिवसा इतकी व्हिस्की पिण्याची त्याला कधीच सवय नव्हती. डोकं जड झाल्यासारखं त्याला वाटू लागलं.

पोलीस स्टेशनच्या फाटकाबाहेर त्यानं ॲलिसन व पीटर जेनकिन्सला उभं असलेलं पाहिलं आणि तिथून पट्कन पळून जाण्याचा विचार त्याच्या मनात आला पण तोपर्यंत उशीर झाला होता... ॲलिसननं त्याला पाहिलं होतं.

ॲलिसनमध्ये कमालीचा बदल झाला होता. तिचे केस चमकत होते आणि तिनं केसांना नवीनच वळण दिलं होतं. जुना जाड भिंगांचा चष्मा गायब झाला होता. तिनं छान मेकअप केला होता आणि निळा कॉटनचा ब्लाउज व आखूड पँट घातली होती. त्यामधून तिचे सुंदर, तुकतुकीत पाय चट्कन लक्ष वेधून घेत होते.

"एऽ हॅमिश!" ॲलिसन आनंदानं चीत्कारली, "आम्ही तुझा निरोप घ्यायला आलोय."

"आत या, मी चहा बनवतो." हॅमिश म्हणाला, "आता कुठे जाणार तुम्ही?"

"मी तो बंगला विकायला काढलाय. पीटर आणि मी लग्न करतोय!" अंगठी दाखवण्यासाठी तिनं हात समोर धरला.

"अभिनंदन!" हॅमिश म्हणाला. त्यावर पीटर नम्रपणे हसला. जणू आपण बहादुरी गाजवली आहे, असंच त्याला सुचवायचं होतं.

"तुम्ही आता कुठे राहायचं ठरवलंय?" शेगडीवर किटली ठेवत हॅमिशनं विचारलं.

"लंडनला –" ॲलिसन म्हणाली, "मे फेअर, चार्ल स्ट्रीटवर मॅगीचा एक फ्लॅट आहे; आम्ही तिथे राहायचं ठरवलंय. पीटरला त्याची जाहिरात कंपनी पुन्हा नव्यानं उभारायची होती. पण मी म्हटलं, आता कशासाठी धंदा सुरू करतोयस? म्हणजे, माझ्यापाशी आता दोघांना पुरेल इतका पैसा नक्कीच आहे."

“मलाही मुक्तपणे भटकायला खूप आवडेल!” पीटर हेल काढत म्हणाला.

ॲलिसनकडे हॅमिश अगदी निरखून पाहत होता. तिचा चेहरा आनंदानं फुलून गेला होता. पीटर व ती आता भरपूर प्रवास करणार, हे नक्कीच होतं. तिला अनेक देश हिंडायची इच्छा होती.

आणखी एक फुलपाखरू कोशातून बाहेर आलंय... हॅमिशच्या मनात विचार आला. दुबळ्या मुलीचं पाहता-पाहता एका सशक्त स्त्रीत रूपांतर झालंय. यापुढचे सर्व निर्णय ॲलिसन घेणार होती. आता जेव्हा तिचा हॅमिशमधला रस संपला होता, नेमकी तेव्हाच त्याला ती आवडू लागली होती.

“तू नव्या गाडीबद्दल काहीच बोलली नाहीस?” हॅमिश म्हणाला, “पाण्यातून बाहेर काढल्यावर तुझी ती जुनी गाडी भंगारात विकण्याच्याच लायकीची झाली असणार.”

“मला आता गाडी चालवाविशीच वाटत नाही!” अंगावर काटा आल्यासारखी कापत ॲलिसन म्हणाली, “अन् आता ड्रायव्हिंग करायला पीटर आहे की –”

दोघेही निघून गेले. ॲलिसननं मिळालेली संपत्ती काळजीपूर्वक वापरायला हवी, असं हॅमिशच्या मनात आलं. दहा लाख पौंडांना आता पूर्वीसारखी किंमत उरलेली नाही. बेपर्वाईनं वागले, तर दहा लाख पौंडांचा चुराडा व्हायला फारसा वेळ लागणार नाही.

आता जरा निवांतपणे बसावं, असा विचार त्याच्या मनात येत असतानाच त्याला बाहेर काहीतरी अस्पष्ट हालचाल जाणवली. कोण व्यक्ती असावी याचा त्याला अंदाज आला नाही; पण गावात काहीतरी अशुभ घडलंय, असं त्याला उगाचच वाटून गेलं. तो घराच्या पुढच्या बागेत गेला आणि कुंपणावर रेलून पाहू लागला.

त्याला लांबून ॲग्नेस येताना दिसली. ती टॉमेल कॅसलमध्ये घरकाम करत असे. शेजारच्या क्युरी बहिणींशी बोलायला थांबली आणि त्यानं दोघा बहिणींच्या तोंडून उमटलेले भीतीचे व आश्चर्याचे उद्‌गार ऐकले.

अजून एखादा खून नसावा... तो मनातल्या मनात म्हणाला.

ॲग्नेस त्याच्या घराजवळ येताच तो तिला भेटायला पुढे गेला. “काय झालंय?” त्यानं विचारलं.

“तो कर्नल!” आवंढा गिळत ॲग्नेस म्हणाली. “त्यानं आम्हा सर्व नोकरांना काल रात्री एकत्र बोलावलं आणि सर्वांना नोकरीवरून काढून टाकावं लागतंय, असं त्यानं आम्हाला सांगितलं. तो सगळे पैसे गमावून बसलाय. त्यानं काय केलं असेल, असं तुला वाटतं?”

पण हॅमिश तोपर्यंत धावत आपल्या लँडरोव्हरपाशी पोहोचलादेखील होता.

टॉमेल कॅसलचा दरवाजा उघडाच होता. हॅमिश आत गेला. हॉलमधून प्रिसिला बाहेर येत होती. हॅमिशला पाहताच ती असहायपणे रडू लागली.

त्यानं तिच्या गळ्याभोवती हात घालत तिला जवळ घेतली आणि तो तिला हलकेच थोपटू लागला. ती थोडी शांत झाल्यावर तो तिला दिवाणखान्यात घेऊन गेला आणि तिला त्यानं एका कोचावर बसले. तोही तिच्या शेजारी बसला.

"नक्की काय झालंय?" त्यानं विचारलं. "सगळ्या नोकरांना कामावरून काढून टाकल्याचं ॲग्नेस सांगत होती."

"हो... त्यांनी... त्यांनी... मला आणि आईला त्यांच्या अभ्यासिकेत बोलावलं अन् कोणत्या काळजीमुळे ते त्रस्त झाले आहेत, हे आम्हाला सांगितलं. बोलता-बोलता त्यांचा संताप इतका अनावर होत गेला की, त्यांना कोणत्याही क्षणी हृदयविकाराचा झटका येईल, अशी मला भीती वाटली. मला फार अपराधी वाटू लागलं." तिनं डोळे पुसले, पण येणारा हुंदका तिला अडवता आला नाही.

तेवढ्यात मिसेस हालबर्टन-स्मिथ तिथे आली आणि हॅमिशला पाहून तिथेच खिळल्यासारखी उभी राहिली. पण पुढे येऊन तीही कोचावर बसली. "आता आम्ही काय करायचं हॅमिश?" ती म्हणाली. आपल्या मुलीसारखी ती रडत नव्हती. उलट, ती चिडलेली दिसत होती, "आमची अशी अवस्था हा कशी करू शकला?"

"काय केलं त्यानं?" हॅमिशनं चमकून विचारलं.

प्रिसिलानं रुमाल हातातच चुरगाळला. "...म्हणून तर मला अधिकच अपराधी वाटू लागलंय –" ती म्हणाली, "मला वाटतंय की, माझ्यामुळेच हे सारं घडलंय. तुला जॉन हॅरिंग्टन आठवतोय?"

"तुझा तो मित्र – ज्यानं अफरातफर केली होती? हो, आठवला."

"आता समजतंय की, त्यानं चांगल्या गुंतवणुकीचं आमिष दाखवून डॅडींकडून भरपूर पैसे उकळले आणि त्यानं ते पैसे गुंतवलेच नाहीत. उलट, जामिनावर त्याला सोडलेला असतानाही तो पैसे घेऊन देशाबाहेर पळाला."

"आता आमच्यापाशी काहीही उरलं नाही –" मिसेस हालबर्टन-स्मिथ म्हणाली. "एक कवडीदेखील नाही."

"असा धीर सोडू नका," हॅमिशला त्यांची अवस्था पाहवत नव्हती. "तुमच्याकडे बंगला आहे, जमीन-जुमला आहे."

"हो. पण ह्या सगळ्याची देखभाल करायला भरपूर पैसे लागतात!" प्रिसिला म्हणाली, "आम्ही हे सर्व विकू शकतो... आम्हाला विकावंच लागणार. पण त्यामुळे आम्हाला गावातल्या लोकांचा अपेक्षाभंग करावा लागणार. आचारी जेनकिन्स सोडला तर बाकी सगळा नोकरवर्ग गावात राहतो. रोजगारासाठी ते आमच्यावर अवलंबून आहेत. डॅडींनी बहुतेक नोकरांना कामावरून काढून टाकलंय. त्यात

रखवालदार, माळी, जलरक्षकसुद्धा आहेत. आम्ही त्यांना म्हटलं की, बंगला वगैरे विकेपर्यंत आपल्याला त्यांची गरज लागणार – पण ते ऐकायलाच तयार नव्हते.''

हॅमिशला काहीतरी कल्पना सुचली असावी. ''तुम्हाला कदाचित हे सर्व विकायची गरजही भासणार नाही!'' तो म्हणाला.

प्रिसिलाच्या आईनं त्याच्याकडे वैतागून पाहिलं. ''वेड्यासारखं बोलू नकोस –'' ती म्हणाली. ''ही इस्टेट सांभाळणं आता आम्हाला परवडणारं नाही.''

''परवडू शकेल,'' तो म्हणाला, ''आणि नोकरांनाही काढून टाकण्याची आवश्यकता उरणार नाही. कर्नल कुठे आहेत?''

''त्यांच्या अभ्यासिकेत!'' प्रिसिला म्हणाली, ''पण त्यांना जास्त त्रास देऊ नकोस हॅमिश. ते तुला पाहून नक्कीच चिडतील.''

''आलोच एक मिनिटात –'' हॅमिश मिश्किलपणे हसत म्हणाला. ''मला वाटतं, ते माझं ऐकतील.''

मिसेस हालबर्टन-स्मिथनं त्याला अडवण्याचा अर्धवट प्रयत्न केला, पण ती अखेर हतबल होऊन कोचावर तशीच बसून राहिली.

हॅमिश हॉलच्या बाजूनं अभ्यासिकेपाशी आला आणि दार न वाजवता सरळ आत शिरला. कर्नलनं त्याच्याकडे पाहिलं; मात्र अन् ते रागानं खवळलेच.

''आधी चालता हो इथूनऽऽ'' ते ओरडले, ''माझ्या डोक्याला भरपूर काळज्या आहेत... तुझ्यासारख्या मूर्ख इन्स्पेक्टरबरोबर चकाट्या पिटण्यासाठी माझ्यापाशी वेळ नाही.''

नरकात जा व भोग आपल्या कर्माची फळं... असं त्याला तोंडावर सांगावंसं हॅमिशला क्षणभर वाटलं, पण लगेच त्याच्या मनात प्रिसिलाचा विचार आला. खुर्ची ओढून तो कर्नलच्या समोर बसला आणि त्याच्याकडे पाहून सौजन्यपूर्वक हसला.

''मला एक छान मार्ग सुचलाय – ज्यामुळे तुला घर, इस्टेट काहीच विकावं लागणार नाही आणि नोकरांनाही कामावर ठेवता येईल.''

कर्नलनं त्याच्याकडे शांतपणे पाहिलं. ''तू वेडा आहेस!'' खांदे उडवत कर्नल म्हणाला.

''नाही, ऐक माझं. तुझ्याकडे शिकारीची व मासे मारण्याची उत्तम सोय आहे,'' हॅमिश म्हणाला, ''तू हे हॉटेल म्हणून चालवू शकतोस. मासे मारण्यासाठी व शिकारीसाठी तू पर्यटकांकडून भरपूर पैसे आकारू शकतोस. तुझ्या बंगल्यात भरपूर बेडरूम्स आहेत आणि प्रत्येक बेडरूमला जोडून बाथरूमही आहे.''

कर्नल त्याच्याकडे पुन्हा शांतपणे रोखून पाहू लागला. त्याचा खालचा ओठ अर्धवट उघडा पडला होता.

दरवाजावर हलकेच थाप पडली. प्रिसिला आणि तिची आई घाबरत आत

आल्या. हॅमिशच्या अचानक भेटीमुळे कर्नलच्या रागाचा पारा चढला तर नसेल ना, अशी भीती त्यांना वाटली होती.

"तुला बरं वाटतंय ना?" मिसेस हालबर्टन-स्मिथनं कर्नलला दबकत विचारलं. त्यावर कर्नलनं हातानंच तिला गप्प बसण्याचा इशारा केला आणि तो दूर कुठेतरी एकटक नजर लावून बसला.

"काय बोललास तू?" प्रिसिला हॅमिशच्या कानात चिडून कुजबुजली. "त्यांचा चेहरा विचित्र दिसतोय... त्यांना जोराचा धक्का बसलेला दिसतोय?"

कर्नलनं आपले गुबगुबीत हात हळुवारपणे खाली आणत टेबलावर ठेवले आणि मग अचानक टेबल जोरजोरात वाजवले. कर्नलच्या मनात काय आहे, ते दोघींना कळेना.

"टॉमेल कॅसलला वाचवण्याचा मार्ग मला सापडला आहे!" तो म्हणाला.

"कसा काय? काय करायचं आपण?" श्वास रोखत मिसेस हालबर्टन-स्मिथनं विचारलं.

"आपण इथे एक हॉटेल उघडू या!" कर्नल विजयी मुद्रेनं म्हणाला. "जरा विचार करा – मासे मारण्याची आणि शिकारीची इथे इतकी उत्तम सोय असताना आपण भरपूर पैसे कमावू शकतो. आपण माझ्या मित्रांना –"

"अजिबात नाही –" हॅमिश चट्कन म्हणाला, "मित्रांना मुळीच बोलवायचं नाही. माझे शब्द लक्षात ठेव – तू त्यांच्या हातात बिल ठेवलं, तर त्यांना आपला अपमान झाल्यासारखं वाटेल."

"मधे-मधे बोलू नकोस," कर्नलनं त्याला झापले, "मला नीट योजना आखू देत. प्रिसिला, माझ्या सेक्रेटरीला बोलाव आणि स्ट्रॅथबेनवरून आपल्या आर्किटेक्टलाही निरोप धाड."

"आपल्याला हॉटेल चालू करता येईल?" प्रिसिलानं सावधपणे विचारलं. "म्हणजे, हॉटेल सुरू करण्याएवढे पुरेसे पैसे आपल्याकडे आहेत?"

"हॉटेल तर नक्कीच सुरू करता येईल..." तिचे वडील उर्मटपणे म्हणाले. "आणि तोपर्यंत लागतील एवढे पैसे आपल्याकडे शिल्लक आहेत. मला नेहमीच अशा भन्नाट कल्पना सुचत असतात. सैन्यामध्ये असताना माझ्या तुकडीतले सैनिक नेहमी माझ्यावर भरोसा ठेवत. सर्व उपाय थकल्यावर ज्याच्याकडे आशेनं पाहावं, असा मी एकमेव माणूस होतो!"

प्रिसिलानं हॅमिशकडे एक कटाक्ष टाकला. हॅमिशनं हळूच डोळे मिचकावले.

"मी काय म्हणते," मिसेस हालबर्टन-स्मिथ म्हणाली. "आपण हॅमिशचे आभार –"

"तू जरा गप्प बसशील का? जा, जाऊन नोकरांना सांग की, त्यांना कामावरून

काढलेलं नाही. त्या आर्किटेक्टलाही फोन लाव आणि मॅक्बेथ, तुला काही कामधंदा नाही का?''

''मी निघालोच –'' हॅमिश हसत म्हणाला, ''तू पुन्हा पूर्वीसारखाच माजोरडेपणानं वागायला लागला आहेस, हे पाहून आनंद झाला.''

प्रिसिला त्याच्या पाठोपाठ बाहेर आली. ''खरं सांगू?'' ती वैतागून म्हणाली, ''डॅडी म्हणजे अक्षरश: कहर माणूस आहे! ती कल्पना तुझीच असणार.''

''हे बघ, तुम्ही सगळे आनंदात राहा, एवढीच माझी इच्छा आहे...'' हॅमिश म्हणाला, ''एवढंच वाटतं की, मी तुझं करिअर बिघडवत तर नाहीये ना? म्हणजे तू हॉटेलात काम करावंस, अशी तुझ्या आई-वडिलांची इच्छा तर नक्कीच नसणार.''

''त्यांची इच्छा नसली तरी मी ते काम करणार!'' प्रिसिला म्हणाली, ''डॅडी हॉटेलमालक म्हणून गल्ल्यावर बसले आहेत, अशी तू कल्पना तरी करू शकतोस का? आपल्याकडे येणारी गिऱ्हाइकं पैसे मोजणार आहेत, ही गोष्ट ते विसरून जातील आणि सवयीप्रमाणे त्यांचा अपमान करायला सुरुवात करतील.''

''खरं म्हणजे, मी त्यांना बंगला सोडून बाकी सर्व जमीन विकायला सांगणार होतो –'' हॅमिश म्हणाला.

''त्यांनी ऐकलं नसतं. त्यांना सर्व गोष्टींची मालकी हवी होती आणि ती मिळवण्याचा तू त्यांना उत्तम मार्गही दाखवून दिलास.''

''सुचलं खरं मला. पण आता त्यांनी जमीनदाराच्या भूमिकेतून हॉटेलमालकाच्या भूमिकेत यायला हवं.''

''एक मिनिटदेखील ती गोष्ट त्यांच्या लक्षात राहणार नाही,'' प्रिसिला म्हणाली, ''हॉटेलचा कारभार मला माझ्याच ताब्यात घ्यावा लागेल आणि त्याचं सर्व श्रेय मात्र त्यांना सतत देत राहावं लागणार आहे.''

''तुला हॉटेल चालवायला आवडेल?''

''हो, आवडेल. नाहीतरी मला लंडनचा हल्ली कंटाळा येत चालला होता.''

''आणि तुला आता अपराधी वगैरे वाटायची मुळीच गरज नाही –'' हॅमिश म्हणाला, ''जो माणूस हॅरिंग्टनसारख्या फालतू माणसावर विश्वास टाकतो, तो आज ना उद्या दुसऱ्या कुणाच्या तरी जाळ्यात अडकून कफल्लक झालाच असता!''

''डॅडींबद्दल असं ऐकायला विचित्र वाटतं.'' हॅमिशच्या बोलण्यानं प्रिसिला अवघडून गेली होती.

''काही इलाज नाही.''

''ते जाऊ दे. ॲलिसन यापुढे लॉचढभलाच राहणार आहे?'' प्रिसिलानं मुद्दाम विषय बदलला.

''नाही. ती पीटरशी लग्न करतेय आणि ते दोघे लंडनला जाणार आहेत.

लॉचढभमधली ही खुनाची शेवटचीच घटना ठरो, अशी आपण आशा करू या.'' मग त्यानं तिला ब्लेअरच्या भेटीबद्दलही सांगितले.

''तू इन्स्पेक्टर व्हायला नको होतास,'' प्रिसिला म्हणाली, ''तुझ्या कामाचं श्रेय तू सरळ तुझ्या वरिष्ठांना लाटू देतोस. आणि का, तर तुला खेड्यात राहून आळश्यासारखं जीवन जगायचं आहे.''

''अगदी बरोबर!'' हॅमिश शांतपणे म्हणाला.

''तू ना, कधीकधी माझं डोकं भडकवतोस. मग त्यापेक्षा तू आमच्या होणाऱ्या हॉटेलमध्येच का येत नाहीस?'' दोघेही चालत-चालत हॅमिशच्या गाडीपाशी आले.

त्यानं घाबरल्यासारखं सोंग करत आपले हात उंचावले. ''तुझ्या डॅडींबरोबर काम करण्यापेक्षा ब्लेअरबरोबर काम करणं परवडलं. प्रिसिला, मी जसा आहे तसा का नाही आवडत तुला?''

ती काहीच बोलली नाही. जमिनीवर नजर खिळवून ती विचारमग्न झाली होती.

''अच्छा, येतो –'' हॅमिश म्हणाला, ''पुन्हा भेटू!''

''हॅमिश, मी...!''

''काय?'' तो गर्रकन मागे वळला.

''नाही, काही नाही...'' प्रिसिला अर्धवट पुटपुटली.

हॅमिश पोलीस स्टेशनवर पोहोचला, तेव्हा त्याचा ऊर समाधानानं भरून आला होता. त्याच्या मनात आनंदाच्या ऊर्मी उसळत होत्या. निष्कांचन झालेली प्रिसिला आता हॉटेलव्यवसायात उतरत असल्यामुळे त्याच्या अगदी कह्यात येणार होती. पण हे काही त्याला वाटणाऱ्या संतोषामागचं कारण निश्चितच नव्हतं.

आपण पूर्वीसारखा मूर्खपणा पुन्हा करायचा नाही... त्यानं स्वत:ला बजावलं. पण तरीही त्याचं मन आनंदानं ओसंडून वाहतच राहिलं. लॉचढभमधले गुन्हेगारीचे दिवस आता संपलेले आहेत आणि यापुढे वर्षभर आपल्याला प्रिसिला रोज भेटत राहणार आहे, याच विचारांनी तो आनंदून गेला होता.

संध्याकाळ झाल्यावर त्याच्या लक्षात आलं की, रात्रीच्या जेवणासाठी घरात काहीच शिल्लक उरलेलं नाही. त्यानं नेहमीप्रमाणे स्वत:च्या पगारातली बरीच रक्कम क्रोमार्टीला राहणारे त्याचे आई-वडील व भावंडांसाठी पाठवून दिली होती. त्यामुळे हॉटेलात जाऊन जेवणं त्याला परवडणारं नव्हतं. त्यानं घरातली सगळी कपाटं धुंडाळली. अखेर उकडलेल्या शेंगांचा एक छोटा डबा त्याच्या हाताला लागला.

''मुला, आज शेंगांवरचं भागवावं लागणार,'' तो टाऊझरला म्हणाला, ''आज रात्री मटण मिळणार नाही. हे कुत्र्याचं खाणं आपल्या दोघांना खावं लागणार.'' टाऊझरनं मान हलवली आणि तो डब्याकडे आशाळभूत नजरेनं पाहू लागला.

फोन वाजू लागला. हातातला डबा खाली ठेवून त्यानं रिसिव्हर उचलला. फोन प्रिसिलाचा होता.

''हॅमिश!!'' ती म्हणाली, ''आम्हाला नव्या हॉटेलच्या संदर्भात काही मुद्द्यांवर तुझ्याशी चर्चा करायची आहे. आज रात्री आमच्याचकडे जेवायला ये. घरगुती जेवण आहे. खास कपडे वगैरे घालायची गरज नाही. आणि हो, येताना टाऊझरलाही बरोबर आण.''

हॅमिशनं आमंत्रण स्वीकारलं. त्यानं रिसिव्हर खाली ठेवला अन् तो स्वत:शीच पुटपुटला, ''म्हाताऱ्या कर्नलला व्हिस्की चढलेली दिसतेय!'' मग टाऊझरकडे वळत तो म्हणाला. ''चला, मजा आहे तुझी. आपल्याला टॉमेल कॅसलला जेवायला बोलावलंय.''

नवी पँट, परीट घडीचा शर्ट व टाय असा पोशाख अंगावर चढवत त्यानं टाऊझरच्या अंगावरूनही ब्रश फिरवला आणि टाऊझरला घेऊन तो लँडरोव्हरमध्ये जाऊन बसला.

''काळ बदलतोय टाऊझर...'' हॅमिश मॅक्बेथ म्हणाला आणि सोनेरी संधिप्रकाशात तो शीळ वाजवत गाडी चालवू लागला.

❖

हॅमिश मॅक्बेथच्या चित्तवेधक रहस्यकथा

डेथ
ऑफ अॅन
आउटसायडर

लेखक
एम. सी. बीटन

अनुवाद
दीपक कुळकर्णी

स्कॉटलंडमधलं एक भकास व उदास खेडेगाव. गावात राहणारी एक विचित्र व विक्षिप्त स्वभावाची व्यक्ती. गावातल्या प्रत्येकाची तिच्यावर खुन्नस. अखेर तिला माशांसोबत चिरनिद्रा घ्यावी लागते. जरा स्पष्ट सांगायचं तर – त्या व्यक्तीला लॉबस्टर्स असलेल्या हौदात बुडवण्यात येते. हेच लॉबस्टर्स जेव्हा लंडनच्या उत्तमोत्तम हॉटेलांत जाऊन पोहोचतात, तेव्हा त्या प्रकरणाची चव आणखीनच वाढते आणि त्याचा चट्टामट्टा करण्याची जबाबदारी शेवटी इन्स्पेक्टर हॅमिश मॅक्बेथवर येऊन पडते. तात्पुरती बदली झाल्यामुळे मॅक्बेथ आपल्या टाऊझर कुत्र्यासोबत क्नॉथनला आलेला असतो. क्नॉथनमध्ये त्याचं मन रमत नाही. लॉचडभच्या निसर्गसौंदर्याची व त्याच्या आवडत्या प्रिसिला हालबर्टन-स्मिथच्या निखळ प्रेमाची उणीव सतत भासत राहते. मॅक्बेथ हा शांत, सुस्त व खुशालचेंडू वृत्तीचा माणूस असतो; पण आता मात्र त्याला तीन आघाड्यांवर लढावं लागणार असतं. एकीकडे त्याचा बॉस डिटेक्टिव्ह चीफ इन्स्पेक्टर, ज्याला खूनप्रकरणाची उकल करण्यापेक्षा ते दाबून टाकण्यातच अधिक रस असतो. दुसरीकडे काळ्याभोर केसांची एक लावण्यवती त्याला वश करण्यासाठी विवश झालेली असते, तर तिसरीकडे तो अज्ञात खुनी, जो खून केलेल्या व्यक्तीच्या अंगावर मांसही शिल्लक ठेवत नाही – व जो पुन्हा कोणत्याही क्षणी आणखी एक बळी घेणार असतो....

www.ingramcontent.com/pod-product-compliance
Lightning Source LLC
LaVergne TN
LVHW092356220825
819400LV00031B/405